ஊருண்டு காணி இல்லேன்

நாஞ்சில் நாடன்

விஜயா பதிப்பகம்
20, ராஜ வீதி,
கோயம்புத்தூர் - 641 001.
www.vijayapathippagam.com

ஊருண்டு காணி இல்லேன்

Oorundu Kaani Illean

ஆசிரியர் : **நாஞ்சில் நாடன்**

முதற்பதிப்பு : **செப்டம்பர் 2024**

விஜயா பதிப்பகம்

20, ராஜ வீதி, கோயம்புத்தூர் - 641 001.

0422 - 2382614 / 90470 87053

vijayapathippagam2007@gmail.com

ஒளியச்சு / புத்தக வடிவமைப்பு : **ஐரிஸ் கிராபிக்ஸ், கோவை.**

அட்டை வடிவமைப்பு : **மௌஸ் பாய்ண்ட், சென்னை.**

அச்சாக்கம் : **பி.வி.கிராபிக்ஸ்,கோவை.**

ISBN - 978-81-977638-2-3 / பக்கங்கள் : 296/ **விலை : ரூ.300/-**

நன்றி

தாய்வீடு, கனடா
சொல்வனம், USA
ஆவ நாழி
அந்தி மழை
உயிர் எழுத்து
நடுகல்
தமிழ்நாடு அறக்கட்டளை, USA

சமர்ப்பணம்

எம்மைப் பயிற்றுவித்து வழி நடத்திய

வீரநாராயணமங்கலம்

அரசினர் தொடக்கப் பள்ளி (1953 - 1958)

இறச்ச குளம்

அரசினர் நடு நிலைப் பள்ளி (1958 - 1961)

தாழக்குடி

அரசினர் உயர் நிலைப் பள்ளி (1961 - 1964)

நாகர்கோயில்

தென் திருவிதாங்கூர் இந்துக் கல்லூரி (1964 - 1968)
(புகுமுக வகுப்பு & பட்டப் படிப்பு)

திருவனந்தபுரம்

மகாத்மா காந்தி நினைவுக் கல்லூரி (1968 - 1970)
(பட்ட மேற்படிப்பு)

ஆசிரிய, பேராசிரியப் பெருந்தகையினருக்கு

பதிப்புரை

அன்புள்ள வாசகப் பெருமக்களுக்கு வணக்கம்.

மொழியைப் புதிய பொருள் நிறைந்த ஆயிரம் அர்த்தங்களோடு புதுப்பித்துப் பொலிவூட்டுபவர் திரு. நாஞ்சில் நாடன்.

எழுத்தாளர்கள் உலகின் அனைத்துத் துயரங்களையும் உருமாற்றத் தெரிந்தவர்கள். மொழியை வெளிச்சம் போலப் பரவச் செய்பவர்கள். அதைத்தான் இந்த 'ஊருண்டு காணி இல்லேன்' நூல் முழுக்கச் செய்திருக்கிறார் மதிப்பிற்குரிய நம் எழுத்தாளர் நாஞ்சில் நாடன்.

ஆழ்மன ரசனையே மொழியை மதிப்பிடச் சரியான அளவுகோல் என்பதைப் புரிந்தவர்கள் நம் வாசகர்கள். 'தாய் மொழியை எந்த ஒரு நிலையிலும் கைவிடாதீர்கள். எந்தச் சொற்களோடு நீங்கள் வளர்ந்தீர்களோ, அந்தச் சொற்களில் எல்லாத் திருநலங்களும் உள்ளன' என்பதை உறுதிபடச் சொல்லுகிற இந்நூலைத் தமிழ்ப்பெருமக்கள் கொண்டாடி மகிழ்வார்கள் என்கிற உற்சாகத்தோடு எங்கள் விஜயா பதிப்பகம் வெளியிட்டு மகிழ்ச்சி கொள்கிறது. எல்லோருக்கும் அன்பும் நன்றியும்....

கோவை

அன்புடன்

13.08.2024

மு. வேலாயுதம்

☆

நிற்க எனக்கினி நேரமில்லை!

படைப்பிலக்கியவாதியாக 1975-ம் ஆண்டில் பயணம் புறப்பட்ட எனது முதல் கட்டுரையை 1997-ம் ஆண்டு நாகர்கோயில் பாம்பன்விளையில் நடந்த இலக்கிய முகாமுக்காக எழுதினேன். முன்னோடி, வழியாட்டிப் படைப்பாளி சுந்தர ராமசாமி ஒருங்கிணைத்திருந்தார். நிர்வாக மேற்பார்வை அவரது புதல்வன் 'காலச்சுவடு' கண்ணன் சுந்தரம். கருத்தரங்கில் பங்கேற்க அறிஞர் கோவை ஞானியைப் பாதுகாப்பாக அழைத்துக் கொண்டுபோய்த் திரும்ப வீட்டில் சேர்த்ததும் அப்போதுதான். இன்றைய இலக்கிய அரசியலைக் கற்பனை செய்ய இயலாத பாங்கில் இருந்தது அன்று கருத்தரங்கில் பங்கேற்றோர் பட்டியல்.

எனது கட்டுரையின் தலைப்பு, 'நாஞ்சில் நாட்டு வெள்ளாளர் வாழ்க்கை - காலம் நிகழ்த்திய மாற்றங்கள்! என் கையெழுத்தில் 23 பக்கங்கள். அந்த என் முதற் கட்டுரை அக்டோபர் - டிசம்பர் 1998 'காலச்சுவடு' இதழில் வெளியானது. அந்தக் கட்டுரையின் விரிவாக்கமே, காலச்சுவடு பதிப்பகம் 2003-ம் ஆண்டு வெளியிட்ட எனது கட்டுரை நூல் ''நாஞ்சில் நாட்டு வெள்ளாளர் வாழ்க்கை''. இன்றுவரை அந்த நூல் 12 பதிப்புகள் வெளியாகியுள்ளன. அறிஞர் பக்தவத்சல பாரதி, மானுடவியல் பேராசியர், தமிழில் அவ்வகை நூல் முதல் வரவு என்று எழுதினார்.

அன்று தொடங்கியது கட்டுரை இலக்கியத்துக்கான எனது பங்களிப்பு. இருபத்தேழு ஆண்டுகளாகத் தொடர்கிறது. எனக்கு முதல் ஊக்கம் தந்தவர்

சுந்தர ராமசாமி. தொடர்ந்து கவிஞர் சிற்பி, அ.முத்துலிங்கம் போன்றோர் எனது கட்டுரைகளை மொழிக்குள் சமைக்கப்பட்ட புதிய தடம் எனப் பாராட்டினார்கள்.

எனது படைப்பிலக்கிய ஊற்றுக் கண்களை இவை அடைத்து விட்டன எனக் கருதியோரும் உரிமையுடன் கண்டித்தோரும் உண்டு. கால் நூற்றாண்டு கடந்த பின்னரும், ஏழாவது நாவலை இன்னும் என்னால் எழுதக்கூடவில்லை என்பதுவும் உண்மையே என்றாலும் கட்டுரைகள் எழுதிய இந்தக் காலகட்டத்தில் வெளியான எனது சிறுகதைத் தொகுப்புகள், 1997 முதல் 2024 வரை ஏழு ஆண்டுகளில், கதைகளின் எண்ணிக்கை 111.

முதல் கட்டுரை எழுதத் துவங்கிய நாளிலிருந்து இந்தத் தொகுப்புடன் சேர்த்து வெளியான கட்டுரை நூல்கள் பத்தொன்பது. ஒரு குறுங்கணக்குப் போட்டுப் பார்த்தால், ஐநூறு கட்டுரைகள் வரலாம். அஃதன்றியும் விரைவில் காலச்சுவடு பதிப்பகம் மூலம் வெளியாக இருப்பது ஐந்நூறு பக்கங்களிலான என் நூல் 'நாஞ்சில் நாட்டு உணவு'. அஃதோர் சமையல் புத்தகம் அல்ல, உணவுப் பண்பாடு பற்றியதோர் ஆய்வுக்களம்.

இவற்றை எல்லாம் எண்ணி இறும்பூது எய்துவது எனதியல்பு அல்ல என்றாலும் உறுதியாகச் சொல்லத் தோன்றுகிறது. நானொன்றும் சோம்பித் திரியவில்லை என்று.

'ஊருண்டு காணி இல்லேன்' எனுமிந்தக் கட்டுரைத் தொகுப்பின் அங்கங்கள் பெரும்பாலும் சொற்களைத் தேடி அலைந்தவை. மேலும் அலையும் ஊக்கமும் உற்சாகமும் உண்டெனக்கு.

இவை யாவுமே கடந்த ஈராண்டுகளில் எழுதப் பெற்றவை. எனவே காலத்தால் புதியன. அண்மைக் காலத்து மனவோட்டத்தைப் புலப்படுத்துபவை. எம் அகத் தூண்டுதல்களை, எமக்குக் கைவசப்பட்ட மொழியில், எம் சிந்தனை வழி நின்று எழுதிச் செல்வேன். 'எழுதிச் செல்லும் விதியின் கை எழுதி எழுதி மேற்செல்லும்' என்பதுவும் அறிவோம்.

எம்மனோர் இக்கட்டுரைகளை வாசித்து மகிழ்வார், சிந்திப்பார் எனில் அதைத்தாண்டிய வேறு உற்சாகம் எமக்கென்ன?

இந்தக் கட்டுரைகள் யாவையும் தட்டச்சு செய்த நண்பர் சுப்பிரமணிய சிவம், மெய்ப்புப் பார்த்த நண்பர், நூல் வடிவமைத்தோர், அச்சிட்டோர், முகப்போவியம் வரைந்தவர், வெளியிடும் விஜயா பதிப்பகம் யாவர்க்கும் நன்றி.

நாவல், சிறுகதை, கட்டுரை, கவிதை எதுவாயினும் எழுதிக் கடந்தபின் அது என்னிலிருந்து நீங்கி நிற்கும். மனத்தளவில் நமக்கொரு விடுபடல் நேர்ந்துவிடும். மேலும்

'யாதனின் யாதனின் நீங்கியான் நோதல்
அதனின் அதனின் இலன்'

என்கிறார் திருவள்ளுவர், 'நிலையாமை' அதிகாரத்துக் குறளில்.

கோயம்புத்தூர் - 641 042 மிக்க அன்புடன்
08 ஆகஸ்ட் 2024 நாஞ்சில் நாடன்

பொருளடக்கம்

1. ஆன்மாவும் புறத்தடங்களும் — 11
2. பேரினை நீக்கிப் பிணம் என்று பேரிட்டு... — 20
3. காசில் கொற்றம் — 31
4. நெஞ்சொடு கிளத்தல் — 43
5. குன்றாத வாசிப்புப் பரவசம்! — 52
6. வெறி நாற்றம் — 60
7. அதிட்டம் — 70
8. பரம் இலாதது எவ்விடம்? — 84
9. நெல் எது, களை எது? — 101
10. ஏன் எழுதுகிறேன்? — 120
11. ஊருண்டு காணி இல்லேன் — 126
12. பழமும் கனியும் — 150
13. தேவர் அனையர் கயவர் — 165
14. எம்மையும் இரங்கி அருளும்! — 172
15. நடலை — 182

16. கள்ளம் கரவு திருட்டு மோசணம்	189
17. சாமியே சரணம்!	214
18. தாவளம், காகளம், பெகளம், கவளம், தப்பளம்	225
19. பன்னிரு கை கோலப்பா!	237
20. துய்ப்பேம் எனினே தப்புந பலவே	248
21. புக வலி பாடில்லா சகாவே!	257
22. கான முயல் எய்த அம்பு!	262
23. தவமுடையோர்	267
24. நம்பியாறு வாழ்த்தட்டும்	272
25. சாந்துணையும் கல்லாதவாறு!	280
26. திருவினை ஆக்கும் முயற்சி	287

1

ஆன்மாவும் புறத்தடாங்களும்

சமற்கிருத கருத்தரங்கில் உரையாற்ற எனை அழைக்க வந்தவர்கள் காவித் துண்டொன்று போர்த்தினார்கள். பௌர்ணமி, பிரசாதம், பூரணம், சந்நிதி, சஞ்சீவினி, சந்தோசம் போன்ற தமிழாக்கப்பட்ட சொற்கள் தெரியுமே அன்றி, ரசம் எப்படி வைப்பது என்று சமற்கிருதத்தில் சொன்னால் என்னால் விளங்கிக்கொள்ளத் தெரியாது என்பதால் மறுத்தேன் பணிவாக. என்றாலும் அவர்கள் கொண்டுவந்து போர்த்திய காவிநிறத் துண்டு ஒன்றும் பகவத்கீதைப் பதிப்பொன்றும் கைவசம் ஆயிற்று. என்னிடம் இருக்கும் பகவத்கீதையின் பதினேழாவது படி ஆயிற்று அது. ஆனால் காவித் துண்டு ஒன்றே ஒன்றுதான்!

பத்தாண்டுகளாக ஈரோடு போனால் ஜகதீச அண்ணனைப் பார்க்காமல் வருவதில்லை. சில நாட்கள் வீட்டிலேயோ தோட்டத்திலேயோ தங்கி விடுவதும் உண்டு. திருமதி. சுப்புலட்சுமி அக்காவும் திருமிகு. ஜகதீச அண்ணனும் எங்கள் குடும்ப நலனில் அக்கறையும் எம்மீது அன்பும் பரிவும் கொண்டவர்கள். நான் கோவைக்குத் திரும்பும்போது அண்ணன் ஒரு கட்டைப் பையில் அஞ்சாறு தேங்காயும் அப்போது விளைச்சலில் இருக்கும் காய்கறிகளும் போட்டு, அவற்றின் மேல் வாழைப்பழச் சீப்பும் அடுக்கி, அதன்மேல் பொத்தினாற்போல் புத்தம்புது கறுப்பு சிவப்புக் கரையுடைய

துண்டொன்றும் போர்த்தி, காரில் ஏற்றிக் கொண்டு வந்து, பேருந்து நிலையத்தில் இறக்கி, கோவை செல்லும் பேருந்தில் ஏற்றி அனுப்புவார்.

நடுநாட்டு நவீன படைப்பாளி கண்மணி குணசேகரன் தந்தனுப்புவார் முந்திரிப் பயிறு, எள், கொப்பரைத் தேங்காய். தகடூர் புத்தகப் பேரவை மொரப்பூர் தங்கமணி காணம் என்ற - முதிரை என்ற - கொள்ளு, துவரம் பருப்பு, கம்பு, காட்டு நெல்லி, மரச்சீனி - ஏழிலைக் கிழங்கு - குச்சிக்கிழங்கு என்ற - மரவள்ளி, மாம்பழம், கொய்யா, நாவல் பழம் என்று எவை அச்சமயத்து விளைச்சலோ அதை ரயில் பெட்டி வரை வந்து ஏற்றி அனுப்புவார். நாகர்கோயில் ராம் தங்கம் எனில் மார்த்தாண்டம் தேன், ஈத்தாமொழிக் கருப்பட்டி, மொரல் கருவாடு, நெத்திலிக் கருவாடு. காரைக்குடி போனால் சுநீல் கிருஷ்ணன் தந்தனுப்பும் செட்டிநாட்டுப் பலகாரங்கள் - சீப்புச் சீடை, மனகாவலம், முறுக்கு, அதிரசம். ஒருமுறை ஜார்க்கண்ட் மாநிலத்து ராஞ்சி சென்று திரும்பும்போது, கத்தோலிக்க கிறித்துவ கிளாரெட் சபை அருட்தந்தை இரண்டு குப்பி கடுகு எண்ணெயும், மூன்று கிலோ ராகிமாவும் தந்து ரயிலேற்றி அனுப்பினார்.

எங்கு சென்றாலும் கட்டைப் பை சுமந்து திரும்ப யாம் மடிப்பதில்லை.

‘நாள் என் செயும்? வினைதான் என் செயும்?

நமை நாடிவந்த கோள் என் செயும்? கொடுங் கூற்று என் செயும்?’

என்று கந்தரலங்காரத்தில் அருணகிரிநாதர் பாடியதைப் போல -

‘எடை என் செயும்? இட நெருக்கடி என் செயும்?

வெயில் என் செயும்? தொலைவு தான் என் செயும்?’

என்பது நமது மனோபாவம்.

சங்கிலி பூதத்தான், வண்டி மலைச்சி, சாத்தா, முப்பிடாரி, பன்றிமாடன், கழுமாடன், புலைமாடன், மேலாங்கோட்டு இயக்கி, காளி, நீலி எல்லோரும் எமக்குத் தெய்வங்களே! அவர்களுக்குக் கொடையோ, சிறப்போ, படுக்கையோ நடக்கும் தெரு, ஊர், காடு, கரை வழியாக நடக்கும்போது பிரசாதம் தந்தால் திருநீறோ, குங்குமமோ, களபமோ நெற்றியில் இட்டுக் கொள்வோம். சற்று நீங்கி நின்று ஒருவர் வெண்கல உருளியில் இருந்து

இலைத்துண்டிலோ, நீட்டிய வெறுங்கையிலோ அரிசிப் பாயசமோ, படப்புச் சோறோ தந்தால் கும்பிட்டு வாங்கி அங்கேயே தின்றுவிட்டு பக்கத்து மஞ்சணத்திச் செடி இலைகளில் கை துடைத்துவிட்டு வருவோம். வெளியே வந்ததும் நெற்றிக் குறியை இடக்கையால் அழிக்கும் பொய்மை, போலிமை, பாசாங்கு இருந்ததில்லை எம்மிடம்.

அதே சமயம் நெற்றியின் தீற்றல், கழுத்தின் டாலர் தொங்கல், தோளின் துண்டு, சட்டைப்பையில் தலைவர் படம், வேட்டியின் கரைகள், மோதிரத்தில் கொடி, இடக்கையில் மணிக்கட்டுக் கயிறு என்பன நம்புவதற்கான தடயம் ஆகலாம், காட்டுவதற்கான தடமும் ஆகலாம்.

பம்பாயில் வாழ்ந்த பதினெட்டு ஆண்டு காலத்தில், கூலி, உதவியாளன், பண்டகக் காப்பாளன், அலுவலக நிர்வாகி, விற்பனை அதிகாரி எனப் பணிபுரிந்த தொழிற்சாலையில், ஆண்டுதோறும் சத்திய நாராயணா பூசை நடக்கும். பூசையில் பங்கேற்க தலைமை அலுவலகத்தில் இருந்து வரும் உயரதிகாரிகளில் மார்வாரி - இந்து, பார்சி மதத்தவர், கோவாக்காரர் - கத்தோலிக்கக் கிறித்துவர் மற்றும் தொழிற்சங்கத் தலைவர் மதராசி - இந்து என நால்வர் இருப்பர். மாற்று மதத்தவர் இருவரும் பூசை பீடத்தின் முன் மணையில் அமர்ந்து தீர்த்தம் வாங்கித் தலையில் தெளித்து, உறிஞ்சி, சந்தன் - குங்கும் நெற்றியில் தரித்து எழுவார்கள்.

என் உடன் பிறந்தான் ஒருவன் வாழ்க்கைச் சூழலில் பெந்தகொஸ்தே சபையின் விசுவாசி ஆகி, உபதேசியாரும் ஆகி பூசை வைக்கப் போவான். ஏதாவது குடும்பக் கொண்டாட்டங்களுக்காக ஊருக்கு வந்தால் முத்தாரம்மன் கோயில் அரிசிப் பாயசம், பஞ்சாமிர்தம், புட்டமுது என எதை நீட்டினாலும் விரலாலும் தீண்டான். எமக்கு முத்தாரம்மன் குடிகாக்கும் கோயில். அவனுக்கோ சாத்தானின் வடிவம். ஆம்! அமுதென்றும் நஞ்சென்றும் ஒன்று!

வாழ்க்கையின் 67-வது வயதில் வீடு கட்டிப் பால் காய்ச்சியபோது நாம் முன்சொன்ன அருட்தந்தை செயபாலன், மாமல்லபுரம் போய் கருங்கல்லில் வடித்த விநாயகர் சிலையொன்று சுமந்து வந்து எமக்குப் பரிசளித்தார். இன்றும் யாம் அவ்விநாயகரின் காவலில்தான்.

நாஞ்சில் நாடன் 13

நாகூர் தர்காவிலும், மும்பையின் ஹாஜி அலி முன்பும் தக்கலை பீர் முகம்மது அப்பா பள்ளியிலும், கோவா மட்காவ் தேவாலயங்களிலும், பம்பாய் கொலாபா ஆப்கன் சர்ச்சிலும், அன்னை வேளாங்கன்னி திருவுரு முன்பும் நின்று பிரார்த்தித்திருக்கிறேன். பண்டர்பூர் பாண்டுரங்கன், பூரி ஜகந்நாதன், உடுப்பி பாலகிருஷ்ணன், குருவாயூர் நாராயணன், வாரணாசி விஸ்வநாதன், சிதம்பரம் நடராசன், திருவண்ணாமலை அருணாசலேசுவரன் என நீண்ட பட்டியல் உண்டு. துல்ஜாப்பூர் பவானி, கோலாப்பூர் மகாலட்சுமி, கொல்கத்தா காளி, அன்னபூரணி, விசாலாட்சி, கால பைரவன் என வாரணாசியில், வணங்கியிருக்கிறேன். மதுரை சோமு பாடிய அத்தனை அம்மன்கள் முன்பும் நின்றிருக்கிறேன். கொடுங்கல்லூர், சோற்றாணிக்கரை, ஆற்றுகால், மீன்குளத்தி, பூக்குளத்தி, மண்டைக்காடு, முப்பந்தல் பகவதிகள் பரவசப்படுத்தியுள்ளனர். குன்றுதோறும் நிற்கும் குமரர்களைக் கும்பிட்டிருக்கிறேன்.

தேம்பாவணியும், இரட்சணிய யாத்திரீகமும், சீறாப்புராணமும், குணங்குடி மஸ்தான் பாடல்களும் பரிச்சயம் உண்டு. பன்னிரு திருமுறைகள் சிவனையும், நாலாயிரத் திவ்யப் பிரபந்தம் திருமாலையும் அடையாளப் படுத்தின. பட்டினத்துப் பிள்ளையும் தாயுமானவரும் இராமலிங்க வள்ளலும் செங்கோட்டை ஆவுடையக்காளும் தமிழ்ச்சொல்தானே! பாடல்தானே! ஞான நெறிப் பாதைதானே! சிவவாக்கியர் முதலான பதினெண் சித்தர்கள் எம்மதத்தின் எம்மார்க்கத்தின் பகைவர்?

திருமூலரின் ஒரு பாடல் அறிய மாட்டோம்! ஒரேயொரு வரி திருவருட்பா கேட்க மாட்டோம்! ‘பெருந்தமிழன் நான்’ எனப் பாடிய ஆழ்வார் பெயர்கூட செவிப்பட்டதில்லை. அப்பரையும் மணிவாசகரையும் காரைக்கால் அம்மையையும் ஆண்டாளையும் அணுகிக் கண்டதில்லை. எனினும் தமிழில் எட்டுப் பத்து வரிகள் எழுதிவிட்டோம் எனும் கர்வத்தால் பெருமிதத்தால் பூரிப்பால் எவரையும் அடையாளங்களை வைத்து, தடயங்கள் தடவிப் பார்த்து, அனுமானிக்க முயலாதீர் சமூகநீதி நாயன்மாரே!

எம் அடையாளம் உமக்கென்ன தொந்தரவு? கட்டைப் பையில் பொதிந்து அனுப்பிய கருப்பு சிவப்புக் கரையிட்ட துண்டைத் தூர எறிவது அறிவா? அல்லது முகம் துடைக்க, தோளில் போட, உடுத்துக் குளிக்க பயன்படுத்தவது அறிவா?

காவித்துண்டு என்றால் வெற்று மார்பை மறைக்காதோ? அரையில் சுற்ற ஆகாதோ?

உண்மை நாடுவது நோக்கமில்லையா நமக்கு!

அனுமானங்களை நம்புவது இலகுவானதா!

திரும்பத் திரும்பச் சொல்கிறேன். நீங்கள் தேடுவது எவராகவேனும் இருக்கலாம்! நாம் அவரில் ஒருவராக இருக்க நமக்கு ஒரு அரசாணையும் இல்லை!

இயற்கையின் கொடையான நிறங்களைக் கரவுத் தொழில் முனையும் அரசியல்காரர்களின் முதலீட்டு நிறமாகக் கொள்வது என்பது பகை முரண்.

நிறங்கள் போலவே வாசனைகளும். புனுகு, சவ்வாது, சந்தனம், அத்தர், பன்னீர், அகில், சாம்பிராணி - சுராவை - தூவப் பொடி - குங்கிலியம் - குந்துருக்கம் - குந்திரிக்கம் எனும் பெயர்களில் வழங்கப்படும் மணப் புகைப்பொடி யாவுமே வாசனைத் திரவியங்கள். மாந்த குலத்துக்கானவை. மதச்சடங்குகளில் சில விரும்பிப் பயன்படுத்தப்பெறும் காரணத்தால் அவற்றின்மேல் மத அடையாளம் ஏற்றுவது அறமா? வெளிப்படையாகக் கேட்டால் சந்தனம் இந்து அடையாளமும் அத்தர் இஸ்லாமிய அடையாளமுமா?

திருநெல்வேலியில் தங்கும் விடுதி வாசலில் கடை வைத்திருந்த ஒரு மேலப்பாளையம் பாய் என்னிடம் சொன்னார் 1989-ன் இறுதியில், ''தம்பி, வாசனை கடவுள் அம்சம் அல்லவா!'' என்று.

ஆம்! வாசனை இறை அனுபவம். இசையும் கடவுள் அம்சம். எனவே நாத உபாசனை என்கிறார்கள். நிறங்கள் தெய்வத்தன்மை கொண்டவை. மலர்கள் இறை ஏதாயினும் அர்ப்பணிக்கப்படுவதன் காரணம் - நிறம், வாசனை, அழகு! இறை - கடவுள் - பிதா - குதா - பஹவான் - பிரான் - ஸ்வாமி - சாமி எனும் சொற்கள் மீது அருசி உடையவர்கள் இயற்கை என்றே கொள்ளலாம் அப்பொருண்மையை.

மலர்கள் இறையம்சம் எனும்போது செந்தாமரையும் வெண்டாமரையும் திருமகள், நாமகளின் இருக்கைகள் என்று இறும்பூது எய்தத் தேவையில்லை. எருக்கு நீலகண்ட சிவனின் தலையில் சூடப்பெற்ற மலர். 'வெள்ளெருக்கம் சடை முடியான்' என்பான் கம்பன், யுத்த காண்டத்தில்.

நாஞ்சில் நாடன்

தாவரங்களில் அமைச்சர், மாமன்ற உறுப்பினர், மாவட்டச் செயலாளர், வட்டச் செயலாளர், ஊராட்சித் தலைவர் என உண்டா என்ன? வன்னி, கொன்றை, பாதிரி, மகிழம் அல்லது வகுளம், புன்னை, அரசு, அத்தி, எலுமிச்சை, வில்வம், பலா, ஆல், கடம்பு, நாவல், மருதம், பூளை, பராய், சண்பகம், இலுப்பை, புளி, மா, வெள்ளெருக்கு, பனை, காரை, புரசு அல்லது பலாசம், காட்டு முல்லை, அரளி, முல்லை, வஞ்சி, வஞ்சுளம், பாரிஜாதம், கல் ஆல், இலந்தை, கடுக்காய், குறும்பலா, கோங்கிலவு, ஆமணக்கு, தில்லை, தேற்றா, செருந்தி, மல்லிகை, மந்தாரம், உத்தாலம் எனும் துருத்தி, வாழை, தருப்பை, நெல்லி, குருந்தம், மூங்கில், வேம்பு, புங்கம் எனும் புன்கு, சந்தனம், பாலை, வாகை, வீழி, விளா, காட்டு ஆத்தி, கிளுவை, பன்னீர், தென்னை, பிரம்பு, கோரை, கல்வாழை எனும் ஞீலி, ஊமத்தை, கண்டல், நாகலிங்கம், கருங்காலி எனும் ஈட்டி அல்லது தோதகத்தி, பிஞ்சிலம், பவளமல்லிகை, மாவிலங்கம், நார்த்தை, விழல் புல், துளசி, நந்தியாவட்டம், வெள்வேல், குருக்கத்தி, சதுரக்கள்ளி, தாழை, அசோகம், வடவால், வால்மிளகு, நொச்சி என எண்பத்தோரு தாவரங்கள் சிவ வைணவத் தலங்களின் தல விருட்சங்கள்.

இந்தத் தருணத்தில் இயல்பாக எனக்குள் எழும் கேள்வி! நம் தமிழ்த்துறைத் தலைவர் - பேராசிரியர்கள், தமிழாசிரியர்கள், திறனாய்வாளர்கள், படைப்பாளிகள், இமயம் தொட்ட சினிமா சிகரங்கள், பத்மஸ்ரீ முதல் பத்ம விபூஷண் வரை வாங்கியவர்கள், மேடை நாவலர்கள், பாவலர்கள் எனும் அருளாளர் கூட்டம் என்போர் இந்தத் தல விருட்சங்கள் எண்பத்து ஒன்றில் எத்தனை தாவரங்களை அடையாளம் காட்டுவார்கள்? தலவிருட்சம் என்றவுடன் சைவ-வைணவ-சாக்த-கௌமார-காணாபத்ய சமயங்களுடன் தொடர்புபடுத்திப் புறந்தள்ளல் வேண்டா!

அடையாளம் பற்றிப் பேசப் புறப்பட்டு ஆறலைக் கள்வன் போல அலைந்து கொண்டிருக்கிறேன்.

ஆடு - கோழி - மாட்டிறைச்சி பிரியாணி விரும்பித் தின்பவர் எல்லாம் இஸ்லாமியர் என்றும் அரவணை - சர்க்கரைப் பொங்கல் - அக்கார அடிசில் தின்பவரெல்லாம் வைணவர் என்றும் வரையறை செய்ய இயலுமா?

மார்ச் 23-ம் நாள், 2022-ம் ஆண்டு, சித்தூர் அரசுக் கல்லூரியில் எழுபத்தைந்தாம் ஆண்டுக் கொண்டாட்டங்களுக்காக அழைக்கப்பட்டிருந்த நான், பேராசிரியர், திறனாய்வாளர், எனது நண்பர் வேதசகாய குமார் உருவப்படமும் திறந்து வைக்கப் பணிக்கப்பட்டேன். விழா மங்கலம் முடிந்தபிறகு மதிய உணவுக்கு அழைத்துப் போனார்கள். பேராசிரிய நண்பர்களுடன் அமர்ந்து சட்டி பிரியாணியும் மாட்டுக்கறியும் உண்டேன். எனவே நான் சைவ சமயத்தைச் சார்ந்தவன் இல்லை என்று ஆகிவிடுவேனா?

நானறிய என் இஸ்லாமிய நண்பர் சிலர் அசைவம் உண்ணாதவர். அது ஒவ்வாமை நோய்க் காரணங்களால் அல்ல. 'சைவ' என அடைமொழி பூண்ட இனத்தவர், எவ்வுயிர்க்கும் செந்தண்மை பூண்டொழுகும் அந்தணர் சிலர் என்னுடன் அமர்ந்து கோழிக்கால் கடித்தவர்கள். அதுபோலவே நறை - நறவம் - தேறல் - மது - கள் அருந்துதலிலும். எனவே எதையும் பொதுமைப்படுத்திப் பார்த்து முன்முடிவு செய்யலாகாது. முன்முடிவு என்பதை Pre conceived Notion என்பர் ஆண்டவர் மொழியில்.

ஆகவே - பெரியோர்களே, தாய்மார்களே, உடன்பிறப்புக்களே, கண்மணிகளே, இரத்தத்தின் இரத்தங்களே - தோழர்களே - தம்பிகளே தங்கையரே - சகாக்களே - நிறம் மணம் இசை அழகு யாவும் அனைத்து உயிரினங்களுக்கும் ஆனவை.

காவியைப், பச்சையைக், கருப்பை, நீலத்தைச், சிவப்பை, வெள்ளையை, இந்நிறங்களின் இரண்டு அல்லது மூன்று அடுக்கினைப் போர்த்தியும் ஆட்டியும் திரிவதனால் அந்நிறங்கள் அறமற்ற, நேர்மையற்ற, தூய்மையற்ற, உண்மையற்ற அரசியல் இயக்கங்களின் நிறங்கள் ஆகிவிடா!

மாணிக்கவாசகரின் திருவெம்பாவையில், 'ஏழில் இயம்ப இயம்பும் வெண்சங்கு எங்கும்' என்பார். 'வெண்ணாகக் கருங்கண் திரை சேர் மடந்தை' என்றும் 'பச்சையனே செய்ய மேனியனே' என்றும், 'பொங்கு அரவு அல்குல் செவ்வாய் வெண்ணகை கரிய வாள்கண் மங்கையோர் பங்க போற்றி! மால் விடை ஊர்தி போற்றி! என்றும் சொல்வார் திருச்சதகத்தில். 'சோலைப் பசுங்கிளியே!' என்பார் திருத்தசாங்கத்தில். சதம் வேறு தசம் வேறு என்பதை அறிவோம்தானே! செந்திலாப் பத்து பகுதியில், 'சேலும் நீலமும் நிலவிய

வயல் சூழ் திருப்பெருந்துறை மேவிய சிவன்' என்பார். நீலம் எனில் நீல நிறமுடைய குவளைப் பூக்கள் என்றும் சேல் எனில் கெண்டை மீன்கள் என்றும் பொருள். 'சேல் பட்டு அழிந்தது செந்தூர் வயற் பொழில்' என்று சீர்காழி பாடிக் கேட்கவும் கொடுத்து வைத்திருக்க வேண்டும்.

திருப்பொற்சுண்ணம் பாடும்போது,

"வையகம் எல்லாம் உரல் அதாக, மா மேரு என்னும் உலக்கை நாட்டி
மெய்யெனும் மஞ்சள் நிறைய அட்டி மேதகு தென்னன்
பெருந்துறையான்
செய்ய திருவடி பாடிப்பாடிச் செம்பொன் உலக்கை வலக்கை பற்றி
ஐயன் அணி தில்லைவாணனுக்கே ஆடப் பொற்சுண்ணம் இடித்து
நாமே"

என்பார். யாவற்றுக்கும் மேலாக, மாணிக்கவாசகர் சிவபுராணம் பாடும்போது,

"கறந்த பால் கன்னலொடு நெய் கலந்தாற் போலச்
சிறந்த அடியார் சிந்தனையுள் தேன் ஊறி நின்று
பிறந்த பிறப்பு அறுக்கும் எங்கள் பெருமான்
நிறங்கள் ஓர் ஐந்துடையாய்!"

என்பார்.

எனவே, நிறம், மணம், இசை, அழகு என்பன எம்மதமாயினும் அம்மதத்தின் பரம்பொருளுடன், இயற்கையுடன் இயைந்தவை. இதில் நிறக்குருடுகளின், மணமறிய இயலா நாசியரின், இசையுணர்வு இல்லா செவியரின், அழகு எதுவெனத் தீர்மானிக்க இயலா மனமிலாதவரின் மதிப்பீடுகளைக் கொண்டு நாம் எதனையும் அளவிடுதல் தகாது. நமது முன் தீர்மானங்களின் தாக்கத்தால் அற்பத்தனமான அர்த்தப்படுத்தல்களில் ஆட்பட வேண்டாம். ஆன்மா என்பது வெளி அடையாளங்களில், புறத்தோற்றங்களில் இல்லை நாயன்மாரே!

நாகூர் அனீபா விரும்பிக் கேட்பவன் நான். "இறைவனிடம் கையேந்துங்கள், அவன் இல்லை என்று சொல்வதுமில்லை" என்ற பாடலை அறுபது ஆண்டுகளாகக் கேட்பவன். மதுரை சோமுவின் "என்ன கவி

பாடினாலும், உந்தன் உள்ளம் இரங்கவில்லை'' பாடலை எப்போது கேட்டாலும் கண்கள் கலங்குகின்றன. ''என்னப்பனல்லவா! என் ஐயன் அல்லவா! பொன்னப்பனல்லவா! பொன்னம்பலத்தவா!'' என்று தண்டபாணி தேசிகர் குரலிலும் பாவத்திலும் பரவசத்திலும் இறைஞ்சுதலிலும் ஒன்றுபடுபவன். உஸ்தாத் நுஸ்ரத் பத்தே அலிகான், ''தம் மஸ்த் கலந்தர் மஸ்த் மஸ்த்'' எனப் பாடும்போது ஏன் மெய்ம்மறப்பு ஏற்படுகிறது?

அண்ணாமலையின் சாந்நித்தியத்தில் தியானம் கூடும் என்றும் கன்னி மேரி சந்நிதானத்தில் கூடாது என்றும் உண்டா? மனத்தடைகளைக் கடக்க மாட்டாதார்க்கு மதத் தடைகளையும் நீக்கல் அரிது.

பந்தி விளம்பும்போது அகப்பையில் வேறுபாடு காட்டுவார் எங்ஙனம் ஐயா ஆன்மீக வழிகாட்டிகளாக அமைய இயலும்? ''ஞானமற்ற நெஞ்சகத்தில் நல்லதேது மில்லையே!'' என்பார் சிவவாக்கியர்.

எனவே திரும்பத் திரும்பத் திரும்பவும் சொல்வேன்: பனை மரத்து மூட்டில் நின்று எதைப் பருகினாலும் அது கள் என நம்புவது பொதுப்புத்தி. குறுகிய புத்தி. பொதுப்புத்தி உடையவர் சிலர் தம்மை மேதைகளாகக் கருதிக் கொண்டு அறவுரையும் அறிவுரையும் ஆற்ற வருவது அற்பு புத்தி!

தாய்வீடு, ஜூலை 2022

2

பேரினை நீக்கிப் பிணம் என்று பேரிட்டு...

கோவைப்புதூர் வ.உ.சி. நகர் நிறுத்தத்தில் இருந்து சிற்றுந்து ஏறி நகர் மண்டபம் நோக்கிப் போய்க்கொண்டிருந்தேன். அங்கே இறங்கி வேறோர் நகரப் பேருந்து பார்த்து நுழைந்து அவிநாசி சாலையில் இருக்கும் புகழ்பெற்ற தொழில் நுட்பக் கல்லூரி நிறுத்தத்தில் இறங்க வேண்டும். வாட்ஸ் ஆப் தினமும் பெருந்தொற்று, மருத்துவமனை, சாவு, உப்புமா ஜோக் என்று அச்சுறுத்திக் கொண்டே இருந்தது. முதுமையின் இயலாமையும் சூழல் சுமத்தும் மன அதைரியமுமாக வீட்டின் அனுமதி பெற்ற பேருந்துப் பயணம்.

தொழில் நுட்பக் கல்லூரி அரங்கில் நடக்கும் இலக்கிய விழாவுக்குப் போவது என் திட்டம். சொற்பொழிவாளனாக அல்ல, பார்வையாளனாக. நானிருந்த சிற்றுந்து, நொய்யல் நதிக்குக் குறுக்கே இருக்கும் புட்டுவிக்கி பாலம் கடந்து போகும். புட்டு விக்கியின் பெயர்க் காரணம் யாரிடமாவது கேட்க வேண்டும். பாலம் வருமுன் இடப்பக்கமும் வலப்பக்கமும் சுடுகாடுகள் இருந்தன. நம் வாழ்வில் காணா சமத்துவம் உலாவும் இடம். நொய்யல் தாண்டியதும் வலப்பக்கம் எவ்வுயிர்க்கும் செந்தண்மை பூண்டொழுகும் அந்தணர் எனப்படும் அறவோருக்கான மின் மயானம். தற்போது எரிவாயுவினால் எந்தப் புண்ணியவானையும் சாம்பராக்கும் தகனக்கூடம்.

ஊருண்டு காணி இல்லேன்

மேலும் ஐந்நூறு மீட்டர் பயணித்ததும், சிற்றோடை ஒன்றைக் கடந்தால் பெரிய சுற்றுச் சுவர் தோட்டத்தினுள் இசுலாமியர் இடுகாடு. சுவரில் 'முகம்மதியர் புதைகாடு' என பச்சை நிற சாயத்தால் எழுதப் பெற்றிருந்தது.

இடுகாடு என்றாலும் புதைகாடு என்றாலும் ஒன்றே! கத்தோலிக்க, புரோட்டஸ்டன்ட், பெந்தகொஸ்தே கிறித்துவர்களின் கல்லறைத் தோட்டத்தையும் இடுகாடு என்கிறோம். அவர்களது 'நீத்தார் தினம்' அன்று கல்லறைத் தோட்டங்கள் மலர்ப் பூங்கா போலப் பொலியும்.

இசுலாமியர்களின் புதைகாட்டுக்கான உருதுச் சொல் கப்ருஸ்தான். கபர் என்றால் பிணம், சவம், சடலம். பம்பாயில் முதலில் நான் பணியாற்றிய தொழிற்சாலை ரே ரோடு ரயில் நிலையத்தின் அருகிலிருந்தது. ஓல்டு அட்லஸ் மில்ஸ் காம்பவுண்ட். அதன் பின்புறம் பிரம்மாண்டமானதோர் கப்ருஸ்தான். வாசல் பைகுலா சாலையில். எங்கள் தொழிற்சாலைக்கும் கப்ருஸ்தானுக்கும் இடையே செங்கல் சுவர். அதிலிருந்த ஓட்டை வழியாக முழுப் புதைகாட்டைப் பார்ப்போம்.

கபர் என்ற சொல்லுக்கு செய்தி என்றும் பொருள். அறிமுகமான இருவர் சந்தித்துக் கொள்ளும்போது, 'கியா கபர் ஹை பாய்?' என்பார்கள். என்ன சங்கதி, என்ன சமாச்சாரம், என்ன தகவல், என்ன செய்தி என இடம் கண்டு பொருள் தரும் சொல் கபர்.

எட்டாண்டுகளாக சொந்த வீட்டில் குடியிருப்பு. பயணப்பாதையில் நொய்யல் நதி, மூன்று ஓடைகள், இரண்டு ஏரி, மூன்று சுடுகாடு - புதைகாடு - இடுகாடு, ஒரு டாஸ்மாக், ஒரு பள்ளிக்கூடம், ஒரு மீன் சந்தை கட்படும்.

என்றாலும் இன்று ஏன் சுடுகாடு, எரிவாயு மயானம், கப்ருஸ்தான் சிந்தையில் குறுக்கிடுகிறது எனத் துணுக்கம் எய்தினேன். கிறித்துவக் கல்லறைத் தோட்டம் புலியகுளம் வழியாகப் போனால் தென்படும். அங்கும் மதப் பிரிவுகளுக்கு தனித்தனித் தோட்டங்களே! கல்லறைத் தோட்டத்தை மலையாளத்தில் சாக்கோட்டை என்பர். சவக்கோட்டை, சவக்கிடங்கு, பிணக்கிடங்கு என்பன வேறு.

சுடுகாடு, இடுகாடு, புதைகாடு எனப் பேசுவதே அக்கியானமாகக் கொள்ளப்படக் கூடும். தீ என்று சொன்னால் சுட்டு விடுமா என்ன? என் செயக் கூடும்?

‘நெருநல் உளன் ஒருவன் இன்றில்லை என்னும்
பெருமை படைத்து இவ்வுலகு’

என்பார் நிலையாமை அதிகாரத்துக் குறளில், வள்ளுவப் பேராசான். நல்ல வேளையாக அவர் கவியரசு, கவிப் பேரரசு, கவிச் சக்கரவர்த்தி, கவி சாம்ராட் இல்லை. கம்பன் சுக்கிரீவனை கவிக்குலக்கோன், கவிக்குலத்தோன், கவியரசு என்பார். ஆங்கே கவி எனில் குரங்கு!

அதே அதிகாரத்தில் திருவள்ளுவர்,

‘குடம்பை தனித்தொழியப் புட்பறந்தற்றே
உடம்போடு உயிரிடை நட்பு’

என்பார். கூட்டை விட்டுப் பறவை பறந்து போவது போன்றதே உடலுக்கும் உயிருக்குமான உறவு என்று பொருள். மேலும் சொல்வார் -

‘உறங்குவது போலும் சாக்காடு உறங்கி
விழிப்பது போலும் பிறப்பு’

என்று. உறங்கும்போது வாங்குகின்ற மூச்சு, திசை மாறிப் போய் திரும்பி வராமல் ஆனாலும் ஆனதுதான்.

புதைக்கப்படுபவர் எல்லாம் முகம்மதியர் அல்லது கிறித்துவர் என்று இல்லை. இந்துக்களில் அனைவருமே எரிக்கப்படுவதும் இல்லை.

‘ஊரெல்லாம் கூடி ஒலிக்க அழுதிட்டுப்
பேரினை நீக்கிப் பிணம் என்று பேரிட்டுச்
சூரையம் காட்டிடைக் கொண்டு போய் சுட்டிட்டு
நீரினில் மூழ்கி நினைப்பு ஒழிந்தார்களே!’

என்பார் திருமூலர். ஆமாம்! முதல் வேலை ஊரைக் கூட்டி ஒப்பாரி வைத்து அழுவது. அடுத்தது சாதிப் பின்னொட்டுக்களுடன் கூடிய பேரினை நீக்கிப் பிணம், பிரேதம், சவம், சடலம், Body எனப் பெயரிடுவது. பிறகு சூரைக்காட்டில் கொண்டு போய்ச் சுடுவது. ஆற்றிலோ, குளத்திலோ, கிணற்றிலோ, குழாயடியிலோ நின்று நீரினில் நனைந்து செத்துப்போன சீராளர் பற்றிய நினைப்பை ஒழித்துவிடுவது.

ஏரிக்கோ, மண்ணுக்கோ, நீருக்கோ பார்சி இனத்தவர் போல பறவைக்கோ உடலை அளித்தாலும் நேற்றிருந்தவர் இன்றில்லை என்பதுதானே மெய்!

திருமந்திரம் சூரையங்காடு என்கிறது. நாலடியார் நேரடியாக 121-வது பாடலில் சுடுகாடு என்கிறார். 96-வது பாடலில் இடுகாடு என்பார். ஆனால் பத்துப்பாட்டு, எட்டுத் தொகை நூல்கள் சுடுகாடு, இடுகாடு எனும் சொற்களைப் பயன்படுத்தவில்லை. ஆனால் முதுமக்கட் தாழி பற்றிக் குறிப்பிடுகின்றன.

நாலடியார் பாடல் ஒன்றின் ஈற்றடிகள் -

'குடி கொழுத்தக் கண்ணும் கொடுத்து உண்ணா மக்கள்
இடுகாட்டுள் ஏற்றுப் பனை'

என்று இடுகாடு பேசுகிறது. குடிவளம் நிறைந்திருந்த போதும், இரப்போர்க்குப் பகிர்ந்து உண்ணாத மனிதர், இடுகாட்டில் நிற்கும் ஆண்பனைக்கு ஒப்பாவார்கள் என்பது பொருள். பெண்பனை நுங்கும் பனம்பழமும் தரும். ஆண்பனை பனம் பிடுக்கு காட்டி நிற்கும்.

வள்ளுவர் 'நெருநல் உளன் ஒருவன் இன்றில்லை' என்று அறுதியிட்டு உரைத்ததைத் தொடர்ந்து, நாலடியார் யாக்கை நிலையாமை அதிகாரத்துப் பாடலில் -

'மலைமிசைத் தோன்று மதியம் போல் யானைத்
தலைமிசைக் கொண்ட குடையன் - நிலமிசைத்
துஞ்சினார் என்றெடுத்துத் தூற்றப் பட்டார் அல்லால்
எஞ்சினார் இவ்வுலகத்து இல்'

என்று விரிவாகப் பேசுகிறார்.

பதுமனார் உரை எழுதினார் - மலை மேலே தோன்றும் திங்களைப் போல, களிற்றினது தலைமேற் கொண்ட குடையினை உடைய அரசர்களும், துஞ்சினார் என்று நிலத்தின் கண் அவர் தூற்றப்பட்டார் அல்லாது ஒழிந்தார் இவ்வுலகத்தின் கண் இல்லை என்றவாறு - என்று.

கும்பமுனி மேற்கண்ட பாடலுக்கு உரை எழுதினால் என்ன எழுதுவார்? ‘பெரிய பதவீல இருந்தாலும், லெச்சக் கணக்கான கோடி சொத்து சேர்த்திருந்தாலும், மனைவி, கூத்தியா, வைப்பாட்டி, கண்ட இடத்திலே கை வச்சவ அப்படீண்ணு சுகிச்சுக்கிட்டுத் திரிஞ்சாலும், பன்னீருலே குளிச்சாலும், சிங்கிள் மாலட் விஸ்கி வச்சு பல் தேச்சு வா கொப்பளிச்சாலும், கோயம்புத்தூரிலே தங்கினா பவானி போயி கோழி பொரிச்சது வாங்கீட்டு வந்தாலும், எல்லாக் கடவுள் சந்நிதானத்திலேயும் பூரண கும்ப மரியாதை, மாலை, பட்டாடை வாங்கினாலும், எத்தனை பட்டம் எவரெவர் அநுகூலம் கருதிக் குடுத்ததை வாங்கி எரவாணத்திலே சொருவி வச்சுக்கிட்டாலும், மவனே! செத்துப் போயிட்டேண்ணு வையி, ஒண்ணுல மண்ணைத் தோண்டி அரை லிட்டர் பால் வாங்கி ஊத்தி குழீல போட்டு மூடுவான்; இல்லாட்டா காஞ்ச வெறகு கதம்பை எல்லாம் அடுக்கி - சந்தனக் கட்டைண்ணாலும் அது வெறகு தானவே - கொளுத்தி, சாம்பலை அள்ளி ஆத்திலேயோ குளத்திலேயே கடலிலேயோ கரைப்பான். இல்லே நாடு முழுக்கத் தூவுவான் விமானத்திலே கொண்டு போயி... அதத் தாண்டி செத்து ஒழியாம இருந்தாண்ணு எவனும் இந்த உலகத்திலே உண்டுமாவே!’

திருவள்ளுவரும்நாலடியாரும் திருமூலரும் இந்த நிலை நின்றால், பட்டினத்தார் இலேசான ஆட்டமா போடுவார்? செத்துப்போனவன் பிரேதத்தை - சரி! பூத உடலை என்றே சொல்வோம் - எதெல்லாம் பங்கு போட நிற்கும் தெரியுமா?

‘எரி எனக்கென்னும், புழுவோ எனக்கென்னும், இந்த மண்ணும்
சரி எனக்கென்னும், பருந்தோ எனக்கெனும் தான் புசிக்க
நரி எனக்கென்னும், புன் நாய் எனக்கென்னும், இந்த நாறும் உடலைப்
பிரியமுடன் வளர்த்தேன் இதனால் என்ன பேறு எனக்கே?’

பாடல் எண் 114.

என்கிறார் பட்டினத்துப் பிள்ளை.

எவ்வளவு ஆசையாக வளர்த்தேன் இந்த உடம்பை? இருட்டுக்கடை அல்வா, போத்தி ஓட்டல் ரசவடை, விருதுநகர் புரோட்டா, பொங்கலூர் போளி, கோயில்பட்டி கடலை மிட்டாய், சாத்தூர் காரச்சேவு, மணப்பாறை முறுக்கு, செட்டிநாட்டுச் சீப்புச் சீடை, மனகாவலம், மலையாளத்து புட்டு -

பயறு - பப்படம், ஆப்பம் - தேங்காப்பாலு, நாஞ்சில் நாட்டு உளுந்தஞ்சோறு, கூட்டாஞ்சோறு, அவியல், புளிசேரி, எரிசேரி, தீயல், இலைப்பணியாரம், கொங்கு நாட்டு அரிசியும் பருப்பும் சாதம் என்றெல்லாம் நாக்கை எத்தனை மொழத்துக்கு நீட்டித் தின்றிருப்பேன்? ஆடு, கோழி, மீன் என எத்தனை அரைபட்டிருக்கும் பற்களில்? என்ன காரியம்வே அம்மாச்சா? எத்தனைப் பிரியமுடன் வளர்த்தேன் இந்த நாற்றம் பிடித்த உடலை, சோற்றுத் துருத்தியை? செத்துப்போன பிறகு எனக்கு இதனால் என்ன பயன்? தீ எனக்குத் தா என்று கேட்கும். புழுவோ எனக்காக்கும் இந்த அழுகும் உடல் என வாதம் புரியும். இந்த மண்ணோ, சரி எனக்கே இருக்கட்டும் என்று சொல்லும். பருந்து - கருடன் - கலுழன் - காய்சினப் பறவையோ நான்தான் புசிப்பேன் என்னும், நரி வந்து குறுக்கே நின்று எனக்குத்தான் எனக் கேட்கும். புன்மையான நாயும் இந்த உடலை நமக்கே நமக்கு என்று நிற்கும்.

என்னத்தை எல்லாம் தேய்த்துக் குளித்து, எத்தனை அத்தர், புனுகு, சவ்வாது, வெளிநாட்டு வாசனைத் தைலங்கள் பூசி, எத்தனை நவமணிப் பூண்கள் பொன்னாபரணங்கள் பூட்டி, விலையுயர்ந்த ஆடைகள் அணிந்து, பல கோடி விலைபெறும் வாகனங்களில் பயணித்து, தோட்ட வீடு - காட்டு பங்களா - கடற்கரை விடுதி என் வாழ்ந்தாலும் பிணம், பிணந்தானேவே!

பட்டினத்தடிகள் மேலும் புலம்புகிறார் -

'என் பெற்ற தாயரும் என்னைப் பிணம் என்று இகழ்ந்து விட்டார்
பொன் பெற்ற மாதரும் போ என்று சொல்லிப் புலம்பி விட்டார்
கொன் பெற்ற மைந்தரும் பின் வலம் வந்து குடம் உடைத்தார்'

என்று. கொன் என்றால் பெருமை என்று பொருள்.

சுடுகாடு, இடுகாடு, புதைகாடு, மயானம், மசானம், ஸ்மசானம், ஸ்மஸான், கப்ருஸ்தான், சாக்கோட்டை, கல்லறைத் தோட்டம், சமாதி, நீத்தார் நினைவிடம், Burial Ground, Cremation Ground என என்ன பெயர் சொல்லி விளித்தாலும் செயற்பாடு ஒன்றேதான்.

தீப்படு காடு என்பார் காரைக்கால் அம்மை 'அற்புதத் திருவந்தாதி' பாடும்போது. புதுமைப்பித்தன் 'மசானம்' என்ற தலைப்பில் சிறுகதை ஒன்று எழுதினார்.

எங்கள் பக்கம் வெள்ளி நள்ளிரவில் சுடலைமாடனுக்குக் கொடை கொடுப்பார்கள். அப்போது பக்கத்தில் இருக்கும் மயானத்தைக் காத்து நிற்கும் சுடலைக்கு சிறப்பு உண்டு. ஊர்க்கோயில் சுடலைமாடன் சாமி கொண்டாடிக்கு ஆராசனை வந்து, ஆடிப் பூவெடுத்து, வெள்ளாட்டுக் கிடா பலியும் வாங்கியபின் சல்லடம் கட்டி கையில் அரிவாளும் தூக்கி சாமியாடி மயானத்தை நோக்கி ஓடுவார். அங்கும் தீவார்ணை, பலி முடித்தபின், சாமி கொண்டாடியும் மேளக்காரர்களும் பிற நடவடிக்காரர்களும் மயானம் நீங்கியபின், சுடலைக்குப் படைக்கப்பட்டிருப்பவை எல்லாம் கொள்ளை போகும். எவரும் எதையும் எடுத்துக் கொள்ளலாம். இலவசம் என்றால் தள்ளுமுள்ளு என்பது தமிழ்ப்பண்பாடுதானே! பெரிய போராட்டமே நடக்கும். மயானத்துக்குப் பெண்கள் போவதில்லை. இந்த சம்பவத்தை ‘மயானக் கொள்ளை’ என்பார்கள். எங்கள் பக்கத்து ஊர் நாவல்காடு. அங்கே சுடலைமாடன் கோயில் கொடை இரவில் நடக்கும் மயானக் கொள்ளையைப் பதினாறு பதினேழு வயதில் வேடிக்கை பார்த்திருக்கிறேன். மேல் விபரம் அறிய விரும்புபவர்கள் எனது ‘பேய்க் கொட்டு’ சிறுகதை வாசிக்கலாம்.

இன்றைய அரசியல் சூழலில் மயானக் கொள்ளை எனும் சொல்லைப் பொருத்திப் பார்க்கலாம். உயிரச்சம் கருதி நான் விரித்துப் பேச அஞ்சுவேன்.

பெரிய புராணத்தில் சேக்கிழார் மயானம் எனும் சொல் பயன் படுத்துகிறார். மயானத்தையே நாம் சுடலைக்கரை, சுடலைக்காடு, சுடலை மேடு, சுடலைக் குழி என்றும் பயில்கிறோம்.

திருவாசகம் நீத்தல் விண்ணப்பத்தில் மாணிக்கவாசகர், ‘விரிந்தே எரியும் சுடரனையாய், சுடுகாட்டு அரசே!’ என்பார். திருச்சாழல் பகுதியில்,

‘கோயில் சுடுகாடு, கொல் புலித்தோல் நல்லாடை
தாயுமிலி தந்தையிலி தான் தனியன் காணேடி’

என்பார். மையார்ந்த மிடற்றன், இடவம் ஊர்தி, பிள்ளை நிலா சூடியவன், அரவன் அணிந்தவன், ஆற்றைப் புனைந்தவன், புலித்தோலை அரைக்கசைத்தவன், இடது பதம் தூக்கி ஆடுபவன், யானை உரி போர்த்தியவன், பிறப்பும் இறப்பும் இலாப் பெற்றியன் - என்றாலும் அவன் சுடலைப் பொடி ஆடி!

செல்லமும் சீருமாக வளர்த்த மகன் இறந்து போனால் எவரும் அவனது பூத உடலின் பாகங்களை அறுத்தெடுத்து Deep Freezer-ல் பாதுகாப்பதில்லை.வேண்டுமானால் மொட்டை அடிப்பார்கள். சில நாட்கள் விரதம் இருப்பார்கள். மாமிச உணவு தவிர்ப்பார்கள். அவனுக்குப் பிடிக்கும் என்று படையல் வைத்துத் தாமே தின்பார்கள். எனது சிறுகதை 'மனகாவலப் பெருமாள் பிள்ளை பேத்தி மறுவீடும் வெஜிடபிள் பிரியாணியும்' இதுபற்றிப் பேசுகிறது.

எல்லோரும் செத்துத்தானே போகவேண்டும்! எத்தனை செல்வந்தர், அதிகாரம் உடையவர் ஆனாலும் - பிரேதம் எடுப்பு, பிணம் எடுப்பு, சவம் எடுப்பு என்றுதானே சொல்கிறார்கள்! சாதாரணப் பாடை ஆனாலும், தேர்ப்பாடை ஆனாலும், இராணுவ பீரங்கி வண்டியானாலும் Body தானே ஐயா!

எம்மதத்தவர்க்காயினும் இறைவன் ஒருவனே இறவாது இருப்பவன்! இளங்கோவடிகள், சிலப்பதிகாரத்தில், மதுரைக் காண்டத்தில், வேட்டுவ வரி பாடும்போது -

'விண்ணோர் அமுது உண்டும் சாவ, ஒருவரும்
உண்ணாத நஞ்சு உண்டு இருந்து அருள் செய்குவாய்'

என்பார். எனில் சாவு அமுதமே உண்ட விண்ணோருக்கும் விலக்கில்லை.

சுடுகாடு அல்லது இடுகாடு என்பதைப் புறங்காடு என்கிறது மணிமேகலை. சிறைவிடு காதையில் நீலவதி தன் வயிற்றில் தோன்றிய ஏலம் கமழ்கின்ற மாலை அணிந்த இராகுலனை தீப்போன்ற கண்களை உடைய நாகம் தீண்டி சாகக் கொடுத்தபோது செய்யும் அரற்றலுக்கு மணிமேகலையில் ஆறுதல் சொற்களான பாடல் வரிகள் உண்டு.

மணிமேகலை கேட்கிறாள் நீலவதியிடம் -

'உடற்கு அழுதனையோ, உயிர்க்கு அழுதனையோ?
உடற்கு அழுதனையேல் உன் மகன் தன்னை
எடுத்துப் புறங்காட்டு இட்டனர் யாரே?
உயிர்க்கு அழுதனையேல் உயிர் புகும் புக்கில்

'செயல்பாட்டு வினையால் தெரிந்து உணர்வரியது
அவ்வுயிர்க்கு அன்பினை ஆயின் ஆய்தொடி
எவ்வுயிர்க்கு ஆயினும் இரங்குதல் வேண்டும்'
என, மிகத் தெளிவாக.

மணிமேகலை கேட்கிறாள் - உன் மகனின் உடலுக்கு அழுதாயா, இல்லை உயிருக்கு அழுதாயா? உடலுக்கு அழுதாய் எனில், அவன் உடலை எடுத்துச் சுடுகாட்டில்/இடுகாட்டில் இட்டவர் எவர்? உயிருக்காக அழுதாய் என்றால், அவன் உயிர் மறுபடியும் புகுந்த வீடு, அவனது செயல்பாட்டு வினையால் அமையும். அது எதுவெனத் தெரிந்து உணர்வது அரியது. எனவே அவனுடைய உயிர்க்கு அன்புடையவள் என்றால், அழகிய கைவளைகளை அணிந்தவளே, எவ்வுயிர்க்கு ஆயினும் நீ இரங்குதல் வேண்டும் - இது பொருள்.

சிறுவயது முதலே ஆறு, குளம், குட்டை, ஏரி, பொய்கை, ஊருணி, நீராவி என்றும் மலை, குன்று, பொத்தை, மேடு, காடு என்றும் அலைந்து திரிந்த சிறுவர் யாம். சுடுகாடு, இடுகாடு என்று எதற்கும் அச்சமில்லை, துணுக்கம் இல்லை, விலகல் இல்லை. சுடுகாட்டுச் சுடலைமாடனுக்கு வெள்ளி இரவில் கொடை கொடுத்து வெள்ளாட்டுக் கிடா பலி செய்து, பிறகு அந்தக் கிடாவைத் தோலுரித்து, துண்டுகளாக்கி, மசாலா அரைத்துக் குழம்பாக்கி, இரவு இரண்டரை மணிக்கு நடமாடும் பாதையில் பந்தியாக வெறுந்தரையில் உட்கார வைத்து, இலைபோட்டு, பச்சரிசிச் சோறு போட்டு, ஆட்டு இறைச்சிக் குழம்பு ஊற்றி, அள்ளியள்ளித் தின்று இரண்டு மூன்று மைல் நடந்து வீட்டுக்குத் திரும்பி இருக்கிறோம்.

சுடுகாட்டுச் சுடலைக்கு காணிக்கையாக எவரோ வீசிச் சென்ற காலணா (இன்றைய ரூபாயில் அறுபத்து நான்கில் ஒரு பாகம்), அரையணா பொறுக்கிப் போய் கடலை மிட்டாய், காரச்சேவு, பொரி உருண்டை வாங்கித் தின்றிருக்கிறோம். கொடைக்கு, ஆட்டுக்கிடா, ஆண்பன்றி, கருத்த சேவற்கோழி பலி வாங்கும் சுடலை, மற்ற சின்னச் சிறப்புகளுக்கு ஒரு சீப்பு வாழைப்பழம், உடைத்து வைத்த தேங்காய், கால் குப்பி வாற்றுச்

சாராயம், சுட்டு வைத்த அயிலைக் கருவாடு, அவித்த தாராக்கோழி முட்டை எனக் கொண்டு ஆனந்தம் அடைவார். வெள்ளி இரவில் வைத்த படப்பு, காலையில் எவரோ எடுத்துச் சென்று விடுவார்கள்.

எமக்கு சுடலை நிற்கும் சுடுகாடு பற்றியும் அச்சமில்லை. பெண்கள் மட்டும் தீண்டல் நாட்களில் அந்த வழியில் நடப்பதைத் தவிர்த்தனர். எம்மூர் சுடுகாட்டுக் கரையில் புளிச்சி மாமரம் ஒன்று நின்றது. காய்த்திருக்கும் காலத்தில் ஏறிப் பறித்து, சுடுகாட்டு மேடைக்கல்லில் உப்பும் மிளகும் நுணுக்கி, மாங்காயை உடைத்துப் பிளந்து, உப்பு மிளகு தொட்டுக் கடித்துத் தின்போம். கை நிறையக் கோரிக் குடிக்க பழையாறு நீர் பெருக்கி ஓடியது.

மதுவிலக்கு அமலில் இருந்த அந்த நாட்களில் - தமிழனுக்கு அஃதோர் பொற்காலம் - வாற்றுச் சாராயம் கொண்டுவந்து எவரும் சுடுகாட்டு மறைவில் நிற்பார், மாதத்துக்கு ஓரிரு முறை. மக்கள் சிலர் தனித்தனியாக ஏதோ வெளிக்குப் போவது போல் போய் - ஒன்றும் அறியாத பாப்பா, ஒரு மணிக்குப் போட்டாளாம் தாழ்ப்பாள் என்பது போல - வாங்கிக் குடித்து தொண்டையைச் செருமிக் கொண்டு நடந்து வருவார்கள். அவர்களுக்கு டச்சர் என்பது வீட்டிலிருந்து வாழை இலைத் துண்டில் பொதிந்து கொண்டு போகும் நாரத்தங்காய் - எலுமிச்சங்காய் - நெல்லிக்காய் - மாங்காய் ஊறுகாய்த் துண்டு.

சுடுகாட்டில் பிணம் எரிவதையும், வெந்து தீய்ந்து நீறாவதையும் அச்சமின்றி வேடிக்கை பார்த்தோம். கூட வருபவன் சொல்வான் - ''மக்கா லே! இதாக்கும் முடி கருகப்பட்ட நாத்தம்'' என்று.

காரைக்கால் அம்மை விரிசடைக் கடவுளையே எரியாடி என்றாள். அவள் பாடியது போல்,

'அவனே இரு சுடர் தீ ஆகாயம் ஆவான்
அவனே புவி புனல் காற்றாவான்'

எனும்போது எதை அஞ்சி எங்கு ஒளிப்பது?

எனவே சுடுகாடோ, இடுகாடோ, புதைகாடோ, புறங்காடோ, நாம் சென்று சேர்வதற்கு முன் முடிந்த அளவுக்கு மனிதத் தன்மை உடையவர் களாக வாழ முயல்வோம்! யோக்கியனாக வாழ முயல்வது என்பது யோக்கியன் போலப் பேச முயல்வதுவும் அல்ல!

நாஞ்சில் நாடன் 29

கலித்தொகையில் கபிலர் பாடினார் -

‘தமக்கு இனிது என்று, வலிதின் பிறர்க்கு இன்னா

செய்வது நன்று ஆமோ மற்று?’

என்று. குறுந்தொகையில் நக்கீரர் சொல்கிறார், ‘நில்லாமையே நிலையிற்று’ என்று. நிலையாமை என்ற ஒன்றே இவ்வுலகில் நிலை பெற்றுள்ளது என்பது பொருள்.

பாலை பாடிய பெருங்கடுங்கோ, கலித்தொகையில், ‘வளியினும் வரை நில்லா வாழு நாள்’ என்பார். காற்றுப் போல ஒரு எல்லைக்குள் நில்லாததே வாழும் காலம் என்பது பொருள். அவரே, ‘யாறு நீர் கழிந்தன்ன இளமை’ என்பார். ஆற்று நீர் வேகமாக வடிந்து விழுவதைப் போல இளமையும் செத்துவிடும் என்பது பொருள். நற்றிணையில் காமக்கணிப் பசலையார், ‘கவறு பெயர்த்து அன்ன நில்லா வாழ்க்கை’ என்பார். சூதாடும் கருவி மாறி விடுவதைப் போல நினைத்ததைப் போல் நில்லாத வாழ்க்கை என்பது பொருள்.

என்னத்தைச் சொல்லி என்ன பயன்?

சுடுகாட்டுக் கட்டுமானத்திலும் வரும்படி பார்ப்பதுதானே நமக்கு உவப்பான செயல்! இப்போதெல்லாம் உப்பைத் தின்ற எவனும் தண்ணீர் குடிக்கிறானா?

தாய்வீடு, ஆகஸ்ட் 2022

3

காசில் கொற்றம்

எட்டுப் பத்து ஆண்டுகளுக்கு முன்பு, தமிழர்களின் தங்கத் தாமரை மலர் போன்ற செவ்விய இதயங்களைக் கவர்ந்த திரைப்பாடல் ஒன்று - 'காசு பணம் துட்டு மணி மணி' என்பது. எழுதியவர், இசையமைத்தவர், இயக்குநர், அபிநயித்தவர் போன்ற விடயங்களில் எமக்கு ஆர்வமில்லை.

நமது தேட்டம் காசு என்ற சொல்லில். 'காசில்லாதவனுக்கு வராகன் பேச்சென்ன?' என்றோர் பழஞ்சொல் இருப்பது தெரியும். எல்லாத் தமிழ்ச் சொல்லும் வராகன் மதிப்புடையது என்பதும் அறிவோம். ஆனால் இன்றைய தமிழர்களின் சொற் பயன்பாட்டு நிலை 'காசுக் கூண்டு கரிக் கூண்டாய்ப் போச்சு' என்றே கூறிவிடலாம். ஆனால் காசு எனும் சொல்லுக்கு சமூகத்தில் இன்றிருக்கும் மதிப்பு என்ன?

'காசுக்கு ஒரு குதிரையும் வேண்டும், காற்றைப் போலப் பறக்கவும் வேண்டும்' என்றொரு பழமொழி உண்டு. 'காசுக்கு ஒரு சேலை விற்றாலும், நாயின் சூத்து அம்மணம்' என்றொரு சொலவமும் அறிவோம். சூத்து எனும் சொல் உடம்பில் தடிப்பும் அரிப்பும் ஏற்படுத்தலாம் உமக்கு. எம்மால் அதற்குக் களிம்பு பூச இயலாது.

நாஞ்சில் நாடன்

‘காசேதான் கடவுளடா, அந்தக் கடவுளுக்கும் இது தெரியுமடா!’ என்றும் ஒரு சினிமாப்பாட்டு இருந்தது. எங்கள் ஊர்ப்பக்கம் சொல்வார்கள், ‘காசு பீயிலே கெடந்தாக் கூட எடுத்துத் தொடச்சு வச்சிக்கிடுவான்’ என்று.

"CASH" எனும் ஆங்கிலச் சொல்லின் தமிழ் தற்பவ வடிவமாக இருக்குமோ ‘காசு’ என்ற தமிழ்ச்சொல் என்று என்மனம் குதர்க்கமாகச் சிந்தித்தது. நூதனமான தமிழ்ச்சொல் ஒன்று பழந்தமிழ் இலக்கியங்களில் நமக்குத் தட்டுப்பட்டு, அதைக் குறிப்பிட்டு நண்பர்களிடம் பகிர்ந்து கொண்டால், அவருள் சிலர், உடனே அந்தச் சொல் சமற்கிருதம் என்று எடுத்துச் சாடி அழுத்தந் திருத்தமாகக் கருத்துரைப்பார்கள். எடுத்துக்காட்டு சொல்லப் புகுந்தால் அது தனிக்கட்டுரை ஆகிவிடும்.

சும்மாவா ‘மனோன்மணீயம்’ எழுதிய பெ. சுந்தரம்பிள்ளை, குடிலன் எனும் எதிர் நாயகன் மூலம் பேசினார், ‘‘நாஞ்சில் நாட்டான் நஞ்சிலும் கொடியோன்’’ என்று. என்னவோ தெரியவில்லை, நாஞ்சில் நாட்டார் எனில் உயர் தனிச் செம்மொழி மக்களுக்கு அத்தனை மூலக்கடுப்பு, காழ்ப்பு! மலையாளத்தில் சொல்வார்கள் அசூயைக்கும் கசண்டிக்கும் மருந்தில்லை என்று. அசூயை எனில் அழுக்காறு - பொறாமை. கசண்டி என்றால் தலை வழுக்கை.

‘சோறு கண்ட இடம் சொர்க்கம்’ என்பார்கள் எம்மூரில் சிலரை. இன்று சோறு எனும் சொல்லே இழிந்த சொல். எதுவுமானாலும் இன்று ‘காசு கண்ட இடம் கைலாயம்’ யாவர்க்கும். பணம் பாதாளம் வரை பாயும் என்றால் காசு கைலாயம் வரைக்கும் பாயாதா?

அதன் காரணமாகவோ என்னவோ, திருவள்ளுவருக்குக் காசு எனும் சொல்மீது அத்தனை வெறுப்பு! 1330 அறம் - பொருள் - காமத்துப் பாடல்கள் எவற்றிலும் காசு எனும் சொல் காணக்கிடைக்கவில்லை. உடனே தமிழறிஞர் - தமிழ்ச் செம்மல் விருது பெற்ற எவரும் கேட்கக் கூடும், திருவள்ளுவர் பணம் எனும் சொல்லையும்தான் ஆளவில்லை என்று.

பணம் என்ற சொல்லுக்குப் பாம்பு என்றும் பாம்பின் படம் என்றும் பொருள் தரப்பட்டுள்ளன. உண்மையில் பணம் என்பதும் நச்சரவம்தானே!

'பாவி போன இடம் பாதாளம்' என்பார்கள். பணமும் எவரையும் பாதாளம் வரை கொண்டு செலுத்தும் வலிமை உடையது. எவரின் உயிரையும் கவர்வதற்கு சுபாரி வாங்குபவர்கள் செய்யும் பேரம் பணத்தில்தானே. பிறகென்ன, காவல்துறை பத்துப் பதினைந்து ஆண்டுகள், புலன் விசாரணை, தீவிர விசாரணை, புலனாய்வுத் துறை சிறப்பு விசாரணை, மத்திய புலனாய்வுத்துறை விசாரணை என மாய்ந்து மாய்ந்து செய்து அல்லற்படுவார்கள்.

பணம் என்ற சொல்லைப் பாம்பின் படம் என்ற பொருளில் கையாள்கிறது சம்பந்தர் தேவாரம். 'பணம் கொள் நாகம்' என்றும், 'பணம் கொள் ஆடு அரவு' என்றும் குறிப்பிடுகிறது. திருவாசகம் 'பணம் கச்சைக் கடவுள்' என்கிறது. நாகப்பாம்பை அரைக்கச்சையாக, வாராக அணிந்த திருநீலகண்டன் எனும் பொருளில்.

பணம் என்றால் பருமை, திரவியம், பொற்காசு, வியாபாரச் சரக்கு, வேலை, வீடு, பாம்பின் படம், பாம்பு, அங்குசம் எனப் பற்பல அர்த்தங்கள் தருகின்றன சூடாமணி நிகண்டு, யாழ்ப்பாண அகராதி, பேரகராதி முதலியன.

'பாம்பென்றால் படையும் நடுங்கும்' என்பது சொலவம். திருக்குறளில் எலி என்ற சொல் ஒரேயொரு குறளில் வருகிறது. படைமாட்சி அதிகாரம். பாடல் கீழ்வருமாறு -

'ஒலித்தக்கால் என்னாம் உவரி எலிப்பகை
நாகம் உயிர்ப்பக் கெடும்'

எலிப்பகையானது கடல்போல் உரத்து ஒலி எழுப்பிக் கொண்டிருந் ாலும் நாகம் ஒன்று படமெடுத்துச் சீறினால் சிதறியோடிக் காணாமற் போய்விடும் என்பது பொருள். அதாவது பாம்பென்றால் படையும் நடுங்கும்.

அதுபோலவே பணம் என்றாலும் படையும் நடுநடுங்கும். படை மட்டுமா நடுங்குகிறது? அறம், ஒழுக்கம், நீதி, சட்டம், அதிகாரம், நிர்வாகம், இறைவர் யாவருமே நடுங்குவார்கள். இன்றைய அரசியலை, நீதியை, சட்டத்தை, அதிகாரத்தை, ஆட்சியை, அறத்தை, ஒழுக்கத்தைத் தீர்மானிப்பது பணமே! பண்டு கலைவாணர் என்.எஸ். கிருஷ்ணன் பாடினார் ஏதோவொரு சினிமாவில், 'எங்கே தேடுவேன்? பணத்தை எங்கே தேடுவேன்' என்று.

காசு என்ற சொல்லையும் பணம், துட்டு, செல்வம் என்ற பொருளிலேயே ஆள்கிறோம். சென்னைப் பல்கலைக்கழகத்துப் பேரகராதி, காசு எனும் சொல்லுக்குத் தரும் முதற்பொருள் குற்றம். மேற்கோள் சிலப்பதிகாரத்தின் பாடல் வரிகள். கோவலன் கண்ணகியை வர்ணிக்கும் இடம்.

'மாசறு பொன்னே! வலம்புரி முத்தே!
காசறு விரையே! கரும்பே! தேனே!'

என்று உருகுவான். காசறு என்றால் காசு+அறு= குற்றமற்ற என்று பொருள். விரை என்றால் வாசனை, நறும்புகை, ஐவகை வாசனைப் பண்டம், சந்தனக்கலவைச் சாந்து, மலர் எனப் பல பொருள்கள்.

இங்கு காசு என்றால் குற்றம் என்பது பொருள். திவாகர நிகண்டு காசு என்றால் சூதாடும் கருவி, Dice என்கிறது. காசு என்றால் பொன் என்றும் அச்சுத்தாலி என்றும் பொருள். ஆண்டாள் திருப்பாவை ஏழாவது பாடல்,

'காசும் பிறப்பும் கலகலப்பக் கை பேர்த்து
வாச நறுங்குழல் ஆய்ச்சியர் மத்தினால்
ஓசைப் படுத்த தயிரரவம் கேட்டிலையோ?'

என்று பேசும். இங்கு காசு என்றால் ஆய்ச்சியரின் பொன்னாபரணம். காசுக்கு பழைய பொன் நாணயம் என்றும், செப்புக்காசு என்றும் பொருள்.

நான் சிறுவனாக இருந்தபோது, நாணயம் என்பது ரூபாய், அணா, காசு - பை - சல்லி. ஒரு ரூபாய்க்குப் பதினாறு அணா, ஒரு அணாவுக்கு 12 காசு. அதாவது ஒரு ரூபாய் என்பது பதினாறு அணா = 192 காசு. மூன்று காசு, அதாவது காலணா என்பது ஒரு தம்பிடி. காலணா, அரையணா, ஓரணா, இரண்டு அணா, நான்கு அணா (கால் ரூபாய்), எட்டு அணா (அரை ரூபாய்), ஒரு ரூபாய்க்கு நாணயங்கள் இருந்தன. ஒரு அணா என்பது நான்கு தம்பிடி. இவை ஓரணாக் காசு, ரெண்டணாக் காசு, நாலணாக் காசு, எட்டணாக் காசு எனப்பட்டன. 1938-ம் ஆண்டில் இட்லி - 4 காசு, தோசை - 4 காசு, வடை - 4 காசு என்றால் பார்த்துக் கொள்ளுங்கள்.

இந்தக் கட்டுரை ஆசிரியன் 1947-ம் ஆண்டின் இறுதிநாள், திருவிதாங்கூர் சமஸ்தானத்தில் பிறந்தவன். 1956- நவம்பரில்

செம்மொழியான தமிழ்மொழி பேசும் பகுதியோடு நாஞ்சில் நாடு இணைக்கப்பட்டது. இலாப நஷ்டக் கணக்கு பிறகு பார்ப்போம். இப்போது நாணயம் - காசு பற்றிப் பேசுவோம்.

திருவிதாங்கூர் சமஸ்தானத்தின் நாணயங்கள்:

16 காசு	-	1 சக்கரம்
28 சக்கரம்	-	1 திருவிதாங்கூர் ரூபாய் (நாணயம் இல்லை)
28½ சக்கரம்	-	1 பிரிட்டிஷ் ரூபாய் (நாணயம் உண்டு)
4 சக்கரம்	-	1 பணம்
7 பணம்	-	1 திருவிதாங்கூர் ரூபாய் (நாணயம் இல்லை)
7 சக்கரம்	-	¼ ரூபாய் (வெள்ளி நாணயம்)
14 சக்கரம்	-	½ ரூபாய்
1 காசு	-	செம்பு நாணயம்
4 காசு	-	செம்பு நாணயம்
8 காசு	-	செம்பு நாணயம்
1 சக்கரம்	-	செம்பு நாணயம்
¼ ரூபாய்	-	வெள்ளி நாணயம்
½ ரூபாய்	-	வெள்ளி நாணயம்
1 பணம்	-	வெள்ளி நாணயம்
7 பணம்+8காசு	-	28½ சக்கரம் = ஒரு பிரிட்டிஷ் ரூபாய்.

இந்த காலணா, அரையணா, ஓரணா, இரண்டணா, நாலணா, எட்டணா, ஒரு ரூபாய் என்ற நாணயக் காசுகள் எல்லாம் மாறி 1960-க்குப் பிறகு ஒரு ரூபாய்க்கு நூறு நயா பைசா அல்லது நூறு புதிய காசுகள் என்று வந்தன. என் சேமிப்பில் இன்றும் ஒரு பைசா, இரண்டு பைசா, ஐந்து பைசா, பத்து பைசா, இருபது பைசா, 25 பைசா, 50 பைசா, ஒரு ரூபாய், இரண்டு ரூபாய், ஐந்து ரூபாய், பத்து ரூபாய், அண்மையில் வந்த இருபது ரூபாய் நாணயக் காசுகள் உண்டு. காலணா, அரையணா, ஓரணா, நாலணா, எட்டணாக்களும் உண்டு.

ஒரு பொருள் மலிந்து போனால், இன்றும் மலையாளிகள் 'காசினு எட்டு' என்பார்கள். அதாவது அந்தப் பொருள் 'காசுக்கு எட்டு' என்ற அளவில் மலிந்துவிட்டது என்பது பொருள்.

உபயோகமில்லாத ஒருவனை, 'அவன் பைசாவுக்குப் பிரயோசனம் இல்லப்பா' அல்லது 'அவன் காசுக்குப் பிரயோசனம் இல்லப்பா' என்றனர் மேன்மக்கள்.

காசு என்றால் ரொக்கம் என்றும் பொருள் உண்டு. 'அவன் காசுள்ள பார்ட்டிப்பா!', 'அவன்கிட்ட நல்ல கொழுத்த காசு பார்த்துக்கோ' என்பார்கள். அரசியல்வாதிகளை, 'நல்ல காசு அடிச்சு மாத்துகான்' என்பது இன்றைய மக்கட் பயன்பாடு. காசு என்றால் இன்றைய கணக்கில் ஐம்பது கோடி முதல் ஐந்து லட்சம் கோடி வரை பொருள்படும்.

காசு எனும் சொல்லுக்கு மணி - GEM என்றும் மேகலாபரணம் என்றும் பொருள் உண்டு. கோழை - Phlegm என்கிறது பிங்கல நிகண்டு.

வெண்பா இலக்கணம், ஈற்றடியின் இறுதிச் சீர், நாள், மலர், காசு, பிறப்பு என்ற வாய்ப்பாட்டில் முடிய வேண்டும் என்பார்கள். எடுத்துக்காட்டுகள்:

1. **'உலகத்தோ டொட்ட வொழுகல் பலகற்றுங்**
   கல்லா ரறிவிலா தார்'. - 140

ஒழுக்கமுடைமை அதிகாரம். இது நாள் வாய்ப்பாட்டில் முடியும் குறள்.

2. **'ஒழுக்க முடையவர்க் கொல்லாவே தீய**
   வழுக்கியும் வாயாற் சொலல்' - 139

ஒழுக்கமுடைமை அதிகாரம். இது மலர் வாய்ப்பாட்டில் முடியும் குறள்.

3. **'பயனில பல்லார்முற் சொல்ல னயனில**
   நட்டார்கட் செய்தலிற் தீது' - 192

பயனில சொல்லாமை அதிகாரம். இது காசு வாய்ப்பாட்டில் முடியும் குறள்.

4. **'எல்லா விளக்கும் விளக்கல்ல சான்றோர்க்குப்**
   பொய்யா விளக்கே விளக்கு' - 299

வாய்மை அதிகாரம். இது பிறப்பு வாய்ப்பாட்டில் முடியும் குறள்.

குறள் வெண்பா, சிந்தடி வெண்பா, நேரசை வெண்பா, இன்னிசை வெண்பா, பஃறொடை வெண்பா, கலி வெண்பா எனக் கேட்டிருக்கிறேன். பயின்றேனில்லை. வெண்சீர் வெண்டளை, இயற்சீர் வெண்டளை எனச் செவிப்பட்டதுண்டு. நாள், மலர், காசு, பிறப்பு எனும் ஈற்றுச் சீர் வாய்ப்பாட்டுக்கு விதிவிலக்குகள் உண்டா என்றும் அறியேன்.

பல்லாங்குழி ஆட்டத்தில் காய்களைப் போட்டு வைக்கும் நடுக்குழிகள் இரண்டினையும் காசு என்பார்களாம்.

காசுக்கடை என்ற சொல் மலையாளத்தில் இன்றும் புழக்கத்தில் உண்டு. காசுக்கடை என்றால் பணம் மாற்றும் கடை. தங்கம் வெள்ளி விற்கும் கடை. பொன் வாணிபம் செய்தாரைக் காசுக்காரச் செட்டி என்றனர். பணக்காரனையும் காசுக்கடைக்காரனையும் காசுக்காரன் என்று குறித்துள்ளனர்.

செப்புக்காசு வைத்து விளையாடுபவரையும், பணம் வைத்து சூதாடுதலையும் - Gamling, Betting - காசு கட்டுதல் என்றனர். காசுக்காரர்கள் அங்கத்தினராக இருக்கும் கிளப்புகளில் நடக்கும் சீட்டு விளையாட்டுகள் பலவும் காசு வைத்துதான்.

Tax Payable in money (not in grains), காசு கடமை எனப்பட்டது. ரொக்க வரி எனலாம் எளிமையாக. நாமெல்லாம் பன், கடலை மிட்டாய், காராசேவு கூட இன்று ரொக்க வரி செலுத்தித்தானே வாங்குகிறோம். நம்மிடம் வாங்கப்படும் வரிப்பணத்தில் ஒரு பகுதியே அரசாங்கத்துக்குச் செல்லும் என்பதுவும் மறுபாதி மாற்றுக் கணக்கால் அபகரிக்கப்படும் என்பதும் நாம் அறியாததல்ல. நாம் அரசியல் தொழில் முனைவோரை மட்டுமே குற்றப்படுத்திக் கொண்டிருக்கிறோம். கள்ளன் பெரிதா, காப்பான் பெரிதா?

நகைகளை எடை போடும் கற்களை காசுகல் அல்லது நிறைகல் என்றனர். எண்ணெயில் அல்லது நீரில் உரைத்து நெற்றியில் பூசும் காவிக்கல்லையும் காசுமண் என்றனர்.

காசுமாலை என்பது அன்று கீர்த்தி பெற்ற பொன்னாபரணம். பொற்காசு கோர்த்த மாலை என்கிறது பேரகராதி. அதாவது Necklace of gold coins worn by women. திருவாசகத்தில், திருப்பொற்சுண்ணம் பகுதியில்,

மாணிக்கவாசகர், "காசணிமின்கள்" என்பார். பொற்காசுகளை கோர்த்து வடம் அணியுங்கள் என்று பொருள். அவருக்கென்ன?

'கிடக்கிறது ஒட்டுத் திண்ணை, கனாக் காண்கிறது மச்சுவீடு!' என்பது நம்ம வீச்சாக இருக்கிறது.

அன்று மணப்பெண்ணுக்கு காசுமாலைபோடுவது செல்வச் செழிப்பின் அடையாளம். இன்று ஆடியோ - வீடியோ போட்டோ ஷூட்டுக்கு முப்பது கோடி செலவு செய்கிறார்கள் கலைவாணிக்கு சேவை செய்கிறவர்கள். ஊடகங்கள் யாவுமே அந்தச் செய்திகளை மெய் வருத்தம் பாராமல், ஊணுறக்கம் கொள்ளாமல் மாய்ந்து மாய்ந்து கூவிக் கூவிச் சொல்கிறார்கள்.

காசு என்ற சொல்லைப் பழந்தமிழ் இலக்கியங்களில் எப்பொருளில் ஆண்டார் புலவர் என்று பார்ப்போம்.

அகநானூற்றில் மதுரை பொன்செய் கொல்லன் வெண்ணாகனாரின் பாலைத்திணைப் பாடல் -

"புல் இலை நெல்லிப் புகர் இல் பசுங்காய்
கல் அதர் மருங்கில் கடுவளி உதிர்ப்பப்
பொலம் செய் காசின் பொற் பத்தா அம்"

என்று உவமை சொல்கிறது.

புல்போன்ற இலைகளை உடைய நெல்லிமரத்தின் வடுக்கள் இல்லாத பசுமையான காய்கள், கல் நிறைந்த வழியெங்கும் கடுங்காற்றால் உதிர்க்கப் பெற்று, பொன்னால் செய்யப்பட்ட காசுகள் போலப் பரவிக் கிடக்கும் - என்பது பொருள். முற்றி, முதிர்ந்து, விளைந்து, பச்சை மங்கி மஞ்சள் பூத்து மினுமினுப்புடன் கிடக்கும் உருண்டு திரண்ட காட்டு நெல்லிக்காய்கள் இங்கே பொற்காசுகளுக்கு உவமை.

குறுந்தொகையில் இளங்கீரந்தையாரின் முல்லைத்திணைப் பாடல் -

"செல்வச் சிறாஅர் சீறடிப் பொலிந்த
தவளை வாஅய பொலம் செய் கிண்கிணிக்
காசின் அன்ன போதுஈன் கொன்றை
குருந்தொடு அலம் வரும்"

என்கிறது. செல்வர் வீட்டுச் சிறுவரின் சீறடிகளில் பொலிந்த ஆபரணத்தின் தவளை வாய் போன்று பொற்காசுகளால் செய்த கிண்கிணிகள் குருந்த மரத்துடன் அசைந்தாடும் கொன்றை மர மொட்டுக்கள் போலிருந்தன என்கிறார் புலவர்.

நற்றிணையில் காவன் முல்லைப் பூதனாரின் பாலைத்திணைப் பாடல், குமிழ் மரங்கள் பொன்னால் செய்த காசு போன்று பழங்களை உதிர்க்கும் என்கிறது.

எனவே காசு எனும் சொல் Cash என்ற சொல்லின் மொழிமாற்றமோ, தற்பவமோ அல்ல என்பது தெளிவாகிறது. ஒருவேளை இங்கிருந்து அங்கே போயிருக்கலாம்.

ஐங்குறுநூறு நூலில், பாலை பாடிய ஓதலாந்தையார், 'பொலம் பசும் பாண்டில் காசு நிரை அல்குல்' என்பார். பொன்னாலான பசுமையான வட்ட வடிவக் காசுகளைக் கோர்த்து அணியாகப் பூணப்பெற்ற அடிவயிறு என்பது பொருள். நற்றிணையில் இனி சந்த நாகனார் பாடல், 'காழ் பெயல் அல்குல் காசு முறை திரியினும்' என்கிறது. அடிவயிற்றின் மேல் அணிந்துள்ள எட்டுக் கொத்துக்களை உடைய அரைப் பட்டிகையான காஞ்சி மாலையின் காசுகள் மாறிப் புரண்டு கிடந்தாலும் - என்று உரை சொல்கிறார்கள்.

குறுந்தொகையில் அள்ளூர் நன்முல்லையின் பாலைத்திணைப் பாடல் -

''உள்ளார் கொல்லோ தோழி! கிள்ளை
வளைவாய்க் கொண்ட வேப்ப ஒண்பழம்
புது நாண் நுழைப்பான் நுதிமாண் வள்உகிர்ப்
பொலங்கல ஒரு காசு ஏய்க்கும்
நிலம் கரி கள்ளி அம் காடு இறந்தோரே!''

என்னும். பிரிவு ஆற்றாத தலைவி தோழிக்குக் கூறியது.

கிளி தனது வளைந்த அலகில் வைத்திருக்கும், மஞ்சளாய் ஒளிரும் வேப்பம்பழமானது, பொற கம்பியினுள் காசு நுழைத்து காசுமாலை செய்யும் பொற்கொல்லனின் விரல் நகங்கள் பற்றியிருக்கும் பொற்காசு போலக் காட்சி

தரும். வெப்பத்தால் நிலம் கரிந்து கிடக்கும் கள்ளிக் காட்டைக் கடந்து செல்லும்போது தலைவன் என்னை நினைத்துப் பார்க்க மாட்டாரா தோழி! - என்று உரை சொல்லலாம்.

புறநானூற்றில் காவிரிப்பூம்பட்டினத்துக் காரிக்கண்ணனார் பாடலும்,

''ஆசு இல் கம்மியன் மாசறப் புனைந்த
பொலம் செய் பல்காசு அணிந்த அல்குல்''

என்று பேசும். தொழில் நேர்த்தியுள்ள பொற்கொல்லன், மாசில்லாமல் புனைந்த பொன்னால் செய்த பல் காசு மாலை அணிந்த அல்குல் என்பது பொருள்.

மதுரைக் கணக்காயனார் மகனார் நக்கீரனார் பாடிய திருமுருகாற்றுப்படை, 'பல்காசு நிரைத்த சில் காழ் அல்குல்' என்கிறது. பல மணிகளால் கோர்க்கப் பட்ட சில வடங்களை உடைய அணியை அணிந்த அல்குல் என்பது பொருள்.

கம்பன் எல்லாக் காண்டங்களிலும் சில பாடல்களில் காசு வாரி இறைக்கிறான். 'காசடை' என்றொரு சொல் பயன்படுத்துவான். அடை காசு, அடியில் தங்கிய மணி முதலியன என்பது பொருள். கிட்கிந்தா காண்டத்தில், பம்பைப் படலத்தில் ஒரு பாடலில், 'காசின் கல்' என்றொரு சொல் கிடக்கிறது. இரத்தினக்கல் என்று பொருள்.

காசு என்ற சொல்லைக் குற்றம் எனும் பொருளிலும் ஆள்கிறான். சுந்தர காண்டத்தில், காட்சிப் படலத்தில், அனுமனின் காட்சியாகப் பாடல்:

''கூசி ஆவி குலைவுறுவாளையும்
ஆசையால் உயிர் ஆசு அழிவானையும்
காசு இல் கண் இணை சான்று எனக்கண்டான் -
ஊசல் அடி உளையும் உளத்தினான்''

என்கிறது.

அருவருத்து உயிர் குலைகின்ற சீதையையும், காமத்தால் உயிருக்கு ஆதாரமான ஒழுக்கம் சிதைய நின்ற இராவணனையும், குற்றமற்ற இரு கண்களாலும் சாட்சியாக நின்று கண்ட அனுமன், தடுமாற்றம் அடைந்து உளைச்சல் அடையும் உளத்தினன் ஆனான் - என்பது பாடலின் பொருள்.

காசினம் - காசு+இனம் = மணி வகை எனும் பொருளில் கையாள்கிறான். காசு எனும் சொல்லை அழுக்கு எனும் பொருளில் பயன்படுத்துகிறான். சுந்தர காண்டத்தில், காட்சிப் படலத்தில், சீதையைத் தேடி அலைந்து கண்ட அனுமனின் மகிழ்ச்சியைச் சொல்லும் பாடல்:

"மாசுண்ட மணி அனாள், வயங்கு வெங்கதிர்த்
தேசுண்ட திங்களும் என்னத் தேய்ந்துளாள்;
காசுண்ட கூந்தலாள் கற்பும் காதலும்
ஏசுண்டது இல்லையால்; அறத்துக்கு ஈறு உண்டோ?"

என்று விளம்பும்.

மாசால் மூடப்பெற்ற மணி போன்றவள், பிரகாசமான வெம்மையான கதிரோனின் ஒளியால் ஒளி குறைந்த திங்கள் போலத் தேய்ந்துள்ளாள். அழுக்குப் படிந்த கூந்தலை உடைய சீதையின் உறுதிப்பாடும் இராமர் பால் அவள் கொண்ட காதலும் தாழ்ச்சி உறவில்லை. அறத்துக்கு அழிவு உண்டா? - இது பாடலின் பொருள்.

பால காண்டத்தில், தாடகை வதைப் படலத்தில், 'காசு உலாம் கனகப் பைம்பூண் காகுத்தன்' என்பான். நவமணிகள் கிடந்து அசைகின்ற பொன்னாலாகிய அணிகள் தரித்த இராமன் என்பது பொருள். இங்கு காசு என்றால் நவமணிகள்.

கம்பன், இராமாவதாரம் தொடங்கும்போது, பாயிரம் என்றழைக்கப்படும் நூல் முகமாகப் பாடிய பாடல்கள் மிகச் சிறப்பானவை. அவற்றுள் ஒன்று -

"ஓசை பெற்று உயர் பாற்கடல் உற்று ஒரு
பூசை முற்றவும் நக்குபு புக்கென
ஆசை பற்றி அறையலுற்றேன் மற்று இக்
காசில் கொற்றத்து இராமன் கதை அரோ!"

என்பது முழுப்பாடல்.

ஓசைப்படும்படி அலையடிக்கும் பாற்கடலை அடைந்து, ஒரு பூனை இதனை முழுமையாக நக்கிக் குடித்து விடுவேன் என்று துணிந்து

புகுந்ததைப் போல, ஆசையின் காரணமாக - இராம காதையை - குற்றமற்ற ஆட்சியைத் தரும் இராமனின் கதையை நான் கூறவந்தேன் - என்பது உரை.

காசில் கொற்றம் என்றால் காசில்லாத - கஜானா காலியான - அரசு என்பதல்ல பொருள். குற்றமும் மாசு மறுவும் இல்லாத அரசு என்று பொருள். கூற்றம் என்றால் யமன், கொற்றம் என்றால் ஆட்சி. கம்பனுக்கு கொற்றம் என்றால், அரசு என்றால், அது குற்றமற்று, இருத்தல் வேண்டும்.

மலையாளத்தில் கடுமையாக இலஞ்சம் வாங்குகிறவனைக் கோழை வீரன் என்பர். ஆம், அங்கு கோழை என்றால் Phlegm ஒரு பொருள், கோழைத்தனம் கொண்டவன் இரண்டாம் பொருள், இலஞ்சம் மூன்றாம் பொருள். எனவே கோழை வீரன் என்றால் காசு வீரனும் ஆகும்.

ஆனால் கம்பளி விற்ற பணத்தில் மயிர் முளைக்குமா என்று கருதி ஆறுதல்படுகிறார்கள். அதாவது நாம் கேட்கிறோம் அல்லவா, நாய் விற்ற காசு குரைக்குமா என்று, அதுபோல!

மேலும் உபசார வார்த்தை காசாகாது!

உண்டால் ஒழிய பசி ஆறாது!

சொல்வனம், ஆகஸ்ட் 2022

4

நெஞ்சொடு கிளத்தல்

நிரம்பிய மகிழ்ச்சியாக இருக்கிறது. எந்தப் படைப்பிலக்கியவாதிக்கும் அவரது ஆக்கங்கள் குறித்து முழுநாள் கருத்தரங்கம் என்பது அத்தனை எளிவந்த காரியம் அல்ல. வேறு துறைகளில் செல்வாக்குடனும் செல்வத் துடனும் இருப்பவர்களுக்கு அதனை இலகுவாக சாதித்துவிட முடியும். சில வலுவான குழுக்கள் சார்ந்து இருப்பவர்களுக்கும் எளிதாக நடந்துவிடுகிறது. எழுத்தினால் மட்டுமே தன்னை நிலைநிறுத்திக் கொள்ள முயற்சி செய்கிற அனைத்து எழுத்தாளருக்கும் சில காரியங்கள் தாமதமாக நடக்கும் அல்லது நடக்காமலே கூடப் போகும்.

இந்தச் சூழலில் யாருக்குச் சிறப்பு வந்து சேர்ந்தாலும் அதுவோர் கொண்டாடப்பட வேண்டிய சம்பவமாக இருக்கிறது. அனைத்து சமூக நெறிகள் உரைப்போர், அரசியல் தொழில் முனைவோர், அதிகாரம் கைக்கொண்டவர் அனைவருமே அறம் கொன்று 'எத்தைச் செய்தும் சொத்தைத் தேடு' என்கிற மனோபாவத்துடன் பொருள் தேட்டம், புகழ் நாட்டம் என்பனவற்றை மட்டுமே கருதி ஓடிக்கொண்டிருக்கிற காலத்தில் வாழ்கிறோம் நாம். இந்தச் சூழலில் சமூகத்தின் மனச்சாட்சியாக இயங்குகிறவன் படைப்பாளி. மக்களுக்கு அவர்தம் அறங்களை, ஒழுக்கங்களை நினைவூட்டுகிறவனாக இருக்கிறவன். ஆன்மீகம், தத்துவம், சமயம் என வணிகம் செய்பவர் பற்றி இங்கே நாம் பேசப்புகவில்லை.

தலைவர்களை நம்ப நமக்குத் தடைகள் உண்டு. அவை வெறும் மனத் தடைகள் அல்ல. ஊடகங்கள் சமீபகாலமாக அதிகாரத்தின் அனுகூலங்களை நச்சிப் பிழைக்கின்றன. கலை என்றால் சினிமா மட்டுமே எனப் பொருள் கொள்ளப்படும் இந்தக் காலத்தில், திரைகளில் நாயகர் ஆற்றும் வீர வசனங்களை நம்பித் தொடர்கிறது சமூகம். எனவே யார் தருவார் எமக்கு எங்கும் அரியாசனம்? எனில் நாம்தான் நமக்கு சீர் செய்துகொள்ள வேண்டும். ஆகவே தமிழ் இலக்கியச் சூழலில் எவருக்கு எச்சிறப்பு நேர்ந்தாலும் நெஞ்சம் நெகிழ்ந்து பூரிப்பு அடைகிற ஒரு மனநிலைக்கு ஆளாகிறோம். எனக்கு மனப்பூர்வமான மகிழ்ச்சி, நண்பர் எம்.கோபாலகிருஷ்ணன் படைப்புகளில் முழுநாள் கருத்தரங்கு நடைபெறுவதில்.

கோவையை நான் நண்ணி முப்பதாண்டு காலம் ஆயிற்று. எம்.கோபாலகிருஷ்ணனை எப்படியும் 27 ஆண்டுகள் முன்பு சந்தித்திருப்பேன். அதையவர் ஒரு கட்டுரையில் குறிப்பிடுகிறார்.

என்னுடைய ஐந்தாவது நாவல் 'சதுரங்கக் குதிரை'யின் மூலப்பிரதியை, வெளியிடக் கொடுப்பதற்காக விஜயா பதிப்பகம் போயிருந்தபோது, வேலாயுத அண்ணாச்சி சொன்னார், "நாஞ்சில் கொஞ்சம் பொறுங்க... ராகுகாலம் முடிஞ்சிரட்டும்..." என்று. அன்று வெள்ளிக்கிழமை, காலை 10.30 முதல் 12.00 வரை ராகு காலம். அதற்காகக் காத்துக் கொண்டிருந்தபோது, முதன் முதலில் எம்.கோபாலகிருஷ்ணனைச் சந்தித்தேன். அதை அவர் கட்டுரையில் குறிப்பிட்டுள்ளார். நானும் கொஞ்சம் நினைவுகளில் தப்பரவிப் பார்த்தால், சரிதான் அவர் சொல்வது. அது 1993-ம் ஆண்டு. அப்போது அவருக்குத் திருமணம் ஆகியிருக்கவில்லை. எனவே அவர் மக்கள் ரிஷியும் ஸ்ரீநிதியும் பின்னால்தான் எனக்கு நண்பர் ஆனார்கள். அன்று தொடங்கியது இந்த ஆத்மார்த்தமான நட்பு.

நாமொரு எழுத்தாளனாக இருக்கிற காரணத்தால், இயல்பாக நமக்கோர் எழுத்தாளன்தானே நண்பாக இருக்க இயலும் (நண்பாக என நான் சொல்வது நட்பாக என்ற சொல்லின் எழுத்துப்பிழை அல்ல) காவல் துறையினருக்குக் குற்றப் பின்னணி உடையவர்கள் நண்பாக இருக்கிறார்களே

எனத் திருப்பிக் கேட்க மாட்டீர்கள்தானே! அதற்காக எழுத்தாளர் அல்லாதவர் நண்பாக இருக்கக்கூடாது என்று இல்லை. அனைத்து எழுத்தாளர்களும் நமக்கு நட்பாக இல்லை என்றாலும் நட்பாக இருக்கிறவர்கள் எழுத்தாளர்களாக இருக்கிறார்கள்!

தமிழினி பதிப்பக எழுத்தாளர்கள் பலர் இருக்கிறோம். நான் பொ.ஆ.2000-க்குப் பிறகு சேர்ந்தவன். பாதசாரி, ஜெயமோகன், சு.வேணுகோபால், கண்மணி குணசேகரன், ஜோ.டி.குரூஸ், மகுடேசுவரன், க.மோகனரங்கன், எம்.கோபாலகிருஷ்ணன், பிரான்சிஸ் கிருபா, க.ரத்தினம், ஆறுமுகத்தமிழன், லயம் சுப்பிரமணியம் எனப்பலர் பெயர்கள் சொல்லிச் செல்லலாம். மற்ற பதிப்பக ஆசிரியர்கள் எவ்விதமோ அறியேன். ஆனால் நாங்கள் ஒரு குடும்பமாக உணர்பவர்கள்.

மேடையில் அமர்ந்திருக்கிறார், கோவை விஜயா பதிப்பகத்து உரிமையாளர் வேலாயுதம் அண்ணாச்சி. என்னுடைய நூல்கள் பதினைந்துக்கும் மேல் பதிப்பித்திருக்கிறார். கோவையில் விஜயா பதிப்பகத்தில் என்னைக் காணமுடியும். ஆனால் வாசகர் திருவிழா/ புத்தகக் கண்காட்சி எந்த நகரில் நடந்தாலும் நான் மேற்சொன்ன எழுத்தாளர்கள் பெரும்பானவரை 'தமிழினி' அரங்கில் பார்க்க இயலும்.

இப்போது இந்த அரங்கினுள் நண்பர் ஜெயமோகன் பிரவேசித்துக் கொண்டிருக்கிறார். நண்பர் பி.ஏ.கிருஷ்ணனும். அவர்களுக்கு வணக்கம் சொல்லிக் கொள்கிறேன். இவ்விதம் எழுத்தாளர் சிலருடன் ஒரு ஆத்மார்த்தமான நெருக்கம் உணர்பவன் நான். சொந்த அல்லல்கள், அருவினைகள் கூட அந்தரங்கமாக அவர்களுடன் பகிர்ந்து கொள்கிறவன்.

சில எடுத்துக்காட்டுகள் சொல்லலாம். எனக்கும் க.மோகனரங்கனுக்கும் அறிமுகமான குடும்பத்தில் இருந்து என் மகனுக்குப் பெண் தர வந்தபோது, அவரிடம் நான் கேட்டேன் - ''மோகன் இந்த சம்மந்தம் தோதுப்படுமா?'' என்று. அவர் சொன்ன பதில், ''தோதுப்படாது சார்'' என்பது. மேற்கொண்டு பிரயத்தனப்படவில்லை.

அதேபோல் ஒரு புத்தகம் வாசித்துக் கொண்டு இருந்தேன். விருதுகளும் புகழும் அரசியல் செல்வாக்கும் கொண்ட எழுத்தாளர் நூல் அது. நாற்பது ஐம்பது பக்கங்கள் தாண்டிய பிறகும் - டாஸ்மார்க் உடன்பிறப்புகள் மொழியில் சொன்னால் - ‘கடிக்க மாட்டேன்’ என்றது. உடனே எம். கோபாலகிருஷ்ணனுக்கு அழைப்பு. இங்கு அழைப்பு என்பது Invitation அல்ல, Call.என் வாசிப்பின் போதாமையா, எழுத்தாளர் மீதான மனக்கோட்டமா, அல்லது நூலின் குறைபாடா என்றறிய ஆவல். மேலும் அவரிடம் இருந்து இரவல் வாங்கி வந்த நாவல் அது. எதற்கும் அவரிடமும் அபிப்பிராயம் கேட்போமே என்பதே என் நோக்கும். நாமொன்றும் கோடாத கோல் கொண்டு விருதுகளைத் தீர்மானிக்கும் சாகித்ய அகாடமி அல்லவே!

‘‘எனக்கு இந்த நாவல் வாசிப்புக்கு ஒட்டமாட்டேங்கு கோபால்! அம்பது பக்கம் கடந்ததே பெரும்பாடா இருக்கு’’ என்றேன்.

அவர் சொன்னார், ‘‘நாப்பது பக்கம் தாண்ட முடியலேண்ணுதானே உங்ககிட்டே கொடுத்தேன்... தள்ளி வச்சுட்டு அடுத்த வேலையைப் பாருங்க’’ என்று.

எனக்கு சர்வ நிச்சமாகத் தெரியும், இந்த உரையாடலை அவர் முகநூலில் பதிவிட மாட்டார் என. இப்படியான நட்பு சிலருடன் மட்டுமே சாத்தியமாகிறது.

எம்.கோபால கிருஷ்ணனின் முதல் சிறுகதைத் தொகுப்பு ‘பிறிதொரு நதிக்கரை’. யாப்பு வாய்ப்பாட்டில் நிரை நிரை நிரை நிரை. அதாவது கரு விளம் நறு நிழல். கோயம்புத்தூர் நரசிம்ம நாயக்கன் பாளையம் ஊரைச் சார்ந்த ஐடியல் மெட்ரிகுலேஷன் பள்ளியின் தாளாளர், நினைவில் வாழும் நஞ்சப்பன் அவர்கள் ‘வைகறை’ என்றொரு இலக்கிய அமைப்பு வைத்திருந்தார். அவரது மகன்தான் சந்தனக் கடத்தல் வீரப்பனைத் தேடியலைந்தபோது துப்பாக்கியால் சுடப்பட்டுக் காயமடைந்த காவல்துறை உயரதிகாரி ந.தமிச்செல்வன்.

‘வைகறை’ இலக்கிய அமைப்பின் மூலமாக ஆண்டுக்கொரு நூல் வெளியிடத் திட்டமிடப்பட்டது. முதல் நூலாக நான் பரிந்துரை செய்தது எம்.கோபாலகிருஷ்ணனின் முதல் சிறுகதைத் தொகுப்பு ‘பிறிதொரு

நதிக்கரை'. அப்போது அவர் சூத்திரதாரி என்ற புனைபெயரில் எழுதிக் கொண்டிருந்தார். இன்றும் எம் குடும்ப உறுப்பினர்களுக்கும், நெருங்கிய நண்பர்களுக்கும் அவர் சூத்திரதாரிதான்.

'பிறிதொரு நதிக்கரை' கதைத் தொகுப்புக்கு நான் முன்னுரை எழுதினேன். எனது சிறுகதைத் தொகுப்பு ஒன்றுக்கும் அவர் முன்னுரை எழுதி இருக்கிறார். இதுவரை என் நூல்களுக்கு முன்னுரை எழுதியவர்கள் கவிஞர் இந்திரன், க.மோகனரங்கன், ஓவியர் ஜீவா, எம்.கோபாலகிருஷ்ணன், வ.ஸ்ரீ எனப்படும் வ.ஸ்ரீநிவாசன். நானெழுதிய முன்னுரைகள், பிறருக்கு, நூற்றுக்கும் குறையாது.

எங்களது நட்பின் குறுக்கே துறு கல் என வயதின் இடைவெளி புலப்பட்டதே இல்லை. அவரது அனைத்துச் சிறுகதைகள், நாவல்கள், கவிதைகள், மொழிபெயர்ப்புகள், கட்டுரைகள் யாவற்றையும் நான் வாசித்திருக்கிறேன்.

அண்மையில் வெளிவந்த நாவல் 'மனை மாட்சி'. தமிழ் நாவல் இலக்கியச் சூழலில் பெண் கதாபாத்திரங்களை நுட்பமாகப் பேசியவர் களில் முன்னோடி தி.ஜானகிராமன். 'மோக முள்', 'அம்மா வந்தாள்', 'உயிர்த்தேன்', 'அன்பே ஆரமுதே', 'மரப்பசு', 'நளபாகம்' என தொடர்ந்து யூமா வாசுகியின் 'ரத்த உறவு', கண்மணி குணசேகரனின் 'அஞ்சலை'. சமீபத்தில் எம்.கோபாலகிருஷ்ணனின் 'மனைமாட்சி'.

பெண் கதாபாத்திரங்களைச் சித்திரிப்பது என்றால் பாலியல் சார்பான விவரிப்புகள் மட்டுமே என்பதல்ல. கலவிக் காட்சிகளை மேலும் சற்று சேர்த்து எழுதித் தரும்படி கொள்கை முழக்கமிடும் பதிப்பகங்கள் சில படைப்பாளிகளை நெருக்குவதாகவும் நாமறிவோம். ஆனால் 'மனை மாட்சி'யில் அதுபோன்ற இடங்கள் வரும்போது எம்.கோபாலகிருஷ்ணன் அவற்றைப் பொறுப்புடனும் கவனத்துடனும் கண்ணியத்துடனும் கையாள்கிறார். கறாராக அந்தக் காட்சிகளை வடிவமைக்கும் சொல் தேர்ச்சி அவரிடம் காணப்படுகிறது.

கவிஞர் இசை ஒரு செய்தி சொல்லிச் சென்றார். அதில் பெற்ற உந்துதலால் நான் வேறோர் செய்தி சொல்ல விரும்புவேன். 1924-ல்

சென்னைப் பல்கலைக் கழக முயற்சியில், பேராசிரியர் வையாபுரிப்பிள்ளை தலைமையில் நிறுவப்பட்ட குழு தொகுத்தளித்த தமிழ் லெக்சிகன் 7 பாகங்கள். அப்பேரகராதியில் 'உடலுறவு' என்ற சொல் பதிவிடப் பெறவில்லை.

எனில் 1924-க்கு முன்பு தமிழன் உடலுறவு கொள்ளவில்லையா, சாமி வரம் கொடுத்து பிள்ளை பெற்றுக் கொண்டானா எனக் கேட்க இயலுமா? மொழிக்குள் அதற்குமுன் உடலுறவு எனும் சொல் இல்லை என யூகிக்கிறேன். வேறு சொற்கள் பலவும் உண்டு. கலவி, முயக்கம், புணர்ச்சி, உவப்பு என.

"ஊடுதல் காமத்திற் கின்பம் அதற்கின்பம்
கூடி முயங்கப் பெறின்"

என்பார் திருவள்ளுவர், கடைசித் திருக்குறளில்.

"நிணம் தீயிலிட்டன்னநெஞ்சினார்க்கு உண்டோ
புணர்ந்து ஊடி நிற்பேம் எனல்"

என்று, நிறையழிதல் அதிகாரத்தில்.

காமத்தை எழுதப் பல பக்கங்கள் எதற்கு? ஒரு சொற்றொடரில் சொல்லிச் சென்று விடலாம்; 'சிலர் அதன் செவ்வி தலைப் படுபவர்'.

நவீன இலக்கியம் படர்ந்தான், இயங்கினான், பரவினான், இறுக்கினான், உருவினான் எனப் பம்மாத்து செய்து கொண்டிருக்கிறது. அஃதென்ன உடலுறவு? ஆதியில் காதலுக்கான சொல் காமம். இன்று காமம் என்றால் வெறி என்ற போக்கில் உணர்ந்து கொள்ளப்படுகிறது. காமம் என்பது உடல் சார்ந்த உணர்வு மட்டுமேயா? 'இருட்டறையில் பிணம் தழீஇ அற்று' என்பது போலவா? மொழி என்பது உணர்வு, தொழில்நுட்பம் அல்ல. எதிர்மறை என்ற சொல் புரிகிறது. அதுவென்ன நேர்மறை? எது நேர், எது மறை?

எம். கோபாலகிருஷ்ணன் சிறப்பு, அவர் மொழி கொண்டு நம்மை வல்லந்தம் செய்வதில்லை. மொழியின் எளிமை என்பது மொழியின் மலிதல் அல்ல. எளிமையான மொழியில் இலக்கிய உன்னதங்களை அனுபவப்படுத்த முயற்சிக்கிறார். எந்த அழுத்தமும், ஆரப்பாட்டமும், துருத்தலும், திணிப்பும் அற்ற இலக்கிய மொழித்தடம் அவரது. இந்தத்

தடத்தில் நடக்கிற எழுத்தாளர்கள் பேரெல்லைகளைத் தாண்டுகிறார்கள். எர்னஸ்ட் மில்லர் ஹெமிங்வே, அசோகமித்திரன், சா.கந்தசாமி என எடுத்துக்காட்டுகள் வைக்கலாம். மொழிக்குள் தொடர்ந்து நடந்து கொண்டிருக்கும் செயல்பாடு அது.

ஒரு எழுத்தாளனுக்கு, அவனுடைய படைப்புகள் குறித்து முழுநாள் கருத்தரங்கம் நடப்பது பேருவகையானது. இது கோவையில் சாத்தியமாகி இருக்கிறது. தமிழினி பதிப்பகமும் கவிஞர் லாவண்யா சுந்தரராஜனும் இணைந்து இதனை நடைமுறைப்படுத்தியுள்ளனர். அவர்களது நல்லெண்ணம், ஆர்வம், உழைப்பு மெய்ப்பட்டிருக்கிறது.

பல எழுத்தாளர்களுக்கு இன, மத, அரசியல், ஊடக செல்வாக்குப் பின்புலத்தால் இது நடக்கும். நமக்கதில் அழுக்காறு இல்லை. அப்படியும்தான் நடக்கட்டுமே! பாராட்டப்படுகிறவர் எழுத்தாளர்தானே! சொந்த மனச்சாய்வு, தன்னாள் பரிவுகள் இருக்கக்கூடும். இருந்துவிட்டுப் போகட்டுமே! எல்லோருக்கும் இட்லி, பத்திரி, புட்டு, சந்தகை, கொழுக்கட்டை, ஆப்பம் பிடிக்கவேண்டும் என்று கட்டாயமா என்ன? பரோட்டா, சப்பாத்தி, பூரி, நூடுல்ஸ் தின்னட்டுமே! எதுவும் பிழையில்லை, தவறில்லை, குற்றமும் இல்லை. ஆனால் அவையே ஆகச்சிறந்த உணவு என அடித்து இறுக்க வருவதே நம் கையறு நிலை.

எம்மொழிக்குள்ளும், எப்படைப்பாளிக்கும் நடக்கும் இதுபோன்ற அங்கீகாரங்கள் நமக்கு உவப்பளிக்கின்றன. இங்கு உவப்பு என்றால் மகிழ்ச்சி என்பது பொருள்.

சமூகத்தில் நல்ல எழுத்தை எத்தனைபேர் வாசித்து உணர்ந்து கொள்கிறார்கள் என்பது தனித்த வினா. ஓராண்டில் நாவலொன்று முப்பதினாயிரம் படிகள் விற்றன என்ற செய்தியும் உண்டு. முப்பதாண்டுகள் ஆகியும் மறுபதிப்பு வராத உன்னதப் படைப்புகளும் உண்டு. நன் முத்துக்களை எறியாதே பன்றிகளுக்கு முன்னால் என்று ரசூல் கம்சத்தோவ் சொன்ன வாசகமும் உண்டு.

எது எப்படியானாலும் தொடர்ந்து எழுதிக் கொண்டிருக்கிற ஆளுமையாகவே படைப்பிலக்கியவாதி செயல்படுகிறான். குமார செல்வா, அழகிய பெரியவன், கண்மணி குணசேகரன், சு.வேணுகோபால், கீரனூர்

ஜாகிர்ராஜா, எம்.கோபாலகிருஷ்ணன் போல. எவர் சம்மதித்தாலும், சம்மதிக்காவிட்டாலும், சமூகத்தை வழிநடத்துகிற பெரும் பொறுப்பு எழுத்தாளனுக்கு இருக்கிறது. எனவே உரத்துப் பேசுகிறேன் - எழுத்தாளன் கொண்டாடப்பட வேண்டியவன். புதுமைப்பித்தன் சொன்னதுபோல், 'செத்ததற்குப் பின்னால் சிலைகள் எடுக்காதீர்!'

இந்த நிகழ்ச்சி ஏற்பாடாகி வெற்றிகரமாக நடப்பதில் மிக்க கர்வம் உண்டு. பங்குபெறும் அமரநாதன், களம் ஆறுமுகம், அறிவன் யாவருமே தீவிர வாசிப்பும் இலக்கிய நற்சிந்தனையும் கொண்டவர்கள். கோவை ஞானி பட்டறையில் பயின்றவர்கள். விஜயா பதிப்பகத்து வேலாயுத அண்ணாச்சி புத்தக விற்பனையாளர், வெளியீட்டாளர், முதல் தரத்து வாசகர். ராம் தங்கம் எனும் இளைய எழுத்தாளரின் முதல் சிறுகதைத் தொகுப்பு 'திருக்கார்த்தியல்' வாசிக்க வாசிக்க அவருக்குக் கூப்பிட்டுப் பாராட்டுகிறார். எம்.கோபாலகிருஷ்ணனின் 'மனை மாட்சி' வாசித்துக் கொண்டிருந்தபோது, நூறு பக்கங்களுக்கு ஒருமுறை அவரை அழைத்து சிறப்புக்களைப் பகிர்ந்து கொண்டவர்.

மேலும் ஒன்று. இந்த சமூகத்தில் எழுத்தாளர்கள் தம் படைப்புக்களத்துக்கு வெளியேயும் தமிழுக்குத் தொண்டாற்றுபவர்கள். கவிஞர் மகுடேசுவரன், திருக்குறளுக்கு உரை எழுதி இருக்கிறார். கவிஞர் இசை, திருக்குறளின் காமத்துப்பாலுக்கு விளக்க உரை எழுதுகிறார். காமத்துப்பால் எழுத வேண்டிய வயது அவருக்கு. தொடர்ந்து அறத்துப்பாலுக்கும் பொருட்பாலுக்கும் வருவார். கண்மணி குணசேகரன் நடுநாட்டுச் சொல்லகராதி தொகுத்தார். கீரனூர் ஜாகிர்ராஜா இஸ்லாமிய வழக்குச் சொற்களைத் தொகுத்துக் கொண்டிருக்கிறார். ஜெயமோகன், மாபாரதம் தமிழ் செய்கிறார்.

படைப்பிலக்கியவாதிகளே இவற்றையும் செய்ய வேண்டிய நிலைமை. மற்றோர் வவுச்சர் எழுதும் பணியில் மும்முரமாக இருக்கிறார்கள். சமூகத்துக்கு நாமாற்றும் கடமை. இதில் காசு, பணம், துட்டு, மணி மணி மனோபாவம் இல்லை. எதுவும் கிடைக்கும் என்ற எதிர்பார்ப்பும் இல்லை. மாநில அரசின், மைய அரசின் விருதுகள் பற்றிப் பேசுவது அபாயகரமானது.

என்றாலும் எழுத்தாளர்கள் கொலையுண்டு சாகிறார்கள். நட்பாகப் பேசுகிறவர்களே என்னிடம் சிரித்துக் கொண்டே, "உங்க பேரனுக எங்க படிக்கிறானுங்கண்ணு தெரியும்" என்கிறார்கள். அதனுள் படை ஒடுங்கியுள்ளது என்பதையும் நாம் அறியாதவர் அல்ல.

என்றாலும் எழுத்தாளர்களாகிய நம் கடன் பணி செய்து கிடப்பது. நாமர்க்கும் அடியார் அல்லோம், கூற்றையும் ஆடல் கொள்வோம்.

இந்தத் தருணத்தில் எம். கோபாலகிருஷ்ணன் உள்ளிட்ட மொழியின் பணி செய்து கிடப்பவர் அனைவருக்கும் உளப்பூர்வமான வாழ்த்துக்களைத் தெரிவித்துக் கொள்கிறேன்.

22 ஏப்ரல் 2019-ல் ஆற்றிய உரையின்
கட்டுரை வடிவம்

ஆவநாழி, செப்டம்பர் 2022

5
குன்றாத வாசிப்புப் பரவசம்!

ஆங்கிலத்திலும் சிறந்த நூல்களைத் தேடித்தேடி வாசிக்க ஆரம்பித்தது வேலை தேடிப் பம்பாய்க்கு ஓடிய பிறகுதான். ரே ரோடு ரயில் நிலையத்தை அடுத்தே இருந்தது பணிபுரிந்த தொழிற்கூடம் என்றாலும், முதற்கட்ட தங்கல் கொலாபா நேவி நகரில். விக்டோரியா டெர்மினல் ரயில் நிலையம் வரை BEST பேருந்து. பிறகு லோக்கல் ரயில். போகும்போதும் வரும்போதும் நடைபாதைகளில் பரத்தப்பட்டிருக்கும் பழைய புத்தகக் கடைகளைப் பார்வையிடுவது வழக்கம்.

அங்கு என்று இல்லை ஃப்ளோரா ஃபவுண்டன், சர்ச்கேட் ரயில் நிலைய வாசல், மகாத்மா புலே மார்க்கெட், பிரபாதேவி கணேஷ் மந்திர் மற்றும் மக்கள் கூடும் எந்தச் சந்தி என்றாலும் பம்பாய் நகர் முழுக்கப் பழைய புத்தகக் கடைகள் விரிக்கப்பட்டிருக்கும்.

ஃபுளோரா ஃபவுண்டன் பகுதியில் பேங்க் ஆஃப் அமெரிக்கா சுற்றுச் சுவரோரம் இருந்த நடைபாதைப் பழைய புத்தகக் கடையில் வாங்கிய நாவல் Old Man and The Sea. இரண்டாம் கை விலை அன்று ஒரு ரூபாய். 'அம்புட்டுத்தானா?' என்று வியக்காதீர்! அன்று மாதுங்காவில் தென்னிந்திய பிராமணர்கள் நடத்திய கன்சர்ன்ஸ், சொசைட்டி போன்ற உணவுக்கூடங்களில், சுவையான உணவு முழுச்சாப்பாடு ஒன்றே கால் பணம்தான். அன்றெனக்கு

மாதச் சம்பளம் 210 பணம். முழுச் சாப்பாடே ஆடம்பரம். ஜேம்ஸ் ஜாய்ஸ், வில்லியம் ஃபாக்னர், ஜான் அப்டைக், ஜேக் கெரவுக், டால்ஸ்டாய், தாஸ்தாவெஸ்கி, துர்கேனிவ், கார்க்கி எல்லாம் இரண்டு முதல் ஐந்து ரூபாய் வரைக்கும் கிடைத்தன எனக்கு.

1973இல் தான் முதன் முதலில் எர்னஸ்ட் மில்லர் ஹேமிங்வே எழுதிய Old Man and The Sea வாசித்தேன். பிறகு தொடர்ந்து For Whom The Bell Tolls, Snows of Klimanjaro, A Farewell To Arms எல்லாம் வாசிக்க வாய்ப்புக் கிட்டிற்று. அன்றும் இன்றும் என் பேராச்சரியம் எப்படி விலை கொடுத்து வாங்கிய இந்தப் புத்தகங்களை, அவற்றை வாசித்தபிறகு, பழைய பேப்பர்காரனுக்கு எடைபோட்டு விற்க மனம் வந்தது என்பது.

அந்த நாட்களில் பழைய விலைக்கு வாங்கிய பல புத்தகங்கள் இன்றும் என் நூலகத்தில் உண்டு. அவற்றுள் வில்லியம் ஷேக்ஸ்பியரின் முழுத் தொகுப்பு, நான்கு பாகங்களில், சீர் குலையாமல்.

பம்பாய் மாநகருக்கு வேலை நிமித்தம் வந்திருந்த தமிழ் சினிமா இயக்குநர் ஒருவரைச் சந்திக்க, எனது நண்பர் அசதுல்லா கான் ஓட்டலுக்கு அழைத்துப் போனார். அவர் எனக்கு கான் சாகிப், தமிழ் இதழியல் உலகுக்கு ஞானபாநு. எழுத்தாளர் - பத்திரிகையாளர். பாவை சந்திரனுக்கும், கவிஞர் இந்திரனுக்கும், திரைப்பட இயக்குநர் ஞான. ராஜசேகரனுக்கும் நெருங்கிய நண்பர். ஒரு காலகட்டத்தில் நாங்கள் எல்லோருமே பம்பாயில் பணியாற்றிக் கொண்டிருந்தோம், பாவை சந்திரன் நீங்கலாக.

சென்னையில் இருந்து வந்திருந்த திரைப்பட இயககுநரைக் காண வெறுங்கையோடு எப்படிப் போவது என்று எனது புத்தகம் ஒன்றைக் கையெழுத்திட்டுக் கொடுத்தேன். பத்து நாட்கள் பொறுத்து, மாதுங்கா கிங் சர்கிள் பகுதியில் ஆனந்தபவன் ஓட்டல் வாசலோடு கடை பரத்தப்பட்டிருந்த பழைய தமிழ்ப் புத்தகங்களின் நடுவே, எனதொரு புத்தகமும் கிடந்தது. சற்றே வருத்தமான அதிர்ச்சியுடன் அதைக் கையில் எடுத்துப் பார்த்தால் முன்பக்கத்தில் எனது அன்பளிப்புக் கையெழுத்து இருந்தது. வேண்டாம் என்று விட்டுவிட்டுப் போயிருப்பார் ஓட்டலில், அது

பழைய தாள்களுடன் எடைக்குப் போயிருக்கும் என சமாதானமானேன். அனிச்சையாகப் புத்தகத்தைப் புரட்டிப் பார்த்தால் அதில் எட்டுப் பத்துப் பக்கங்கள் கிழித்தெடுக்கப்பட்டிருந்தன.

பத்து ரூபாய் கொடுத்துப் புத்தகத்தை வாங்கி, BEST நகரப் பேருந்து பிடித்து, சயான் சர்கிளில் இறங்கி, அங்கே மாத வாடகைக்கு அசதுல்லா கான் தங்கியிருந்த ஹோட்டல் கம்ஃபர்ட்-க்குப் போய் அவருடன் சண்டை பிடித்தேன்.

''அரே! சோடோ யார்! பஹுத்படா இதிஹாஸ் லிக்லியா!''என்றவர் கிண்டல் செய்தார். கடைசியில் இரண்டு குப்பி பியரில் சமாதானமானேன். ஆனால் அதுவல்ல காரியம்! ஆறேழு மாதங்கள் பொறுத்து வெளியான அந்த இயக்குநரின் படத்தில் கிழிக்கப்பட்ட பக்கங்கள் காட்சியாக வந்தது. எனது பொருமல் தாங்காமல் கான் சாகிப் அதைப் பாவைச் சந்திரனிடம் சொல்ல, அவர் கேட்டார் செய்தியாகப் போட்டுவிடவா என்று. அப்போது அவர் 'குங்குமம்' வார இதழில் இருந்தார். மாதச் சம்பளத்தில் 'தொட்டுக்கோ துடைச்சுக்கோ' என்று வண்டி ஓட்டுபவனுக்கு கோர்ட், வழக்கு, வக்கீல் என்று நடத்தல் கூடுமா? இயக்குநர் யாரென்றும் திரைப்படம் எதுவென்றும் இப்போது பேசி என்ன பயன்? இது நம் அறம்! அவர்களும் கலைவாணியின் அருள்பெற்ற அருட்செல்வர்கள்தானே! 'மாப்பிள்ளை புடிச்ச காசு பிள்ளை அழிக்கதுக்கு ஆச்சு!' என்பதுதானே எழுத்தாளன் நிலைமை?

கதையானாலும் கட்டுரையானாலும் இப்படித் தடம் மாறி நடப்பதே நம் தனித்துவம் என்றாயிற்று.

Old Man and The Sea ஆங்கிலத்தில் வாசித்த பிறகு, நான் உறுப்பினனாக பலத்த சிபாரிசு கொண்டு சேர்ந்த பம்பாய்த் தமிழ்ச் சங்கத்தில் எனக்கு அதன் தமிழ் மொழியாக்கம் கிடைத்தது. தேடி எடுத்துத் தந்தவர் 'வேனா' என நாங்கள் அழைக்கும் வே. நாகராஜன். அவர் தி. ஜானகிராமனின் தெருவாசி, நண்பர். பத்திருபது சிறுகதைகள் எழுதி இருப்பார். ஆனால் தொகுப்பு ஆகவில்லை. எனது குருக்கன்மாரில் ஒருவர்.

Old Man and The Sea நாவலை முதன்முதல் தமிழில் மொழிபெயர்த்தவர் புகழ்பெற்ற நாட்டு விடுதலைப் போராளி, நூல்கள் பல

எழுதியவர், பாக்கள் பல யாத்தவர் ச.து.சு.யோகியார் (1904-1963) ஆவார். அவர் மொழிபெயர்த்த சில சிறப்பான நூல்கள் - ரூபையாத், வால்ட் விட்மன் கவிதைகள் 'மனிதனைப் பாடுவேன்' முதலானவை.

என்னதான் தோய்ந்து மூல மொழியில் வாசித்தாலும், அதையே தாய்மொழியில் வாசிக்கும் அனுபவம் தனித்துவமானது. அதை நான் ச.து.சு. யோகியார் மொழிபெயர்த்த 'கடலும் கிழவனும்' வாசிக்கும்போது உணர்ந்தேன்.

ஆங்கிலத்தில் Old Man and The Sea மிக முக்கியமான நாவல். 1952-ல் வெளியாகி, 1953-ல் புலிட்சர் விருது பெற்று, 1954-ல் நோபல் பரிசு பெற்ற நாவல். இங்கே நாம் மிகச்சிறந்த நாவலொன்றை எழுதிவிட்டாலும் சாகித்ய அகாடமி கண்டு கொள்ள முப்பதாண்டு ஆகும். சிலகாலம் இன, வர்க்க வேறுபாடுகளுக்காக கண்டு கொள்ளப்படாமலேயே போய்விடும்.

ஹாலிவுட் இந்த நாவலைத் திரைப்படமாக எடுத்தபோது, கிழவன் சாண்டியாகோ பாத்திரத்தில் நடித்தவர் ஸ்பென்சர் டிரேசி. நடிப்புக்காக அவர் ஆஸ்கார் விருதுக்குப் பரிந்துரைக்கப்பட்டார்.

கியூபாவின் முன்னாள் அதிபர் சிறந்த இலக்கிய வாசகர். நமது அரசியல் அதிமேதாவிகளை மாதிரி தக்காளி ரசம், மிளகு ரசம், கொள்ளு ரசம், கொட்டு ரசம், செலவு ரசம், அன்னாசிப்பழ ரசம் போலக் கம்பரசம் வைப்பவர் அல்ல. ஃபிடல் காஸ்ட்ரோ எப்போதும் தமது காரில் வைத்திருக்கும் நூல்களில் ஒன்று Old Man and The Sea. நமது அரசியல் மேதைகளோ திருக்குறளை எழுதியது வான்மீகி எனச் சொல்வார்கள்.

இந்த நாவலை ஆங்கிலத்தில் எத்தனை பதிப்பகங்கள் வெளியிட்டிருக்கும், எத்தனை கோடிப் பிரதிகள் விற்றிருக்கும்? உலகெங்கும் பன்னிரண்டு கோடித் தமிழர்கள் வாழ்வதாகப் பீற்றிக் கொள்கிறோம். தற்போது தமிழில் வெளியாகும் தரமான புத்தகம் POD-யில் ஐம்பத்திரண்டு படிகள் அடிக்கிறார்களாம். நமக்கு புரட்சி நடிகர் மக்கள் திலகம் டாக்டர் எம்.ஜி. ராமச்சந்திரன் சென்னை சென்ட்ரல் இரயில் நிலையம் என்று பெயர் வைத்தால் புளகாங்கிதம் ஏற்படும்.

மருத்துவப் படிப்புக்கு, ஜிப்மர் மருத்துவக் கல்லூரி நுழைவுத் தேர்வு எழுத பொ.ஆ. 2000-ல் என் மகளை கூட்டிக் கொண்டு பாண்டிச்சேரி போனேன். தேர்வு எழுதியபின் கரிசல் இலக்கிய மேதை கி.ரா. வீட்டுக்குப் போனோம். இரண்டிரண்டு துண்டு பொரித்த மீன் வைத்து சாப்பாடு போட்டார் கணவதி அம்மா. பிறகு நாவலாசிரியை பா.விசாலம் அவர்களைப் பார்க்கப் போனோம். அவர் 'மெல்லக் கனவாய் பழங்கதையாய்', 'உண்மை ஒளிர்க என்று பாடவோ?' முதலாய நாவல்கள் எழுதியவர். அக்கா பா. விசாலம் என் மகளுக்கு "Old Man and The Sea" கையெழுத்திட்டுப் பரிசளித்தார்.

மகள் படித்து முடித்தபின் அந்த நாவலை மீண்டும் வாசித்தேன். ஆங்கிலத்தில் எத்தனை முறை வாசித்திருப்பேன் என்பது கவனத்தில் இல்லை. அப்போது தோன்றியது ச.து.சு.யோகியாரின் மொழிபெயர்ப்பு துல்லியமானதல்ல என்று.

பல ஆண்டுகள் சென்றபின்பே, எம். சிவசுப்பிரமணியம் என்ற நாமம் தாங்கிய, நாங்கள் எம்.எஸ். என்று செல்லமாக விளிக்கும் அண்ணாச்சியின் இரண்டாவது மொழிபெயர்ப்பு வாசிக்கக் கிடைத்தது. அதன் தலைப்பு 'கிழவனும் கடலும்'. காலச்சுவடு வெளியீடு, பொ.ஆ.2003.

எம்.எஸ்.அண்ணாச்சியின் சொந்த ஊர் திருப்பதிசாரம். பழைய பெயர் திருவண்பரிசாரம். நூற்றெட்டு வைணவத் திருத்தலங்களில் ஒன்று. நம்மாழ்வாரின் அம்மா பிறந்த ஊர். பழையாறு மேற்கிலும் தேரேகால் கிழக்கிலும் தழுவியோடும் ஊர். அங்கிருந்து இரண்டு கிலோமீட்டர் வடக்கில் நான் பிறந்த வீரநாராயணமங்கலம். எம்.எஸ்.அண்ணாச்சியின் வீடு, திருப்பதிசாரம் தெற்கு ரத வீதியில், தெற்குப் பார்த்தது. அவரது உடன்பிறந்த தம்பி நாவல், சிறுகதை, கட்டுரை ஆசிரியர் 'முன்றில்' இலக்கிய இதழ் நடத்திய ம.அரங்கநாதன். சென்னை உயர்நீதிமன்ற நீதிபதி ஆர்.மகாதேவன் அவருடைய மகன் ஆவார்.

பன்னிரண்டு வயது முதலே, எங்கள் ஊருக்குத் தென்புறம் இருந்த திருப்பதிசாரத்தின் திருவாழிமார்பனை வழிபட, எல்லா சனிக்கிழமைகளிலும் நடந்தே போய் வருவது என்றாலும், எம்.எஸ்.அண்ணாச்சியை முதன்முதலில் சந்தித்தது சுந்தர ராமசாமி வீட்டில், 'காகங்கள்' கூட்டத்தில்.

எனது முதல் நாவல் தலைகீழ் விகிதங்கள் வெளியானபிறகு. 1978-ம் ஆண்டாக இருக்கலாம். அதுமுதல் அவரது மரணம் வரை நெருங்கிய நட்பு. பம்பாயிலும் கோவையிலும் எம் வீட்டில் சில நாட்கள் தங்கியிருக்கிறார்.

அற்புதமான ரசனையுடைய வாசகர் அவர். மொழிபெயர்ப்பாளர், மூலப்பிரதி மேம்படுத்துகிறவர், கர்நாடக இசை ரசிகர். கிருஷ்ணன் நம்பி, க.நா.சு., நகுலன், சி.சு.செல்லப்பா, சுந்தர ராமசாமி, தருமு சிவராமு, வெங்கட் சாமிநாதன், ஆ.மாதவன், நீல.பத்மநாபன், பேராசிரியர் ஜேசுதாசன் - எப்சியா ஜேசுதாசன், ராஜமார்த்தாண்டன், வேத சகாயகுமார், அ.கா.பெருமாள், ஜெயமோகன் என மிகப்பெரிய நண்பர் வட்டம் உண்டு அவருக்கு.

எம்.எஸ். மொழிபெயர்த்து, காலச்சுவடு வெளியிட்ட 'கிழவனும் கடலும்' மிகத் துல்லியமான, நேர்த்தியான மொழிபெயர்ப்பு. மூலப்பிரதிக்கு நெருக்கமாக இருப்பது. செறிவான தமிழில் பெயர்க்கப்பட்டது.

திரு. குறிஞ்சிவேலன் பொறுப்பேற்று வழங்கும் 'திசை எட்டும்' மொழிபெயர்ப்பு விருது, எம்.எஸ்.அண்ணாச்சியின் 'கிழவனும் கடலும்' நூலுக்கு வழங்கப்பெற்றபோது அவர் உயிருடன் இல்லை. கோவையில் நடந்த விருது வழங்கும் விழாவில், கண்ணீர் மல்க அவர் சார்பாக நான்தான் அந்த விருதைப் பெற்றுக் கொண்டேன்.

அண்மையில் மகப்பேறு மருத்துவர் சசித்திரா தாமோதரன் அவர்களின் மூன்று நூல்கள் வெளியீட்டு விழா கோவையில் நடைபெற்றது. சந்தியா பதிப்பகம் திரு.நடராஜன், டிஸ்கவரி புக் பேலஸ் திரு.வேடியப்பன், குங்குமம் வார இதழ் பொறுப்பாசிரியர் கே.என். சிவராமன் முதலானோர் கலந்து கொண்ட விழா அது. விழா தொடங்குமுன், Old Man and The Sea நாவலின் மூன்றாவது தமிழ் மொழிபெயர்ப்பான 'கடலும் ஒரு கிழவனும்' என்ற நூலை எனக்கு வழங்கினார் மொழிபெயர்ப்பாளர் ஆயிரம். நடராஜன் அவர்கள்.

நாவலின் தலைப்பைக் கவனியுங்கள்:

Earnest Hemingway வைத்த தலைப்பு Old Man and The Sea.

ச.து.சு. யோகியாரின் தலைப்பு	- கடலும் கிழவனும்
எம்.எஸ். வைத்த தலைப்பு	- கிழவனும் கடலும்
ஆயிரம். நடராஜன் வைத்த தலைப்பு	- கடலும் ஒரு கிழவனும்

எங்கோ வாசித்த நினைவு. எர்னஸ்ட் ஹெமிங்வே இந்த நூலுக்கு நூற்று இருபது தலைப்புகள் யோசித்தார் எனவும் இறுதியில் இந்தத் தலைப்பையே தேர்வு செய்தார் எனவும். அவர் அங்ஙனம் தேர்ந்தெடுத்து வைத்த தலைப்பே, மொழிமாற்றம் பெறும்போது எத்தனை பேதங்கள் பெறுகின்றன!

ஆயிரம். நடராஜன் அவர்களை அதற்குமுன் எனக்கு அறிமுகம் இல்லை. அவர் என்னிலும் ஓராண்டு மூத்தவர் என்று பிறகு தெரிந்து கொண்டேன். எனது பாட்டனார் பு.சுப்பிரமணிய பிள்ளை (அவர் பெயர்தான் எனக்கும், எனது இனிஷியல் க என்பது ஒன்றே வேறுபாடு) பிறந்த முனைஞ்சிப்பட்டி கிராமத்தில்தான் இவரும் பள்ளிக்கல்வி பயின்றிருக்கிறார். பல நிறுவனங்களில் உயர்பதவி வகித்துள்ளார். அவர் மகள் மருத்துவர் கிருஷ்ணப்பிரியாவும் என் மகள் மருத்துவர் சங்கீதாவும் ஏற்கனவே அறிமுகம் உடையவர்கள்.

மூலநூலைப் பலமுறையும், ச.து.சு.யோகியார் மொழிபெயர்ப்பைச் சிலமுறையும், எம்.எஸ். மொழிபெயர்ப்பில் இருமுறையும் வாசித்தவன் என்ற தோரணையில் ஆயிரம். நடராஜன் மொழிபெயர்ப்பும் வாசிக்க ஆரம்பித்தேன்.

ஏறத்தாழ ஐம்பதாண்டு காலமாக மூலமும் மொழிபெயர்ப்புகளுமாக வாசித்துக் கொண்டிருந்தாலும், நாவலின் இறுதிப்பகுதியில், கிழவன் சாண்டியாகோ சொல்லும் வாசகம் - "இந்த மீன் என் சகோதரன்; அதை நான் கொன்றுவிட்டேன்" - கண்ணீர் வரவைப்பது.

அதுபோலவே இன்னொரு வாசகம் - "ஒரு மனிதனை அழிக்க முடியுமே தவிர, அவனைத் தோற்கடிக்க முடியாது" - என்பது. நான் பல பள்ளிகளின் கல்லூரிகளின் தமிழ்மன்ற அரங்குகளில், மிகப் பெருமிதத்துடன் மூலமொழியின் அந்தச் சொற்றொடரை மாணவருக்குச் சொல்லி இருக்கிறேன்.

'தடாகம்' மிக நேர்த்தியாக வடிவமைத்து, முகப்போவியம் வரைந்து, சிறப்பாக அச்சிட்டு வழங்கியிருக்கிறது "Old Man and The Sea" நாவலின் மூன்றாவது தமிழ் மொழிபெயர்ப்பை.

ஏற்கனவே தமிழில் இரு மொழியாக்கம் வந்திருந்தபோதிலும் அவற்றைவிடவும் சிறப்பாக, கூர்மையாக, நெருக்கமாகச் செய்யலாம் எனும் ஆர்வம் காரணமாக, இந்த மொழிபெயர்ப்பைத் தர முனைந்த ஆயிரம். நடராஜன் அவர்களின் ஊக்கத்தைப் பாராட்டலாம்.

உலக மொழிகளில் சில நாவல்களை All time Classic என்பார்கள். அவற்றுள் ஒன்று Old Man and The Sea. "வளைகுடா நீரோட்டத்தில், ஒரு படகில், வயது முதிர்ந்த ஒருவன் தனியாக மீன் பிடித்துக் கொண்டிருந்தான்" என்ற முதல் வாக்கியத்தில் தொடங்கி, "முதியவன் சிங்கங்களைப் பற்றி கனவு கண்டு கொண்டிருந்தான்" எனும் இறுதிச் சொற்றொடர் வரைக்கும் மொழிபெயர்ப்பில் 105 பக்கங்களே கொண்ட சிறிய நாவல் இது. குன்றாத வாசிப்புப் பரவசம் தருவது. இயல்பான மொழி அமைப்பு இந்த ஆக்கத்தின் சிறப்பு. மாணவரும் பெற்றோரும் மூத்தோரும் வாசித்துப் பெறும் அனுபவம் தனித்த சேமிப்பாக இருக்கும்.

ஆவநாழி, நவம்பர் 2022

6

வெறி நாற்றம்

சாம்பிராணி என்ற சொல்லறியாத் தமிழரில்லை. அன்று விசேட நாட்களில் கைப்பிடி வைத்த சாம்பிராணி மண்சட்டியில் அடுப்பில் கிடக்கும் தீக்கங்குகளை அள்ளி வைத்து, அதில் நுணுக்கிய சாம்பிராணி தூவி, வீடெங்கும் புகை காட்டுவார்கள். நிலை விளக்கு, அரங்கு, திண்ணை, அடுக்களை, படிப்புரை, புழக்கடை என்று.

குத்துவிளக்கு அல்லது நிலை விளக்கு ஏற்றி, சாமிக்கு சாம்பிராணி காட்டி விட்டு சூடம் கொளுத்துவார்கள். வீடே மணக்கும். பசுமாடு, எருமை மாடு, மாட்டுத் தொழுவம், வைக்கோல் அளி என எதுவும் விலக்கில்லை. கோழிக்கூடும் தவிர்ப்பதில்லை.

பொங்கல், நாட்கதிர், புத்தரிசி, சட்டிபானை தொடுதல் என்ற பாண்ட சுத்தி, மொட்டை போடுதல், காது குத்து, திருக்கார்த்தியல், வெள்ளி - செவ்வாய், பிற மங்கல நாட்கள் எதுவாக இருந்தாலும். நாட்கதிர் கொள்ளுமுன் கதிர் நிறைக்கும் இடுப்பு உயர சுட்ட மண்பானையினுள் சாம்பிராணிப் புகை காட்டுவார்கள்.

எண்ணெய் தேய்த்து, ஆற்றுக்கோ குளத்துக்கோ சென்று நானம் செய்து வந்து தலை ஈரமறத் துவட்டி உதறியபின், தலைமுடிக்கு சாம்பிராணிப் புகை காட்டுவார்கள். பெண்ணின் தலைமுடிக்கு கூந்தல், அளகம், ஓதி, சிகை, தலைமயிர் எனப் பல சொற்கள்.

தமிழ் சினிமாவில் காட்டுவதைப்போல் அரசிளங்குமரிகள், ஓவியத்தில் எழுதப்படும் உயர்குடிப் பெண்கள், செல்வந்தர் வீட்டுச் சீமாட்டிகள் மாத்திரமே கூந்தலுக்கு சாம்பிராணி காட்ட வேண்டும் என்பதில்லை. ஓர்நேர் சம்சாரி மகளும் காட்டலாம்.

மக்கள் தெய்வங்களுக்காகக் கொடை, சிறப்பு, பூச்சாட்டு, தீமிதி, பொங்கல், கிடாவெட்டு, பொங்கிப் பொரித்தல், பாயசம் வைத்தல் எனச் சீர் நடத்தும் காலங்களில் கோயிலில் காட்டப்பெறும் சாம்பிராணிப் புகை கோயில் மணந்து, தெரு மணந்து, ஊர் மணந்து, உளம் மணந்தது. கொடை நாட்களில் உட்கோயிலில் காட்டப்பெறும் சாம்பிராணித் தூபம் மணந்து சிறக்கும். அம்மன்களை, சாமிகளை அந்தந்த ஊர்ப் பூசாரிகள் பூசித்துத் தூபம், தீபம் காட்டினார்கள் அன்று சிறப்புச் செய்யும்போது. இன்று வெளியாட்களைக் கொணர்ந்து

'நானாவித பரிமள கந்த புஷ்பம் சமர்ப்பயாமி! தூபம்
சமர்ப்பயாமி! தீபம் சமர்ப்பயாமி!

என்கிறார்கள். நாட்டார் தெய்வங்களும் கிழமையில் மூன்று நாட்கள் 'ப்ரதான் மந்த்ரி தேவபாஷா புனருத்தாரண் மஹா யோஜ்னா' திட்டத்தின்கீழ் சமஸ்கிருதம் பயிலத் தனிப் பயிற்சிக்குப் போகிறார்கள் என்று கேள்வி.

காட்டாக்கடையில் மழை பெய்தால் வீரநாராயணமங்கலத்தில் வடக்குத் தெருவில் ஈசான மூலை வீட்டில் இருக்கும் எனக்கு இருமலும் தும்மலும் மூக்கொழுக்கும் ஏற்படும். அந்த எனக்கே சாம்பிராணிப் புகை தொண்டைக் கமறலை, மூச்சு முட்டலைக் கொணர்ந்ததில்லை. ஒருவேளை மக்கள் தொண்டாற்றும் பெரு நிறுவனங்கள் சாம்பிராணி எனும் பெயரில் பல் பொருட்களைக் கலப்பதால் சிலருக்கு அப்புகை ஒவ்வாமை ஏற்படுத்தக் கூடும்.

சாம்பிராணி நாற்றத்தை மணத்தவரே அறிவார் திகைக்காதீர் தென்னாட்டாரே! நாற்றம் எனும் சொல்லின் முதற்பொருள் நறுமணம்.

நீத்தார் பெருமை அதிகாரத்துக் குறள்,

''சுவை ஒளி ஊறு ஓசை நாற்றம் என்ற ஐந்தின்
வகை தெரிவான் சுட்டே உலகு''

என்கிறது. ஐம்பொறிகளால் உணரப்பெறும் சுவை, ஒளி, ஊறு, ஓசை, நறுமணம் எனும் ஐம்புல இன்பங்களின் அளவும் இயல்பும் அறிந்தவனுக்கு உலகம் வசப்படும் என்று பொருள்.

நலம் புனைந்துரைத்தல் அதிகாரத்துக் குறள்,

"முறிமேனி முத்தமுறுவல் வெறி நாற்றம்
வேலுண் கண்வேய் தோள்அவட்டு"

என்று வியக்கும்.

வேல் போன்ற கண்களை உடைய இவளுக்குத் தளிர் போன்ற மேனி, முத்தை நிகர்த்த முறுவல், வெறியேற்றும் நறுமணம், மூங்கில் போன்ற தோள்கள் என்பது பொருள்.

குறிப்பறிவுறுத்தல் அதிகாரத்துக் குறள்,

"முகை மொக்குள் உள்ளது நாற்றம் போல் பேதை
நகை மொக்குள் உள்ளது ஒன்று உண்டு"

என்கிறது. மலர் மொட்டுக்குள் நறுமணம் மறைந்திருப்பது போன்று, இந்தப் பேதைப் பெண்ணின் புன்னகை மொட்டுக்குள் ஒரு குறிப்பு ஒளிந்திருக்கிறது என்பது பொருள்.

திருக்குறள் வேறெங்கும் நாற்றம் எனும் சொல்லை ஆளவில்லை. நாற்றம் எனும் சொல்லுக்குப் பேரகராதி பல அர்த்தங்கள் தருகின்றது.

1. Smell, Scent, Odour, மணம்
2. Sense of Smell, மூக்கினால் அறியப்படும் புலனறிவு
3. Offensive Smell, Stench, துர்க்கந்தம்
4. Sweet flag, வசம்பு (மலையாளம்)
5. Toddy, கள் (பிங்கல நிகண்டு)
6. Connection, சம்பந்தம். "அவர்கள் நாற்றமே எனக்கு உதவாது"
7. Origin, appearance, தோற்றம் (சூடாமணி நிகண்டு)

ஆனால் இன்றைய நமது பண்பாட்டில் நாற்றம் என்றால் துர்க்கந்தம் என்ற மூன்றாவது பொருள் மட்டுமே! தலைவன் எனும் பிறிதொரு சொல்லும் அவ்விதமே ஆனது போலும்!

ஆண்டாள், நாச்சியார் திருமொழியில், ''கருப்பூரம் நாறுமோ, கமலப் பூ நாறுமோ?'' என்றே கேட்கிறாள். வாசம், வாசனை என்பன சமற்கிருத மொழிப் பிறப்புக்கள். வாஸ், வாஸ்னா என்பர் இந்தியில். நாம் நாற்றத்தைத் துர்க்கந்தம் ஆக்கியது போல், வடவரும் ''வாஸ் மார்த்தா ஹை!'' என்று வாசம் எனும் சொல்லைத் துர்வாசம் எனப்பொருள் கொண்டனர்.

ஆண்டாள் திருப்பாவையில் - ''வாச நறுங்குழல் ஆய்ச்சியர் மத்தினால் ஓசைப்படுத்த தயிரரவம் கேட்டிலையோ?'' என்பாள். இங்கும் வாச நறுங்குழல் என்றால் எண்ணெய் சிக்குப்பிடித்துப் புழுங்கி நாறும் கூந்தல் என்பதல்ல பொருள். திரும்பத் திரும்ப சொல்கிறேன் - கூறியது கூறல் குற்றம் என்றாலும் - நாற்றம் எனும் சொல்லின் முதற் பொருள் மணம்.

மாணிக்கவாசகர், திருவாசகத்தின் திரு அண்டப் பகுதியில், ''பூவில் நாற்றம் போன்று உயர்ந்தது எங்கும்'' என்பார். நாற்றம் எனும் சொல்லை, நறுமணம் என்ற பொருளில் அகநானூறு, கலித்தொகை, குறுந்தொகை, நற்றிணை, பரிபாடல், மதுரைக்காஞ்சி, புறநானூறு, பதிற்றுப்பத்து முதலிய நூல்கள் பல பாடல்களில் பயன்படுத்தியுள்ளன.

பம்பாயில் இசுலாமிய சித்தர்கள் சாம்பிராணி புகைபோட்டு ஓதுவார்கள். கோவையிலும் திருவனந்தபுரத்திலும் கண்டதுண்டு. ஆனால் எனக்கு இன்றுவரை அர்த்தமாகாத ஒரு விடயம், ஏளனமாகவும், இளக்காரமாகவும், வெறுப்புடனும், காழ்ப்புடனும், செல்லமாகவும் மக்கள் ஏன் 'மட சாம்பிராணி' என்றும், 'சாம்பிராணி மாடன்' என்றும் 'சாம்பிராணி மடையன்' என்றும் ஏசுகிறார்கள் என்பது. நானே எம் பேரன்களை 'மட சாம்பிராணி' என்று செல்லமாக வைதிருக்கிறேன். பட்டயமும் ஓய்வூதியமும் மருத்துவச் செலவும் இலவசப் பேருந்துப் பயணமும் அனுபவிக்கும் தமிழறிஞர் ஆயிரம் பேருண்டு நாட்டில். அவருள் எவரேனும் விளக்கக்கூடும்.

நான் தேடிய வரையில் சாம்பிராணி என்ற சொல் தொல்லிலக்கியங்களில் கண்படவில்லை. உடன்தானே சாம்+பிராணி=சாம்பிராணி. பொருள் சாகும் பிராணி எனப் புறப்பட்டு விடாதீர்கள் அறிஞர் பெருங்குடியினரே!

நாஞ்சில் நாடன் 63

அகில் பேசப்பட்டுள்ளது கலித்தொகையிலும், குறிஞ்சிப் பாட்டிலும், குறுந்தொகையிலும், சிறுபாணாற்றுப் படையிலும், திருமுருகாற்றுப் படையிலும், நற்றிணையிலும், பட்டினப்பாலையிலும், பரிபாடலிலும், புறநானூற்றிலும், பொருநராற்றுப் படையிலும், நெடுநல் வாடையிலும். ஆனால் அகில் வேறு சாம்பிராணி வேறு.

சாம்பிராணி என்ற சொல் மலாய் மொழிச் சொல் எனச் சொல்கிறது அயற்சொல் அகராதி.

"சாம்பிராணி - மலையம், samrani சுராலை, தூவப்பொடி"

என்பது பதிவு.

பேரகராதி, சாம்பிராணி எனும் சொல்லுக்கு, ஒருவகை மரம் (Malay) என்றும், தூப வர்க்கம் என்றும், Fool - மூடன் என்றும் பொருள் தந்துள்ளது. சாம்பிராணி தொடர்பான பல சொற்கள் பேரகராதியில் பதிவில் உண்டு.

சாம்பிராணி தூபம்	-	தெய்வ சந்நிதியில் புகைக்கும் சாம்பிராணிப் புகை
சாம்பிராணித் தைலம்	-	சாம்பிராணியில் நின்றும் வடிக்கப்படும் தைலம்
சாம்பிராணிப் பட்டயம்	-	கோயில்களில் சாம்பிராணித் தூபம் ஏற்றுவதற்கான தான சாசனம்
சாம்பிராணிப் பதங்கம்	-	1. தூப வர்க்கம், 2. சாம்பிராணியைப் புகைத்தெடுத்த மருந்துப் பொடி
சாம்பிராணி போடுதல்	-	1. தூபமிடுதல், 2. ஆவேசம் வரச் செய்தல், 3. புகழ்தல், 4. To incite தூண்டுதலைச் செய்தல்
சாம்பிராணி வத்தி	-	ஊதுவத்தி

இன்றும் ஊர்ப்பக்கம் சொல்வர், சுய காரியங்கள் சாதித்து எடுக்க இச்சகம் பேசுகிறவனை, "நல்லா தூபம் போடுகான்" என்றும், "நல்லா சாம்பிராணி போடுகிறான்" என்றும்.

சாம்பிராணி என்பது Frankincense எனும் மரத்தின் பால் அல்லது பிசின். வேப்பம் பிசின், முருங்கைப் பிசின் போல இந்தப் பிசின் மெதுவாக உலர்ந்து, இறுகி, ஒளி ஊடுருவும் தன்மையும், எளிதில் எரியும், புகையும் தன்மையுடைய சாம்பிராணிக் கட்டியாக மாறுகிறது. பார்க்க சற்று வெண்ணிறத் திட்டுக்கள் கொண்ட பெரிய பனங்கற்கண்டுக் கட்டிபோல் இருக்கும்.

சாம்பிராணிப் பாலை அடர்த்துக் கொண்டு வந்து அத்துடன் மாய்மாலங்கள் கலந்து சாம்பிராணிப் பொடி என்று விற்கிறார்கள். சாதாரணமாக வாங்கக் கிடைக்கும் ஊதுபத்திக் குச்சிகளும், நவீனப் பெயரிட்டு வழங்கப்பெறும் கம்ப்யூட்டர் ஊதுபத்திக்கும் சாம்பிராணிக்கும் முற்பிறப்புத் தொடர்பு கூட ஏதும் இருப்பதாகத் தெரியவில்லை.

சிலமாதங்கள் முன்பு மகன் - மகள் குடும்பங்கள் எம்மைக் கோவையில் இருந்து அமைதிப் பள்ளத்தாக்கு (Silent Valley) கூட்டிச் சென்றனர். அது கேரளத்தின் பாலக்காடு மாவட்டத்தின் மலைப்பகுதி. எனவே வனம் மொட்டையாக்கப்படவில்லை, கல் குவாரிகளும் இல்லை. கேரளாவில் இருந்து ஆனைக்கட்டி, அட்டப்பாடி, தாவளம் வழியாக முக்காலி சென்று அங்கிருந்து அரசு வனத்துறை ஏற்பாடு செய்த ஜீப்பில் பயணம். சைலண்ட் வேலி அடைந்து, காட்சிக் கோபுரம் ஏறி இறங்கி, 'குந்திப் புழை' நதியும் கண்டு திரும்பும் வழியில் சாம்பிராணி மரக் கூட்டங்களைக் காட்டினார்கள்.

சாம்பிராணியை மலையாளம் குந்திரிக்கம் என்று வழங்கும். அங்கேயும், "எந்தோடோ குந்திரிக்கம்?" என்பதோர் இளக்கார, அலட்சியப் பிரயோகம். அயற்சொல் அகராதி குந்திரிக்கம் எனும் சொல் மலையாளம் என்றும் அதன் பொருள் சாம்பிராணி என்றும் பதிவிட்டுள்ளது.

குந்துருக்கம் எனும் சொல்லும் பதிவில் உண்டு. அச்சொல் பற்றிய பதிவு கீழ்வருமாறு.

குந்துருக்கம் - சமற்கிருதம், **Kundurka** மணப்புகைப் பொடி, சாம்பிராணி, சுராலை.

பேரகராதியும் குந்திரியம் எனும் சொல் பதிவிட்டு, பொருள் தருகிறது. குந்திருக்கம், குந்துருகம் என.

குந்துருகம் எனும் சொல்லுக்குப் பறங்கிச் சாம்பிராணி என்றும், வெள்ளைக் குங்கிலியம் என்றும் பொருள் தந்துள்ளது.

சரி! குங்கிலியம் என்றால் என்ன? அயற்சொல் அகராதி, குங்கிலியம் என்றால் குங்குலிகம், சாம்பிராணி என்று பொருள் தரும். குங்கிலியமும் சமற்கிருதச் சொற்பிறப்பு என்றும் Gugglu என்பது வேர்ச்சொல் என்றும் வழிப்படுத்துகிறது. பேரகராதியோ, குங்கிலியம், குங்கிலிகம் என்பன மலையாளம் என்கிறது.

குங்கிலியம் எனும் சொற்பொருளாக 1. ஒருவகை மரம் (பதார்த்த குண சிந்தாமணி), 2. சாலமரம், 3. வெள்ளைக் குங்கிலியம், 4. கருங் குங்கிலியம் என்பன தரப்பட்டுள்ளன.

சேக்கிழார் படைத்தளித்த, 'திருத்தொண்டர் புராணம்' எனும் 'பெரிய புராணம்', சைவ இலக்கியங்களின் பன்னிரு திருமுறைகளில் பன்னிரண்டாவது திருமுறை. சேக்கிழார் காலம் பதினோராம் நூற்றாண்டின் தொடக்கம் என்றும், பன்னிரண்டாம் நூற்றாண்டின் தொடக்கம் என்றும், பன்னிரண்டாம் நூற்றாண்டின் நடு என்றும் கூறுவதாக அரும்பத உரை எழுதிய தமிழ்த் தென்றல் திரு.வி.கல்யாண சுந்தர முதலியார் குறிப்பிடுகிறார். பேராசிரியர் அ.ச.ஞானசம்பந்தன், சேக்கிழார் பிறந்த ஊர் சென்னையை அடுத்த குன்றத்தூர் என்பார்.

சேக்கிழார் பாடிய அறுபத்து மூன்று நாயன்மாரில் ஒருவர் குங்கிலியக் கலய நாயனார். இவரைக் குங்கிலியக் கலயர் என்றும் சொல்வார்கள்.

சுந்தரமூர்த்தி நாயனார் ஏழாம் திருமுறை தேவாரம் பாடியபோது திருத்தொண்டத் தொகை பாடினார். சேக்கிழாரின் பெரிய புராணத்துக்கு திருத்தொண்டத் தொகையில் தரவுகள் சேமித்து வைத்தவர் சுந்தரர். எண்சீர் விருத்தத்தில், கொல்லிக் கௌவாணம் பண்ணில் அமைந்த பதினோரு பாடல்கள். பத்தாவது பாடல் மிகச் சிறப்பானது.

''பத்தராய்ப் பணிவார்கள் எல்லார்க்கும் அடியேன்
பரமனையே பாடுவார் அடியார்க்கும் அடியேன்
சித்தத்தைச் சிவன்பாலே வைத்தார்க்கும் அடியேன்
திருவாரூர்ப் பிறந்தார்கள் எல்லார்க்கும் அடியேன்

> "முப்போதுந் திருமேனி தீண்டுவார்க் கடியேன்
> முழுநீறு பூசிய முனிவர்க்கும் அடியேன்
> அப்பாலும் அடிச்சார்ந்த அடியார்க்கும் அடியேன்
> ஆரூரன் ஆரூரில் அம்மானுக் காளே"

என்பதந்தப் பாடல். எந்தத் திருத்தொண்டரையும் தாண்டிப்போக இயலாத செறிவான அடிகள் கொண்டவை பிற பாடல்கள் யாவுமே. இரண்டாவது பாடலில்,

> "கலை மலிந்த சீர்நம்பி கண்ணப்பற் கடியேன்
> கடவூரிற் கலையன்றன் அடியார்க்கும் அடியேன்"

என்பார். கலைகள் தேர்ந்த சீர்பெற்ற நம்பி கண்ணப்பனுக்கு அடியேன், கடவூரைச் சார்ந்த கலயன் அடியார்களுக்கும் அடியேன் என்பது பொருள். ஆனால் சுந்தரமூர்த்தி நாயனார் கலயன் என்கிறாரேயன்றி குங்கிலியக் கலயன் என்று கூறி குங்கிலியம் எனும் சொல்லை ஆளவில்லை.

அறுபத்து மூன்று சைவ நாயன்மாரைப் பாடும் திருத்தொண்டர் புராணம் 4250 விருத்தப் பாக்களால் யாக்கப்பெற்றது. தற்போதைய பதிப்புக்களில், அதற்குமேல் 88 இடைச் செருகல் பாடல்களும் உண்டு.

சேக்கிழார் குங்கிலியக் கலய நாயனாரை அறிமுகம் செய்யும் பாடல்வரிகள்:

> "காலனார் உயிர் செற்றார்க்குக்
> கமழ்ந்த குங்கிலியத் தூபம்
> சாலவே நிறைந்து விம்ம
> இடும்பணி தலை நின்றுள்ளார்"

என்பனவாகும்.

ஆகவே உறுதியாக எமக்குத் தெரியவரும் தகவல் குங்கிலியம் எனும் சொல் பன்னிரண்டாம் நூற்றாண்டில் சேக்கிழாரால் பயன்படுத்தப்பட்டுள்ளது என்பது. சாம்பிராணி, குந்துருக்கம், குங்கிலியம் போன்ற சொற்கள் சங்க இலக்கியத்தில் இல்லை. தூபம், தூவம் போன்ற சொற்களும் இல்லை.

தூபம் எனும் சொல்லின் பொருள் நறும்புகை. தூபம் தொடர்பான சில சொற்களை அகராதிகள் அறியத் தருகின்றன.

எடுத்துக்காட்டுக்குச் சில:

தூபக் கலசம்	-	சமற்கிருதம்.
		Dhupa தூவக் கலசம், நறும்புகைக் கலசம்
தூபக் கால்	-	தூவம் காட்டும் உபகரணம். தூவக்கால்
தூபக்கிண்ணி	-	தூபம் காட்டும் கிண்ணம்
தூபக் குடம்	-	நறும்புகைக் குடம்
தூபம் போடுதல்	-	தூண்டி விடுதல்
தூப மணி	-	தூவ மணி
தூப முட்டி	-	தூவக் கலசம், தூவக் கிண்ணி
தூபனம்	-	சமற்கிருதம். 1. நறும்புகை 2. பயின் 3. பிசின்

தூமம் என்ற சொல் சமற்கிருதப் பிறப்பு என்றும், பொருள் தூபம் அல்லது தூவம் என்றும் அறிகிறோம். தூமக்குடம் என்றால் தூவக்குடம் என்பதே. தூமக்கொடி எனின் புகை ஒழுக்கு. தூம கேது என்றால் புகைக்கேது, வால் வெள்ளி. தூமதாரை என்றால் புகைத்தாரை.

புறநானூற்றில் வேள்பாரியைப் பாடும் கபிலர்,

"மைம்மீன் புகையினும், தூமம் தோன்றினும்
தென்திசை மருங்கின் வெள்ளி ஓடினும்"

என்பார். கரிய கோளாகிய சனி புகைந்தாலும், தூமகேது எனப்படும், வால் வெள்ளி என்ற புகைக்கொடி தோன்றினும், தென்திசைப் பக்கமாக வெள்ளி மீனாகிய சுக்கிரன் சென்றாலும் - என்பது பொருள்.

தூமம் என்ற சொல்லின் பொருள் 1. புகை, 2. நறும்புகை மணம், 3. புகைக் கலசம்.

ஆண்டாளின் ஒன்பதாவது திருப்பாவை -

"தூமணி மாடத்துச் சுற்றும் விளக்கெரியத்
தூபம் கமழத் துயிலணைமேல் கண்வளரும்
மாமன் மகளே மணிக்கதவம் தாள் திறவாய்"

என்று பேசும்.

மாணிக்கவாசகர் திருப்பொற்சுண்ணம் பகுதியில்,

"முத்துநல் தாழம்பூ மாலை தூக்கி
முளைக்குடம் தூபம் நல் தீபம் வைம்மின்"

என்பார்.

சாம்பிராணிப் புகை போடுவதை, குந்திரிக்கம் புகைப்பதை, குங்கிலிய நறும்புகை காட்டுவதை, தூபம் காட்டுதல் என்றும் சொல்லியிருக்கின்றனர்.

சைலண்ட் வேலியில் இருந்து கீழிறங்கி, முக்காலி சேர்ந்தபோது, அங்கே மலைபடு பொருள்கள் விற்பனை செய்யும் கேரள அரசு வனத்துறையின் சிற்றங்காடி இருந்தது. மலைத்தேன், மிளகு, ஏலம், கிராம்பு, பட்டை, சந்தனக்கட்டை, குந்திரிக்கம் போன்றவை விற்பனைக்கும் இருந்தன.

நல்ல பாறைபோல் இறுகிக் கெட்டிப்பட்டிருந்த சாம்பிராணிப் பால் வாங்கித் திரும்பினோம்.

தாய்வீடு, டிசம்பர் 2022

7

அதிட்டம்

நகரப் பேருந்தில் ஏறியதும், பேருந்தில் ஜன்னலோர இருக்கை கிடைத்தால் நமக்கது அதிருஷ்டம். ரேஷன் கடைக்கு சாமான் வாங்கப் பையைத் தூக்கிப் போய், அங்கு நீங்கள் வாங்க விரும்பிய பச்சரிசி இருந்தால் உமக்கது அதிருஷ்டம். சீரியல் நேரத்தில் மின்சாரம் போகாதிருந்தால் அதிருஷ்டம், தாமதமாகப் புறப்பட்டுப் பேருந்து நிறுத்தம் சேர்ந்து, உடனே பேருந்து கிடைப்பது அதிருஷ்டம். பன்னப் பறட்டை சினிமாவுக்கு சீட்டுக் கிடைத்தால் அதிருஷ்டம். இப்படி எழுதிச் செல்லலாம் சில பக்கங்கள்.

அதிருஷ்டம் என்பது எத்தனை அற்ப காரியங்கள் பாருங்கள். AK47 வைத்து மாங்காய் பறிப்பது போன்றதா, எலி பாச்சை அடிப்பது போன்றதா அதிருஷ்டம்? அதிருஷ்டம் எனும் சொல்லின் மெய்ப்பொருள் இவ்வளவுதானா?

எனதொரு புத்தகம் ‘சிற்றிலக்கியங்கள்’ நீண்டநாள் தேடியும் கண்டடைய இயலாத வருத்தத்தைச் சொன்னார் தேர்ந்ததோர் வாசகர். என்னிடம் இருந்த படியொன்றைத் தேடி எடுத்து, பேக்கிங் செய்து, முகவரி எழுதி, வீட்டில் இருந்து அஞ்சலகத்துக்கு பகல் பதினொன்றரை மணிக்கு ஆயிரத்து அறுநூற்றி முப்பத்தெட்டு காலடிகள் நடந்து - நான்காண்டுகள் என்.சி.சி. பயிற்சி என்பதால் எனதொரு காலடி 0.71 மீட்டர் நீளம் -

பதிவுத்தபால் பார்சலில் அனுப்ப வரிசையில் போய் நின்றேன். உலகறிந்த தூதஞ்சலில் அனுப்பினால் எண்பது பணம், பதிவுப் புத்தகப் பார்சல் என்றால் ஐம்பத்தாறு ரூபாய். அதுவே காரணம்.

வரிசையில் மூன்றாவது ஆளாக நின்றேன். நின்று நிதானித்து, செர்வர் டவுன் இல்லை என்று ஆசுவாசப் பெருமூச்சு எறிந்து, கீழே பார்த்த போது அகலவாக்கில் நான்காக மடிக்கப்பட்ட அழுக்கான பத்து ரூபாய்த் தாள் ஒன்று கிடந்தது தெரிந்தது. இடக்கண் அறுவை சிகிட்சை தீட்சண்யமும், வலக்கண் மங்கலுமாக இருந்தன. சற்று ஐயத்துடன் கீழே குனிந்து எடுத்தபோது தெளிவானது - பத்து ரூபாய் பணத்தாள்தான் என்று.

குனிந்து எடுத்ததை, வரிசையில் முன் நின்ற இருவரும் திரும்பிப் பார்த்தனர். ''கீழ கெடந்தது சார்'' என்று எனக்கு முன்னால் நின்றவரிடம் நீட்டினேன். வாங்கிக் கொண்ட அவர் தனது சட்டை, பேன்ட் பைகளில் எல்லாம் தடவிப்பார்த்துத் தனதில்லை எனத் தலையசைத்தார். அவருக்கு முன் நின்றவரும் தனதில்லை என்றார். கவுண்டரில் இருந்த பெண்மணி புன்னகைத்தவாறு, ''எம்பணம் எப்படி வெளியே வந்து விழும்?'' என்றார்.

நான் அடிக்கடி பதிவுத் தபாலில் நூல்கள் அனுப்பப் போவதால், அனுப்புநர் முகவரி வாசித்து - புத்தகங்கள் வாசித்து அல்ல - எனையொரு எழுத்தாளன் என்று அவர் அனுமானித்திருக்கக் கூடும். என்னிடமே வந்து சேர்ந்தது அந்த பத்து ரூபாய்த் தாள். வாங்கிக் கொண்டேன். சாயாக்கடை வாசலில் இரந்து நிற்கும் எவருக்கும் தரலாம் அதை. அல்லது நடக்கும் பாதையில் இருக்கும் பஞ்சமுக ஆஞ்சநேயன் கோயில் உண்டியலில் போடலாம். 'ஆனது ஆச்சு', பத்துப்பணம் லாபம் எனக்கருதி பாக்கெட்டிலும் வைக்கலாம்.

இதையும் அதிருஷ்டம் எனச் சொல்வீராயின், எனது அதிருஷ்டத்தின் மதிப்புப் பத்துப் பணமா? வாழ்நாளில் ஏழுமுறை சபரிமலை ஏறி இருக்கிறேன். கார்த்திகை - மார்கழி மாதங்களில் நாற்பத்தோரு நாட்கள் விரதம் இருந்து அல்ல. நினைத்த நாளில் திருவண்பரிசாரம் திருவாழ் மார்பன் சந்நிதியில் மாலை போட்டுக் கொண்டு. ஒரு முறைகூட பெருவழிப் பாதையில் போனதில்லை. நாகர்கோயில் - திருவனந்தபுரம் - கொட்டாரக்கரை - எரிமேலி. பம்பையில் நீராடிவிட்டு மலையேற வேண்டியதுதான்.

அலுவல் நிமித்தம் பயணம் போனபோது, எந்த விரதமும் மேற்கொள்ளாமல் தரிசித்த ஐயப்பன் கோயில்கள் செங்கோட்டை அருகேயுள்ள அச்சங்கோயில், ஆரியங்காவு. குழத்துப்புழை போனதுண்டு. சபரிமலை ஏறி இறங்கியதும், ஊர் திரும்பும் வழியில், ஏழு முறையும் பந்தளம்.

'பாத பலம் தா! தேக பலம் தா!' என்பது அன்றைய சரண கோஷம். துளசிமணிமாலை அணியாமலும், நோன்பு பூணாமலும், இருமுடி தரிக்காமலும், பதினெட்டாம் படி ஏறாமலும் சந்நிதானத்தில் கை கூப்பி நில்லாமலும் இன்றைய என் சரண கோஷம், ''ஆன்ம பலம் தா! மூல பலம் தா!' என்பது. மூலம் என்ற சொல்லுக்கு PILES எனப் பொருள் கொண்டு உள் மூலம், வெளி மூலம், மூலப்பவுந்தரம் என்றெல்லாம் பொருள் கொண்டால், நாமார்க்கும் பொறுப்பல்லோம், நமனை அஞ்சோம்!

சரி! பேச வந்த விடயம் - ஏழாவது முறை பம்பையில் நீராடி, கன்னி மூலை கணபதியைத் தொழுது, மலை ஏறத் தொடங்கி, கடின ஏற்றமான நீலிமலை ஏறினோம்.

அரையில் முழங்கால் வரை இறங்கிய நீலச் சாய வேட்டி. தோளில் நீலச் சாயத் துண்டு. கழுத்தில் துளசிமணி மாலை, தலையில் இருமுடிக் கட்டு, தோளில் தொங்கிய நீல நிற துணிப்பை. நீலிமலை ஏற்றத்தில் கல்லால் ஆன படிகளின் அடுக்கில், எனது காலடியில் தங்கச் சங்கிலியொன்று கண்பட்டது.

சபரிமலை சாஸ்தா நமக்கு அருளிய அதிருஷ்டம் எனக் கருதி, ஒரு கையால் தலைமேல் இருந்த இருமுடிக் கட்டினைப் பற்றியவாறே, குனிந்து அந்தப் பொற்சரத்தை எடுக்கப் போனேன்.

''என்ன செய்யப் போற?'' என்றான் பெங்களூர் தம்பி. எங்கள் குழுவில் எப்போதும் பயணத்திட்டம் ஒழுங்கமைத்து எங்களை வழிநடத்தும் வக்கீல் தம்பி, நாகர்கோயில் அத்தான், தாழக்குடி அத்தான் எல்லோரும் மலையேறுவதை நிறுத்தி நின்றனர்.

நான் சொன்னேன் - ''இல்ல... கீழ ஒரு செயின் அந்து விழுந்து கெடக்கு!''

''கெடந்தா?''

''எடுத்து கோயில் உண்டியல்லே போட்டிரலாம்ணுதான்...'' என்று சமாளித்தேன்.

''அதுக்குள்ளே மனசு மாறீட்டுண்ணா?''

''ஐயப்பன் கோயிலுக்கு வந்த அதிருஷ்டம்ணு நெனச்சுக்கிடுவேன்''

''ஐயப்பன் தரக்கூடிய அதிருஷ்டம் இந்த முக்காப்பவுன் செயின் தானா?'' என்றான் தம்பி விடாமல்.

தயங்கி நின்ற என்னிடம், ''பேசாம நட!'' என்றான். அவன் சொற்களின் உண்மை உறைத்தது.

அதிர்ஷ்ட்டம் என்ற சொல் சமற்கிருதம். மூன்று ஒற்று சேர்ந்து வரும் சொல். அதிருஷ்டம் என்றாலும் அதிர்ஷ்ட்டமே! வடசொல்லைத் தற்பவம் என்ற தமிழிலக்கணப்படி தமிழ்ப்படுத்தினால் அதிட்டம் என்று எழுத வேண்டும். ஆயிரக்கணக்கான வட சொற்களைத் தமிழ்ப் படுத்திய கம்பன், நானறிய அதிட்டம் என்ற சொல்லை ஆண்டானில்லை.

அதிருஷ்ட கர்மா என்றொரு சொல்லுண்டு வடமொழியில். நன்மை தீமைகளைத் துய்க்கத்தரும் கருமம் என்று பொருள்.

ஹத் **(Hadd)** எனும் உருதுச் சொல்லின் பிறப்பே அதிர் என்ற மலையாளச் சொல் என்றும், பொருள் எல்லை மற்றும் மதிப்பு என்றும் வரையறுக்கிறது அயற்சொல் அகராதி.

''யாதினும் ஒரு அதிரு வேண்டே?'' என்பது மலையாளத்தில் நாம் செவிப்படும் உரையாடல். யாவற்றுக்கும் ஒரு எல்லை வேண்டாமா என்று பொருள். மேலும் ஹத் என்றால் அதிர். இன்னொரு பொருள் மதிப்பு.

அதிர்ஷ்டக்காரன் என்பது நாம் அடிக்கடி கேட்கும் பிரயோகம். நாட்டு வழக்கில், ''அவுனுக்கு மத்ததிலே மறு கெடக்கு!'' என்றும், ''அவுனுக்கு சக்கரையிலே மச்சம் உண்டு'' என்றும் மொழிவார். பேருந்து நிலையத்தில் சில்லறைக் குற்றங்கள் பயின்று திரிந்தவன் நாடாளுமன்றத்துக்கும் பயணிப்பதைப் பார்த்து மக்கள் அங்கீகரிக்கும் வார்த்தை, அதிருஷ்டம்.

வார்த்தை எனும் சொல்லில் மயங்க வேண்டாம். வார்த்தா எனும் வடசொல்லின் தமிழாக்கமே வார்த்தை. சொல் என்பது சுத்தத் தமிழ். வார்த்தைப்பாடு எனும் சொல் விவிலியம் பயன்படுத்தும் சொல். 'சொல் ஒக்கும் கடிய வேகச் சுடுசரம்' என்பான் கம்பன். 'சொல்லினால் சுடுவேன்' என்பாள் கம்பனின் சீதை.

கம்ப இராமாயணத்தில், யுத்த காண்டத்தில், நாகபாசப் படலத்தில், வார்த்தை எனும் சொல் கண்டேன். கம்ப இராமாயணம் - நியூ செஞ்சுரி புக் ஹவுஸ் - NCBH - பதிப்பில் 8277-வது பாடல்.

அதிர்ஷ்டக்காரன் எனும் சொல்லுக்கு சுத்த தமிழ்ச் சொல் ஆகூழன். ஆனால் ஊழ் எனில் விதி. நல்லூழ் - தீயூழ், ஆகூழ் - போகூழ் என்மனார் புலவர். அதிருஷ்டசாலி எனும் சொல்லுக்கு ஆகூழன், நல் வாய்ப்பன், நற்பேற்றன் எனும் பொருள் தருகிறார் பேராசிரியர் அருளி.

அதிர்ஷ்டம் எனும் சொல்லுக்கு அகராதிகள் தரும் பொருள்கள் - 1. காண இயலாதது 2. நல் வாய்ப்பு 3. நல்லூழ் 4. ஆகூழ் என்பன. அதிருஷ்ட போக்கியம் என்றால் மறுமை, வினை, துய்த்தல் என்பன பொருளாம். அதிருஷ்ட யத்தினம் என்றால் பயன் - முயற்சி, பயன் தரு முயற்சி. யத்தினம் எனும் சொல்லையே நாமின்று யத்தனம் என்கிறோம். பிரயத்தனம் எனும் சொல்லும் அறிவோம். அதிருஷ்டானுகூலம் என்றால் ஆகூழ், நற்காலப் பயன், அதிருஷ்டத்தால் கிடைக்கும் அனுகூலம் என்பன பொருள்.

சென்னைப் பல்கலைக் கழகப் பேரகராதி, மேலும் சில தெளிவுகளைத் தருகிறது. அதிட்டம் எனும் சொல் வடமொழி மூலம் கொண்டது என்கிறது. தரும் பொருள்கள் -

1. பார்க்கப்படாதது. That which is unseen.
2. பாக்கிய வாய்ப்பு Luck, Fortune
3. இன்ப துன்பங்களுக்குக் காரணமானது.

Merit or sin accruing from a virtuous or vicious action as the ultimate cause of pleasure or pan.

மேலும் பேரகராதி கூறுவது: அதிருஷ்டம் என்றால் -

1. காணப்படாதது. That which is not seen.
2. ஊழ். Destiny, Luck.
3. நல்லூழ். Good Luck.

திருஷ்டி எனும் சொல்லுக்குக் காண்பது, பார்ப்பது, காட்சி, பார்வை என்பன பொருள். பார்வையில் விடமுள்ள பாம்புக்கு கம்பன் பயன்படுத்தும் சொற்றொடர் 'திட்டி விட அரவு' என்பது. திருஷ்டிதான் திட்டி என்றாகும் தமிழில். அதிர்ஷ்டம் என்றாலும் அதிருஷ்டம் என்றாலும் பார்க்கப் படாதது, காணப்படாதது எனப் பொருள் கொள்வதைக் காணும்போது திருஷ்டியின் எதிர்மறை என்பது நினைவுக்கு வருகிறது. திட்டி - அதிட்டம் என்று.

அதிருஷ்டக் கட்டை எனும் சொல்லும் கண்டேன். நாம் அன்றாடம் பயன்படுத்தும் சொல்தான். பொருள் - 1. துரதிட்டம். Luck of good fortune 2. அதிட்டவீனன். One who suffers ill fortune.

ஆகவே அதிருஷ்டசாலி என்றால் பாக்கியசாலி, Fortunate person என்பதுதானே! அதிருஷ்டம், துரதிருஷ்டம் எனும் சொற்களுக்கு மாற்றாக, நல்லூழ், தீயூழ் என்றும் ஆகூழ், போகூழ் என்றும் குறிப்போம் எனின் ஊழ் எனும் சொல்லின் பொருள் என்ன? பேரகராதி ஊழ் எனும் சொல்லுக்குப் பதினொன்று பொருள் தரும்.

1. பழமை. That which is pristine, of long date

ஐம்பெருங் காப்பியங்களில் ஒன்றான, திருத்தக்கத் தேவர் இயற்றிய, சீவக சிந்தாமணியில் ஆறாவது இலம்பகமான கேமசரியார் இலம்பகத்துப் பாடல் -

"தாழ்தரு பைம்பொன் மாலைத் தடமலர்த் தாம மாலை
வீழ்தரு மணிசெய் மாலை இவற்றிடை மின்னி நின்று
சூழ்வளைத் தோளி செம்பொற்றூணையே சார்ந்து நோக்கும்
ஊழ்படு காதலானை ஒரு பிடி நுசுப்பினாளே!"

என்று பேசும்.

கைப்பிடியில் அடங்கும் இடையினைக் கொண்ட, ஆபரணங்கள் அணிந்த தோள்களை உடைய கேமசரி, பொருந்திய பைம்பொன் மாலையும் வரிசையாக மலர்கள் தொடுக்கப் பெற்ற பூமாலையும் அரிய மணிகளால் கோர்த்த மாலையும் சூடி, மின்னலைப் போல் செம்பொன் தூண் சார்ந்து நின்று, தொன்று தொட்டு வருகின்ற தன்காதலனை நோக்கும் - இது பாடலின் பொருள்.

ஈண்டு ஊழ் எனும் சொல்லின் பொருள் பழமை.

2. பழவினை. Karma

ஊழ் எனும் சொல் முன்வினை, பழவினை எனும் பொருளில் நான்கு திருக்குறளில் ஆளப்பெற்றுள்ளது.

ஊழ் அதிகாரத்தில் -

"ஊழிற் பெருவலி யாவுள மற்றொன்று
சூழினும் தான் முந்துறும்"

என்கிறார்.

ஆள்வினை உடைமை அதிகாரத்தில் -

"ஊழையும் உப்பக்கம் காண்பர் உலைவின்றித்
தாழாது உஞற்று பவர்"

என்கிறார்.

3. பழவினைப் பயன். Fruit of karma, fruit of deeds commited in a former birth or births.

4. முறைமை. Rule

சோழன் நலங்கிள்ளியை, உறையூர் முதுகண்ணன் சாத்தனார் பாடிய புறநானூற்றுப் பாடல் வரி, "பண்புடை ஊழிற்றாக, நின் செய்கை" என்கிறது. ஈண்டு ஊழ் எனில் முறைமை.

5. குணம். Disposition, Temper. (திவாகர நிகண்டு)

6. தடவை. Time, Turn, Occasion

7. முதிர்வு, Maturity

8. முடிவு, End, Completion

9. பகை. Hatred, Enimity, Malice (பிங்கல நிகண்டு)

10. மலர்ச்சி. Blossoming

11. சூரியன், Sun

மேற்சொன்னவை ஊழுக்கான பதினோரு பொருள்கள். ஆக ஊழ் எனில் விதி எனும் ஒன்று மாத்திரமே அல்ல. ஊழ் சார்ந்து வேறு சில சொற்களும் உண்டு.

ஊழ்த்துணை	-	மனைவி. Wife. As ones distined help male
ஊழ்பாடு	-	முடிவு படுகை. Coming to an end
ஊழ்முறை	-	வினைப்பயன் முறை Order of experience resulting from the karma in previous birth
ஊழ்மை	-	முறைமை. Established rule. Regulation.
ஊழ்விதி	-	பழவினைப் பயன். Inevitable result of deeds done in former births.
ஊழ்வினை	-	பழவினை
ஊழ்வினைப் பயன்	-	கரும‌ பயன்.

எல்லாம் சரிதான், ஆனால் அதிருஷ்டம் எனும் சொல்லுக்கு ஊழ் என்பது பொருத்தமான மாற்றுத் தமிழ்ச்சொல்தானா என்று எவரிடம் கேட்டு யாம் உறுதி செய்து கொள்வது?

எனில் அதிர்ஷ்ட்டம், அதிர்ஷ்டம், அதிருஷ்டம், அதிட்டம் எனும் சொற்களின் துல்லியமான பொருள் உணர்த்தும் தமிழ்ச்சொல் யாது? பேறு எனலாமா! நற்பேறு, தீப்பேறு என்பன அதிருஷ்டம், துரதிருஷ்டம் என்பனவற்றுக்குப் பொருத்தமான மாற்றுச் சொற்களா? எனில் நற்பேறு, தீப்பேறு எனும் இரண்டு சொற்களுமே பேரகராதிப் பதிவில் இல்லை.

குதர்க்கமாக, குசும்பாக, விண்னாணமாக, வித்தாரமாக அல்லது விபரீதமாக எனக்குத் தோன்றுவது ஒன்று. பேறு என்றாலே அது பெரிய

காரியம் அல்லவா? பெறற்கரியதுதானே? தீய, கெட்ட, அவம் ஆன சமாச்சாரம் எவ்விதம் பேறு ஆக இயலும்? பேறு என்றாலே அது அரியது, சிறந்தது, அருளப்படுவது எனும்போது அதில் நற்பேறு என்ன, தீப்பேறு என்ன? பேரகராதி தொகுத்த தமிழறிஞர் பெருமக்கள் இதனை ஆலோசிக்காமலா இருந்திருப்பார்கள்? அவர்கள் என்ன அரசுகள் வழங்கும் விருதுகள் கைப்பற்றியவரா?

வினை என்பது வேறு விடயம். நல்வினையும் தீவினையும் உண்டாங்கே! பேறு அது போலவா?

பேறு எனும் சொல்லுக்குப் பேரகராதி தரும் பொருள் பதினைந்து.

1. பெறுகை, Receiving, Obtaining
 திருக்குறள் மூன்று இடங்களில் பேறு எனும் சொல் பயன்படுத்துகிறது.

 அ. ''மங்கலம் என்ப மனைமாட்சி மற்று அதன்
 நன்கலம் நன்மக்கட் பேறு''
 - வாழ்க்கைத் துணைநலம் அதிகாரம்.

 ஆ. ''பெறும் அவற்றுள்யாம் அறிவதில்லை அறிவறிந்த
 மக்கட் பேறு அல்லபிற''
 - புதல்வரைப் பெறுதல் அதிகாரம்.

 இ. ''விழுப்பேற்றின் அஃதொப்பது இல்லையார் மாட்டும்
 அழுக்காற்றின் அன்மை பெறின்''
 - அழுக்காறாமை அதிகாரம்.

 மூன்றாவது குறளுக்குப் பொருள் உரைத்தல் நலம். யாரிடமும் பொறாமை கொள்ளாதிருப்பது உயர் பண்பு. அப்பண்புக்குச் சமமான சீரிய பேறு வேறேதும் இல்லை - இது உரை.

2. அடையத்தக்கது. Anything worth obtaining.
 நாம் மேற்சொன்ன மூன்றாவது திருக்குறள் இப்பொருளுக்கு மேற்கோள்.

3. இலாபம். Profit. Gain. (பிங்கல நிகண்டு)

4. வரம். Boon. Blessing.

5. நன்கொடை. Gift, Prize, Reward

6. பயன். Advantage, Benefit, Result

கம்ப இராமாயணத்தில், யுத்த காண்டத்தில், இரணிய வதைப் படலத்தில், பிரகலாதன் நரசிங்கப் பெருமாளின் அருள் வேண்டி நிற்கும் பாடல் ஒன்றுண்டு.

''முன்பு பெறப் பெற்ற பேறோ முடிவு இல்லை;
பின்பு பெறும் பேறும் உண்டோ? பெறுகுவனேல்,
என்பு பெறாத இழி பிறவி எய்தினும், நின்
அன்பு பெறும் பேறு அடியேற்கு அருள் என்றான்''

என்பது முழுப்பாடல். பொருள் எழுதினால் - ''எம்பெருமானே! உன் அடியவனாகிய யான் முன்பு பெற்ற பேறுகளுக்கு எல்லையே இல்லை. இனிமேலும் நான் பெறவேண்டிய பேறு ஏதும் மீதம் உண்டா? அப்படி வேறேதும் வேண்டிப் பெறுவதனால், எலும்பு இல்லாத இழிந்த புழுவாக நான் பிறக்க நேர்ந்தாலும், உனது அன்பினைப் பெற்று வாழும் பெரும் பேற்றினை, உனது தொண்டனாகிய எனக்கு அருள்வாயாக என்றான்.

ஒரே பாடலில் மூன்று பேறுகள் பேசுகிறார் கம்பர்.

7. தகுதி. Worth, Merit, Desert.

8. மகப் பெறுகை, மகப்பேறு, Child Birth.
பேறுகாலம், பிள்ளைப் பேறு என்போம்.

9. முகத்தல் அளவையில் ஒன்றைக் குறிக்கும் சொல்.
Term meaning one in measuring out grains. வயலறுத்து, சூடடித்து, மரக்காலால் பொலியளக்கும்போது, நாஞ்சில் நாட்டில் ஒன்று என்று தொடங்குவதற்குப் பதிலாக 'லாபம்' என்று ஆரம்பிப்பார்கள். சில பகுதிகளில் 'பேறு' எனத் தொடங்குவார் போலும்!

10. பதினாறு பேறுகள் 'பதினாறும் பெற்றுப் பெருவாழ்வு வாழ்க' என்பது வாழ்த்து. அந்தப் பதினாறு செல்வங்கள் எவை?

எண்ணிக் கொள்ளலாம் - புகழ், கல்வி, வலி, வெற்றி, நன்மக்கள், பொன், நெல், நல்லூழ், நுகர்ச்சி, அறிவு, அழகு, பெருமை, இளமை, துணிவு, நோயின்மை, வாழ்நாள்.

வலி என்றால் Pain அல்ல, வலிமை - Strength. Acquisition. Of which there are sixteen.

கும்பமுனி பொருமுவது எனக்குக் கேட்கிறது - ''எதுக்கு இந்தப் பதினாறு பேறு? எம்.எல்.ஏ. இல்லாட்டா எம்.பி. ஆனாப் போராதா?''

11. செல்வம். Wealth. (யாழ்ப்பாண அகராதி)
12. தருமம், அருத்தம், காமம், ஆத்மானுபவம், இறையனுபவம் என ஆன்மாவினால் அடையப் பெறும் ஐவகைப் பேறு.

அருத்தம் எனும் சொல்லுக்கு சொற்பொருள், கருத்து, செல்வப் பொருள், பொன், பயன், பாதி என ஆறு பொருள் தருகிறது பேரகராதி.

13. நல்லூழ். Good Fortune (யாழ்ப்பாண அகராதி)
14. நிலத்தின் அனுபோக வகை. A kind of land tenure.
குத்தகை, பாட்டம், வாரம், போக்கியம் போன்று பேறு.
15. இரை. Prey. Food.

ஆனால் நாம் ஊழ் எனில் விதி எனப் பொருள் கொண்டு பழகி விட்டோம். எனவே அதிருஷ்டம் எனும் வட சொல்லுக்கு, ஊழ் என்ற தமிழ்ச்சொல்லை விட, பேறு எனும் சொல்லே பொருத்தமாக இருக்கும் என்று தோன்றுகிறது. நானோர் மொழி அறிஞனோ, சொற்பிறப்பியல் ஆய்வாளனோ, பேராசிரியனோ, தமிழ்ச் செம்மலோ, உலகத் தமிழ் மாநாடுகளில் கட்டுரை வாசிப்பவனோ இல்லை என்பதை நினைவில் இருத்திக் கொண்டே நானிதைப் பேசுகிறேன்.

அல்லது தொல்காப்பியரின் வழிகாட்டுதலின்படி அதிருஷ்டம் என்பதை அதிட்டம் என்றே புழங்கிப் போகலாம். முகூர்த்தம் எனும் வடசொல்லை கம்ப இராமாயணத்தின் யுத்த காண்டத்தில், நாக பாசப் படலத்தில், கம்பன் 'முழுத்தம்' என்று பயன்படுத்தும்போது, அதிருஷ்டத்தை

அதிட்டம் எனப் பகன்றால் ஏழு கீழுலகும் ஏழு மேலுலகும் தலைகீழாய்ப் பெயர்ந்து விடுமா என்பதே என் வினா! முழுத்தம் எனும் சொல்லே வடமொழி உருவாக்கப்பட்ட போது முகூர்த்தம் ஆயிற்று என்பாரும் உளர்.

பத்துப்பாட்டு, எட்டுத்தொகை நூல்களில் பேறு எனும் சொல் புறநானூற்றில் மட்டுமே ஆளப்பெற்றுள்ளது. மோசிகீரனார் கொண் கானங்கிழானைப் பாடிய பாடாண் திணை. பரிசில்துறைப் பாடலில், ''பெற்றது ஊதியம்; பேறு யாது? என்னேன்' என்கிறார்.

''உற்றனென் ஆதலின் உள்ளி வந்தனனே!
ஈஎன இரத்தலோ அரிதே; நீ அது
நல்கினும், நல்காய் ஆயினும்''

என்று தொடர்ந்து பேசுகிறார். பெற்ற பொருள் சிறிது எனினும் இகழ மாட்டேன். பெற்றதைப் பேறாகக் கருதுவேன் என்கிறார்.

நாலடியாரில் பேறு என்ற சொல் காணக் கிடைக்கவில்லை. மாணிக்க வாசகர், திருவாசகத்தின் 656 பாடல்களில், ஒரேயொரு பாடலில் பேறு எனும் சொல்லைப் பயன்படுத்துகிறார்.

''செய்வது அறியாச் சிறு நாயேன் செம்பொன் பாத மலர் காணாப்
பொய்யர் பெறும் பேறு அத்தனையும் பெறுதற்கு உரியேன் பொய்யிலா
மெய்யர் வெறியார் மலர்ப்பாதம் மேவக் கண்டும் கேட்டிருந்தும்
பொய்யனேன் நான் உண்டு உடுத்து இங்கு இருப்பதானேன் போரேறே''

என்று பாடுகிறார்.

மகாவித்வான் ச. தண்டபாணி தேசிகர் உரை சொல்கிறார் - ''போர் புரியும் சிங்க ஏறு போன்றவனே! செய்யத் தக்கது ஒன்றும் அறியாத சிறுமைத் தன்மை உடைய நாய் போல்பவனாகிய யான் திருவடித் தாமரையைக் காணப் பெறாத பொய்மையாளர்கள் பெறுகின்ற அப்பேறுகள் அத்தனையும் பெறுதற்குரியவன்; பொய்மை கலவாத மெய்யடியார்கள் உன்னுடைய மணம் பொருந்திய திருவடித் தாமரைகளை அடைய நான்

நேரில் கண்டிருந்தும், பிறர் சொல்லக் கேட்டிருந்தும், பொய்யேனாகிய யான் உண்டும் உடுத்தும் இவ்வுலகில் வாழ்ந்திருக்கலானேன்; என் அறியாமை என்னே?" - என்று.

மேலும் குறிப்பாகச் சொல்கிறார் - "பொய்யர் பெறுவன துன்பமாகிய ஊறே அன்றி, இன்பமாகிய பேறு ஆகா எனினும் அதனைப் பேறு என்றது நகைச்சுவை தோன்றக் கூறிய குறிப்பு மொழி" - என்று.

நாம் முன்பு சொன்ன நற்பேறு, தீப்பேறு குறித்த கருத்தானது உரையாசிரியர் குறிப்பிடுவதுதான். எனவே மனங்கொள்ள வேண்டியது - அதிட்டமோ, ஆகூழோ, நல்லூழோ, நற்பேறோ எதுவானாலும் அது பெறற்கரிய பேறு.

என்னிடம், "A classified collection of Tamil Proverbs" என்ற நூலின் ஒளி நகல் உண்டு. Rev. Herman Jensen, Danish Missionery, Madras தொகுத்தது. 1897-ல் இலண்டனில் அச்சிடப்பெற்றது. தமிழ்ப் பழமொழிகளும் அவற்றுக்கான ஆங்கில மொழிபெயர்ப்பும். அதில் Fortune குறித்து முப்பது சொலவங்கள் உண்டு. சில இங்கு காணத்தருவேன்.

1. அதிஷ்டமும் ஐசுவரியமும் ஒருவர் பங்கல்ல.
2. அதிஷ்டம் ஆறாய் பெருகுகிறது.
3. அதிஷ்டம் இல்லாதவனுக்குக் கலப்பால் வந்தாலும் அதையும் பூனை குடிக்கும்.
4. அதிஷ்டம் இருந்தால் அரசு பண்ணலாம்.
5. அதிஷ்டவான் மண்ணைத் தொட்டாலும் பொன்னாகும்.
    (இங்கு மண் என்பதை ஆற்றுமணல் என அர்த்தப்படுத்தலாகாது)
6. அவுசாரி ஆடினாலும் அதிஷ்டம் வேண்டும். திருடப் போனாலும் திசை வேண்டும்.
7. அழகு இருந்து அழும், அதிஷ்டம் இருந்து உண்ணும்.
8. அழகு சோறு போடுமா, அதிஷ்டம் சோறு போடுமா?
9. வந்ததும் அப்படியே, சிவன் தந்ததும் அப்படியே!
10. எனக்கு முன் என் அதிஷ்டம் போய் நிற்கிறது.

இப்படியே நீண்டு போகும் பட்டியல்.

எதை நொந்து கொள்வது ஏமான்மாரே! ஊழ்வினையோ சூழ்வினையோ. குப்பைமேடு உயர்ந்து குணக்குன்று ஆகும். கோபுரம் சரிந்து குப்பைமேடும் ஆகும்.

ஊரில் சொல்வார்கள், ‘விடியா மூஞ்சி விறகுக்குப் போனால், விறகு கெடச்சது, கட்டக் கொடி கிடைக்கலே!’ என்று. மேலும் சொல்வார்கள், ‘ஆசை இருக்கு தாசில் பண்ண, அதிருஷ்டம் இருக்கு மாடு மேய்க்க’ என்று.

ஈண்டு நாம் அரசியல் முதலாளிகள் பற்றிப் பேசப் புகுந்தோம் இல்லை. உயிரச்சமே காரணம். என்றாலும் ஒரு தெளிவு உண்டு.

‘‘ஊழிற் பெருவலி யாவுள மற்றொன்று
சூழினும் தான் முந்துறும்’’

என்று ஆயாசப்படுத்துவான் திருவள்ளுவன். அவனே,

‘‘ஊழையும் உப்பக்கம் காண்பர் உலைவின்றித்
தாழாது உஞற்று பவர்’’

என்று ஊக்கமும் தருகிறான்.

ஆம்! நம் கடன் தாழாமல் போராடி நிற்பதே!

சொல்வனம், ஏப்ரல் 2023

8

பரம் இலாதது எவ்விடம்?

இளம் வயதில் இறை குறித்து முதலில் அறிமுகமான சொல் கடவுளோ, தெய்வமோ, இறைவனோ அல்ல. சாமி என்பதே. உடனே சிலர் சாமி எனும் சொல் ஸ்வாமி எனும் வடசொல்லின் தமிழாக்கம் என்பர். ஆட்டுக் குட்டி என்பதை 'ஆஷ்டு குஷ்டி' எனும் சொல்பிறப்பு என்பாரும் உளர். மூடர் என்பாரில் தென்புலத்தார், வடபுலத்தார் எனப் பகுப்பு உண்டா என்ன?

- சாமி கும்பிடலாம் வா!
- மான் வாகனத்திலே அம்மன் சாமி வருகு!
- சாமி கொண்டாடி வாறாரு, குறுக்க போகாதே!
- சாமி பிரசாதம், தரையிலே போடப்பிடாது!
- அவுருக்கு சாமி வந்து ஆடுகாரு!
- சாமி கொண்டாடிக்கு ஆராசனை வந்து ஆடிப் பூ எடுக்காரு!
- அந்தக் கிடாவை வெரட்டாதே, சாமிக்கு நேந்து விட்டிருக்கு!
- சாமிக்கு முன்னால வச்ச பெறகு சுசியன் தாறன், பொறு!
- சாமி குத்தம் வந்திரும்மா, வேண்டாம்!
- சாமி இல்லடா அவன், ஆசாமி!

என்பன அன்றாடம் யாம் கேட்கும் உரையாடல்களில் சில.

சாமி எனும் சொல்லுக்குப் பேரகராதி தரும் பொருள்கள்:

1. கடவுள். Lord, The supreme being.
2. முருகன் (பிங்கல நிகண்டு)
3. அருகன் (பிங்கல நிகண்டு)
4. தலைவன். Chief, Chieftain, Master
5. குரு (பிங்கல நிகண்டு). Spiritual Preceptor.
6. மூத்தோன் (திவாகர நிகண்டு). Elder, Senior, Elder Brother
7. மரியாதை, அன்பு முதலியன குறித்து அழைக்கும் சொல்.

சாமி என்றால் Lady, Mistress, தலைவி என்ற பொருளும் தருகிறது பிங்கல நிகண்டு. பொன், Gold என்ற பொருளும் தருகிறது. செல்வம், Wealth என்கிறது சூடாமணி நிகண்டு.

ஒரு காலத்தில் அந்தணர்களை, பூசாரிகளை, பண்ணையார்களை, செல்வந்தரை சாமி என்று அழைத்தனர். அந்த வரிசையில் இன்று தலைவர்களை, நடிக நடிகையரைச் சேர்த்துக் கொள்ளலாம்.

கடவுளைக் குறித்த எம் முதற் சொல் சாமி. 'பீடம் தெரியாமல் சாமி ஆடாதே!' என்பர். சாமிக்குப் பிறகே கடவுள். எம் பள்ளிப்பருவத்தில் இறைவணக்கம் என்ற சொல் அறிமுகம் இல்லை. கடவுள் வாழ்த்துத்தான். கடவுள் வாழ்த்து என்பதுவும் கடவுள் வணக்கமே! இன்று மேடைகளில் புளித்துச் சளித்துப்போன சொற்றொடர் பயன்படுத்துவார்கள் - வாழ்த்த வயதில்லை, எனவே வணங்குகிறேன் என்று. கடவுள் வாழ்த்து என்றால் மும்மூர்த்திகளில் ஒருவரை உயர்த்திச் சொல்லும் துறை என்கிறது புறப்பொருள் வெண்பா. ஒரு நூலின் முற்பகுதியில் முதலில் கடவுள் வணக்கம் அல்லது கடவுள் வாழ்த்து அமைத்தனர்.

கடவுள் என்றால் இறைவன் என்கிறது பிங்கல நிகண்டு. வானவன், முனிவன், குரு, நன்மை, தெய்வத்தன்மை என்பன பிற பொருள்கள். சங்க இலக்கியங்களான பத்துப்பாட்டு, எட்டுத்தொகை நூல்களில் பதினைந்து நூல்களில் கடவுள் இருக்கிறார். ஐயாயிரம் ஆண்டுகள் காலக் கடிகையில்

பின்னோக்கிப் போய் இன்று கடவுளை எப்படித் துரத்துவது? சங்கப் பாடல்கள் வாழும் இனியும் பல்லாயிரம் ஆண்டுகள். கடவுளைத் துரத்தப் புறப்பட்டவர் கரையான் அரித்துப் போயினர். அல்லது கடற்கரையில் காட்சிப் பொருளாக ஆயினர்.

தேவலோகத்து ஆடல் மகளுக்கு கடவுட்கணிகை என்றொரு சொல்லை மணிமேகலை பயன்படுத்துகிறது. இந்தக் கட்டுரைக்காக சொல் தேடி அலைந்த எனக்கு கடவுட்டீ என்றொரு சொல் கண்பட்டது. அது கடவுள்+தீ= கடவுட்டீ. ஊழித்தீ என்பது பொருள். தேவதாரு எனும் மரத்தை - Red Cedar - கடவுள் தாரம் எனக்குறித்துள்ளனர்.

சாமியைப் போலவே கடவுளையும் தினம் தினம் கூவி அழைத்தனர், இனாம் வாங்க ரேஷன் கடை வாசலில் வரிசையில் நின்ற சாமானியர்.

- கடவுளுக்கு கண் அவிஞ்சு போச்சா?
- கடவுளே உனக்குக் கண் இல்லையா?
- கடவுள் பாத்துக்கிட்டுத்தானே இருக்கான் இந்தக் கொடுமையை!

கொடுமை எனும் சொல்லின் பிரதியாக நீங்கள் கொலை, கொள்ளை, லஞ்சம், ஊழல், வாரிக்கோரிச் சுருட்டுதல், அபகரித்தல், கலப்படம், அஃகம்சுருக்கல், சுரண்டுதல் என எச்சொல்லும் பெய்து கொள்ளலாம்.

நாட்டில் நடக்கிற அழிமதிகளைக் கண்ணுறுகிறபோது, செவிப்படுகிற போது, உணர்கிறபோது, நமக்கே தோன்றும் இவை எல்லாம். அனுமதித்துக் கொண்டு, பொறுத்துக் கொண்டு கண்மூடி மௌனியாகி இருப்பதன் பெயர் கடவுளா என்று. இவற்றைத் தட்டிக் கேட்க மாட்டான், தண்டிக்க மாட்டான் என்றால் - அவன் அல்லது அது கடவுளா? யுகே யுகே என்பதுவும் உயிர்த்தெழுவான் என்பதுவும் என்று, எவர்க்காக, எதன் பொருட்டு?

இது நாத்திகவாதம் இல்லையா என்பாரும் உண்டு. இது கடவுள் நம்பிக்கை கொண்டவரின் ஆற்றாமையும், அங்கலாய்ப்பும், கையறு நிலையும், கையாலாகத்தனமும், சுய வெறுப்பும் ஆகும். நம் தமிழ்ப்புலவர் பாடிய கடவுளை நம்புகிறேன் என்று இன்றெவரும் வெளிப்படையாகப் பகிர்ந்து கொண்டால் அவன் சங்கி, சநாதனி, இந்துத்துவா. நம்பவில்லை

என்று அறிக்கை மாத்திரம் செய்தால் அவர் முற்போக்கு, சமூக நீதி, இனமானப் போராளி. இங்கு உண்மை உரைப்பதைவிடவும் அபிநயித்தல் அத்தியாவசியம். உள் அந்தரங்கம் எவ்விதம் இருந்தாலும் எவர்க்கென்ன?

கால்நூற்றாண்டுக்கு முன்பு மார்க்சீய அறிஞர் ஒருவரிடம் பேசிக்கொண்டிருந்தேன். அவர் சொன்னார் - ''நாஞ்சில், மனைவியின் வற்புறுத்தலுக்காக திருக்கடையூர் போய் சஷ்டியப்த பூர்த்தி செய்து கொண்டேன். தோழர்கள் எல்லாம் வசை சொல்கிறார்கள்''

நான் சொன்னேன் - ''உங்களுக்கு நீங்கள் வழங்கிக் கொள்ளும் சலுகையை நீங்கள் மற்றவர்களுக்குத் தரவேண்டும் அல்லவா? அவர்கள் வீட்டுக் கல்யாணம், காதுகுத்து எல்லாம் வரும்தானே! அப்போது நீங்கள் வசை சொல்லக் கூடாது!''

அவரது மௌனம் ஒரு ஒப்புதல் வாக்குமூலம். சிறுவயதில், பன்னிரண்டு வயது முதல், நாகர்கோயில் நகர்மன்றத் திடலில், நாகராஜா கோயில் திடலில், வடசேரி வஞ்சி ஆதித்தியன் புதுத்தெருவில், பலர் குரல் உயர்த்தி, கை ஆட்டி, முழங்கக் கேட்டிருக்கிறேன்.

'சீரங்க நாதனையும் தில்லை நடராசனையும்
பீரங்கி வைத்துப் பிளக்கும் நாள் எந்நாளோ?'

என்று.

முழுப் பாடலையும் சொல்ல மாட்டார்கள். பாடியவர் பெயரையும் தப்பாகச் சொல்வார்கள். அங்ஙனம் பிளந்திருந்தால் அவர்களின் மகன் வழி, மகள் வழி சந்ததியினர், சமகால அரசியல் மேலாளர்கள், அங்கப் பிரதட்சணமும், முண்டிதமும் இன்று செய்திருக்கத் தலம் இல்லாது போயிருக்கும்.

தீவிர நாத்திகம் பேசிய பலர் மனைவி மக்களுடன் கோயிலுக்குப் போய் வழிபட்டு, சந்நிதானத்தின் புறத்து இறங்கியபின் விபூதி, குங்குமம், சந்தனம் ஆகிய குறிகளைக் கவனமாக அழிப்பதைக் கண்டிருக்கிறேன். குறிகள் மத அடையாளம் என்றால் எல்லா மதத்துக்கும் அது பொருந்தும்தானே! அஃதோர் வசதியை முன்னிறுத்தியா? 'நான் நாத்திகன். என் வீட்டுக்காரியும் வைப்பாட்டியும் கோயிலுக்குப் போவா!' என்றால் அதுவென்ன கடவுள் மறுப்புக் கொள்கை நாயன்மாரே!

இதை வாசிப்பவர் நேரடியாகக் கேட்கலாம் - நான் கடவுளை நம்புகிறவனா, இறை மறுப்பாளனா என்று. "If at all there is no God. It is very much necessary to find one" என்ற மேனாட்டு அறிஞனை மேற்கோள் காட்டி வெண்டைக்காய் - விளக்கெண்ணெய் - உளுந்து அரைத்த அம்மி வகையறாவில் சேரப் பிரியமில்லை எனக்கு. பிறப்பால், வளர்ப்பால், மரபால் யாம் சைவ மதம், பள்ளிச் சான்றிதழ்களின்படி இந்து மதம். எனினும் வீரநாராயணமங்கலம் முத்தாரம்மன் கோயில் நடையில் வணங்கி நிற்கிற எனக்கு அன்னை வேளாங்கண்ணி சந்நிதானத்திலும் மும்பை ஹாஜி அலி மசூதி - தர்காவிலும் பிரார்த்தித்து நிற்பது சாத்தியமாகிறது. மேலும் எவருக்கும் எதையும் நிறுவும் நிரூபிக்கும் கடப்பாடும் இல்லை.

கடவுள் உருவோ அருவோ, உணர்வோ அறிவோ, உளதோ இலதோ, மதங்கள் மூலம் மாந்தர் பேதித்து வழங்கும் எதுவோ அறியேன்! ஆனால் சமயங்களில் அதன் சாந்நித்தியத்தில் மன்றாடி, கண்கலங்கி நிற்க வேண்டிய நெருக்கடி உண்டு. இதில் சிறு தெய்வம், பெருந்தெய்வம் எனப்பகுத்து, உன் தெய்வம் என் தெய்வம் எனப் பிரித்து, கீழ்மேல் பார்ப்பவர் மீது அலட்சியமும் அவநம்பிக்கையும். 'எங்கள் தேவர் உங்கள் தேவர் என்றிரண்டு தேவரோ?' என்பார் சித்தர் சிவவாக்கியர்.

எந்தக் கற்பாறையின் முன், மரத்தின் முன், நெருப்பின் முன், நிலத்தின் முன், விசும்பின் கீழ், நீர் பாயும் தடத்தின் முன், பரந்து வீசும் காற்றின் முன், விலங்கு பறவை மீனின் முன், மனிதன் கண்மூடி மௌனமாகிக் கரைந்து உருகி நிற்கிறானோ, அது அவன் கடவுள்! அதில் பெரிதென்ன சிறிதென்ன?

ஒரு லட்சத்து எட்டு வடைமாலை சார்த்தும், தங்கக் கவசம் அணிவிக்கும், நவமணி முடி சூட்டும், பொற்றேர் வழங்கும், முத்தாரமும் ஒட்டியாணமும் தண்டையும் சிலம்பும் சமர்ப்பிக்கும், நவரத்தின வாளும் மழுவும் ஆழியும் குலிசமும் குண்டிகையும் வேலும் பணி செய்து வைக்கும் மாந்தருக்கே கடவுள் இரங்குவான் எனில், அவன் என் கடவுள் அல்ல!

மன்றாடலைச் செவிமடுக்க, முறையீட்டைக் கவனிக்க, நோக்காட்டைக் கருத்தில் கொள்ள எனக்கொரு கடவுள் வேண்டும். அவனப்படிக்

கேட்கிறானா என வினவினால், நானறியேன்! ஆனால் வேறு மார்க்கம் என்ன, போக்கு ஏது? இடுக்கண்களை Non judicial stamp paperல் எழுதி சுத்த சுயம்பு அமைச்சர் பெருமகனாரிடமா சென்று முறையிட இயலும்?

பாபநாசம் சிவன் இயற்றிய மாயாமாளவ கௌளை இராகக் கீர்த்தனை ஒன்றுண்டு. சஞ்சய் சுப்பிரமணியம் பாடிக் கேட்கவேண்டும்.

''பொல்லாப் புலியினும் பொல்லாக் கொடியன்
என்னைப் புவிதனில் ஏன் படைத்தாய்?''

என்று வளர்வது. அங்ஙனம் கலங்கி, இரங்கி, தட்டழிந்து நிற்கவும் ஓரிடம் வேண்டுமல்லவா!

தியாகராஜ சுவாமிகளின் எழுநூற்றுக்கும் மேற்பட்ட கீர்த்தனைகளில் ஒன்று, 'நகுமோ மு கநலேநி' என்று தொடங்குவது. ஆரபி இராகம். பன்னிரண்டு வயது முதல், பல ஊர் கோயில் திருவிழாக்களில், பல இசை மேதைகள் பாடக் கேட்டிருக்கிறேன். அன்றும் இன்றும் எனக்குத் தெலுகு தெலிசிலேது. என்றாலும் பாவத்தின் மூலம் புரிந்து கொண்ட எட்டடிப் பாடலின் ஈற்றயலடி - ''ஜகமேலே பரமாத்ம எவரிதோ மொறலிடுது'' என்பது. 'பரமாத்மாவே! இந்த உலகில் நான் எவரிடம் முறையிடுவேன்' என்பது அந்தப் பாடல் வரிக்கு எனது புரிதல்.

ஆம்! என் அவலங்களை, ஆற்றாமையை, அல்லலை, மனக்குறையை, நாட்டில் நடக்கும் அநியாயத்தை, அட்டூழியங்களை, ஈரம் என்று ஒரு பொருள் இலாத மனத்தவர் செய்யும் மக்கள் துரோகத்தை எவரிடம் சென்று முறையிடுவோம்?

எனவே முறையிட ஓரிடம் வேண்டும். அவ்விடம் எம்மதத்தவர் பேணுகையில் உளதென்பது என் கவலை இல்லை. முறையீடு கவனிக்கப்படுமா என்பதுவும் நானறியேன்! கடவுளிடம் நல்லவர்களின் முறையீடு மெய்ப்பட்டிருந்தால், இத்தனை அல்லல்கள் இருக்காது நாட்டில். தினமும் பத்துத் தீமைகளாவது செத்துக் கிடக்கிறதா என்ன? அது நடவாது என்றறிந்த போதும் முறையீட்டுக்கே வழியற்றுப் போனால் பலர் தெருக்களில் உன்மத்தம் பிடித்து அலைந்து கொண்டிருப்பார்கள்.

"அல்லல் என் செயும் அருவினை என்செயும்
தொல்லை வல்வினைத் தொந்தம்தான் என் செயும்"

என்று கேட்டு மோன நிலையில் ஆழ்ந்து போக நாம் திருநாவுக்கரசரும் அல்லவே!

சாமிக்கும் கடவுளுக்கும் இன்னொரு சொல் தெய்வம். திருவள்ளுவர் 1330 அருங்குறட்பாக்களில் எங்கும் கடவுள் என்ற சொல்லை ஆண்டாரில்லை. ஆனால் ஆறு குறள்களில் தெய்வம் எனும் சொல்லைப் பயன்படுத்துகிறார்.

'தென்புலத்தார் தெய்வம்' என்றும், 'வானுறையும் தெய்வம்' என்றும், 'தெய்வம் தொழா அள்' என்றும், 'தெய்வத்தால் ஆகாது எனினும்' என்றும், 'தெய்வத் தோடொப்பக் கொளல்' என்றும், 'தெய்வம் மடித்தற்றுத் தான் முந்துறும்' என்றும் பேசுகிறார். முழுப்பாடல்களை அறிய விரும்புவோர் - குறட்பாக்கள் 43, 50, 55, 619, 702, 1023 பார்க்கலாம்.

பத்துப்பாட்டு, எட்டுத்தொகை நூல்களில் தெய்வம் எனும் சொல் பன்னிரண்டு நூல்களில் பயன்படுத்தப் பெற்றுள்ளது. இன்றும், 'திக்கற்றவர்க்குத் தெய்வமே துணை' என்றும், 'அரசன் அன்று கொல்வான், தெய்வம் நின்று கொல்லும்' எனும் சொலவங்கள் புழக்கத்தில் உண்டு. தமக்கு வேண்டாதவரை அரசன் அன்று கொல்வான் என்பது புதிய உரை. தெய்வம் தீயவரை நின்றும் கொல்லாது என்பது அனுபவம்.

தெய் எனும் சொல்லுக்குத் தெய்வம் என்றும் கொலை என்றும் இருபொருள் தருகிறது பிங்கல நிகண்டு. தெய்வம், Deity எனும் சொல்லுக்குப் பேரகராதி தரும் பொருள்கள்:

1. கடவுள், God, Deity (சூடாமணி நிகண்டு)

கருப்பொருள்கள் குறித்துப் பேசுமிடத்து, தொல்காப்பியப் பொருளதிகார நூற்பா -

"தெய்வம் உணாவே மா மரம் புள் பறை
செய்தி யாழின் பகுதியொடு தொகை இ
அவ்வகை பிறவும் கரு என மொழிப"

என்கிறது.

2. தெய்வத் தன்மை, Devine nature
   'தெய்வமே கமழும் மேனி' என்பது சீவக சிந்தாமணி.
3. தெய்வத்தன்மை உள்ளது. That which is Devine.
4. ஊழ், Fate, Destiny.
5. தெய்வ மணம்
6. தெய்வா தனம்
7. ஆண்டு, Year
8. வாசம், Fragrance
9. புதுமை Newness

இறையருள் என்பதைக் குறிக்க தெய்வ கடாட்சம் எனும் சொல்லுண்டு. தெய்வ சகாயம் என்றால் கடவுள் துணை. தேவசகாயம் என்றும் குறிப்பதுண்டு. தெய்வ சித்தம் எனில் தெய்வ சங்கற்பம். காமதேனுப் பசுவுக்கு தெய்வ சுரபி என்ற மாற்றுச் சொல் தரும் சங்க அகராதி. எந்த இன்னல் வந்தாலும் தெய்வம் சோதிக்கிறது என்றோம். தெய்வக் குற்றம், தெய்வ கடாட்சம், தெய்வக் களை, தெய்வச் சிலை, தெய்வச் செயல், தெய்வ சாட்சி, தெய்வ சிந்தனை, தெய்வ நிந்தனை, தெய்வ சோதனை, தெய்வத் துரோகம், தெய்வ தரிசனம், தெய்வப் பிறவி, தெய்வப்புலமை, தெய்வ பக்தி, தெய்வ பயம், தெய்வாதீனம், தெய்வீகம், தெய்வோபாசனை, தெய்வத் தலம் என்பன தெய்வம் தொடர்பான சில சொற்கள். மேலும் சில சொற்கள் பொருளுடன் பட்டியலிடலாம்.

தெய்வக்கம்மியன்	-	தேவதச்சன்
தெய்வக்கல்	-	இறை உருவங்கள் வழங்கும் கல்
தெய்வ கணம்	-	தேவர் கூட்டம்
தெய்வ குஞ்சரி	-	தெய்வ யானை
தெய்வச் சிலையார்	-	தொல்காப்பியச் சொல்லதிகார உரையாசிரியர்

தெய்வ தச்சன்	-	விசுவ கர்மா
தெய்வதை	-	தேவதை
தெய்வ நதி	-	கங்கை
தெய்வ நியமம்	-	கடவுள் ஆணை
தெய்வப் பலகை	-	சங்கப் பலகை
தெய்வ பாத்திரம்	-	அட்சய பாத்திரம்
தெய்வப் பாவை	-	கொல்லிப்பாவை
தெய்வப் புணர்ச்சி	-	இயற்கைப் புணர்ச்சி. Union of lovers brought about by destiny
தெய்வப்புள்	-	கருடன்
தெய்வப் பெண்	-	தேவலோக மகள்
தெய்வம் மணம்	-	தெய்வப் புணர்ச்சி
தெய்வ மணி	-	சிந்தாமணி
தெய்வ மந்திரி	-	வியாழன்
தெய்வ முனி	-	நாரதர் போன்ற தேவ இருடி
தெய்வ யாகம்	-	கடவுள் வேள்வி
தெய்வ யானை	-	1. ஐராவதம் 2. தெய்வானை
தெய்வயானை காந்தன்	-	தெய்வயானை கணவன், முருகன்
தெய்வலோகம்	-	சுவர்க்கம், துறக்கம்.
தெய்வ வாக்கு	-	அசரீரி
தெய்வ விரதன்	-	பீஷ்மர்
தெய்வாபி	-	பரிசுத்த ஆவி. Holy Ghost

'தெய்வமே என்று இருந்தேன்' எனும் சொல்லாடலே, இன்று மருவித் தேய்ந்து, 'தேமேண்ணு இருந்தேன்' என வழங்கும். தெய்வம் எனும் சொல்லை, தன்மையை, மேன்மையை உணர்த்தும் பல பழமொழிகள் நடப்பில் உண்டு, காணலாம் சில.

1. கெடுப்பானைத் தெய்வம் கெடுக்கும்.
2. சுவாமி இல்லை என்றால் சாணியைப் பார்
   If you say there is no God, look at the cow dung.
3. நாம் ஒன்று நினைக்கத் தெய்வம் ஒன்று நினைக்கும்
4. வையம் தோறும் தெய்வம் தொழு
   What ever world you inhabit, worship God.
5. திருடனுக்குத் தெய்வமில்லை, அவுசாரிக்கு ஆணை இல்லை
6. ஒரு கூடைக் கல்லும் தெய்வமானால், கும்பிடுவது எந்தக் கல்லை?
7. ஆறு தெய்வத்தைக் கொண்டு போகிறது;
   காவற்காரனுக்குத் தெப்பத் திருவிழாவா?
8. ஒன்றான தெய்வம் ஒதுங்கிக் கிடக்கையில், மூலையில் கிடக்கிற தெய்வம் குங்கிலியம் கேட்டதாம்.
9. பிறக்கிறபோதே முடமானால், தெய்வத்துக்குப் படைத்தால் தீருமா?
10. தீரா நெஞ்சுக்குத் தெய்வமே சாட்சி.
    To the doubting heart, God is the only witness.
11. தீரா வழக்குக்குத் தெய்வமே சாட்சி
12. கும்பிடும் தெய்வமானாலும் பொய் சத்தியம் செய்தால் பொறுக்குமா?

ஒரு சொல் மக்கள் மத்தியில் ஆயிரக்கணக்கான ஆண்டுகள் பெற்றிருக்கும் செல்வாக்கின் சான்றுகள் இவை. சொல்லின் செல்வாக்கு

என்பது சொல் குறித்த தத்துவத்தின் செல்வாக்கு. விவேகமும் பண்பும் அற்ற வெற்று ஆரவாரங்கள், ஆர்ப்பாட்டங்கள், அவதூறுகள் இதனை அழித்துவிடக் கூடுமா?

கடவுளை அர்த்தப்படுத்தும் இன்னொரு சொல் இறை. இறையெனில் இறைவன், இறைவி அல்லது இரண்டும் ஒன்றான, இரண்டுமே கடந்த நிலை. இறை எனும் சொல்லும் தமிழில் வளமானது. பேரகராதி தரும் பொருள் பார்ப்போம் முதலில்.

I. **இறை:**   1. உயரம் - Height
2. தலை. Head (சூடாமணி நிகண்டு)
3. கடவுள். Supreme God. நம்மாழ்வாரின் திருவாய்மொழி, 'இறைநிலை உணர்வரிது, உயிர்கள்' என்னும்.
4. சிவன் (பிங்கல நிகண்டு)
5. பிரமன் (பிங்கல நிகண்டு)
6. அரசன் King, Sovereign, Monarch
7. தலைமை Eminence, Greatness (பிங்கல நிகண்டு)
8. நடுவு நிலைமை Justice, Impartiality
9. உயர்ந்தோர்
10. தலைவன் Superior, Master, Chief (திவாகர நிகண்டு)
11. தமையன் Elder Brother - பரிபாடல் இப்பொருளில் பயன்படுத்தியுள்ளது.
12. கணவன்
13. வீட்டுக் கூரையின் இரவாணம்
14. இறகு Feather (பிங்கல நிகண்டு)
15. சிறகு Wing
16. இறத்தல்
17. மாமரம்

II. **இறை:** 1. தங்கல் Halting
   2. ஆசனம் Seat
   3. கடமை Duty, Obligation
   4. வரி Tax, Duty
   5. விடை Answer, Reply
   6. விரல்களின் குறுக்கு வரை
   7. விரற்கடை அளவு
   8. அற்பம்
   9. முன்கை, Wrist, Fore arm
   10. கை. Arm
   11. உடலின் மூட்டுகள்
   12. மூலை

இறைமை என்றொரு சொல்லும் காணக்கிடைக்கிறது. தலைமை, அரசாட்சி, தெய்வத்தன்மை என்பன பொருள்.

இறை குறித்தும் பல பொருள் பொதிந்த சொற்கள் உள.

இறைமையாட்டி	1. தலைவி (திவாகர நிகண்டு)
	2. அரசி
இறையமன்	சனி. பரிபாடல் இப்பொருளில் ஆண்டுள்ளது.
இறையவன்	1. தலைவன் Chief
	2. கடவுள் God
	3. இந்திரன், தேவர் தலைவன்
இறையனார்	கடைச்சங்க காலப் புலவர். குறுந்தொகையில் 'கொங்குதேர் வாழ்க்கை அஞ்சிறைத் தும்பி!' எனத் தொடங்கும் பாடல் இவர் பாடியது.
இறையனார் அகப்பொருள்	இறையனார் இயற்றிய களவியல் நூல்

நாஞ்சில் நாடன்

இறையான்	சிவன்
இறையிலி	வரிவிலக்கு அளிக்கப்பட்ட நிலம்
இறையோன்	கடவுள்
இறைவன்	எப்பொருளிலும் உறையும் கடவுள்
இறைவன்	1. தலைவன்
	2. கடவுள்
	3. திருமால்
	4. சிவன்
	5. பிரமன்
	6. அரசன்
	7. கணவன்
	8. மூத்தோன்
	9. குரு
இறைவாகனம்	1. இடபம் (பிங்கல நிகண்டு)
	2. உமை (பிங்கல நிகண்டு)
	3. துர்க்கை
	4. தலைவி

இறை எனும் சொல்லை திருக்குறள் ஒன்பது பாடல்களில் ஆள்கிறது.

'முறை செய்து காப்பாற்றும் மன்னவன் மக்கட்கு
இறை என்று வைக்கப் படும்'

என்பது இறைமாட்சி அதிகாரத்துக் குறள்.

'இறை காக்கும் வையகம் எல்லாம் அவனை
முறை காக்கும் முட்டாச் செயின்'

என்பது செங்கோன்மை அதிகாரத்துக் குறள்.

மாணிக்கவாசகர், போற்றித் திரு அகவலில்,

‘வானோர்க்கு அரிய மருந்தே போற்றி

ஏனோர்க்கு எளிய இறைவா போற்றி’

என்றும், ‘இருள்கெட அருளும் இறைவா போற்றி’ என்றும் வாழ்த்துவார். திரு அண்டப் பகுதியில், ‘காக்கும் கடவுள், கருத்துடைக் கடவுள்’ என்பார். ‘கரும்பணக் கச்சைக் கடவுள்’ என்பார். கரிய நாகத்தை அரைக்கச்சையாக அணிந்த கடவுள் என்பது பொருள்.

பரம் என்பதுவும் சாமி, தெய்வம், கடவுள், இறைவன் வரிசையில் வருமோர் சொல்.

நைவேத்தியம் செய்வோம், நிவேதனம் செல்லும். ஆனால் படையல் செல்லாது என்பது நமது மொழி அபிமானம். படையல் எனும் சொல்லுக்கு மாற்றுச் சொல் படைப்பு. நாஞ்சில் நாட்டார் படப்பு என்போம். உடனே அரசு இலவச ஓய்வூதியமும் விருதுகளும் விண்ணப்பித்து, ஆள் பிடித்து, அடங்கல் கொடுத்துப் பெறும் அறிஞர் மந்தை, படப்பு என்பது வட்டார வழக்குச் சொல் என்பார்கள். ஐயா பேராசிரியர் கே.என். சிவராஜ பிள்ளை நூல்களை வாசியுங்கள் என்றால் அது வெள்ளாள எழுத்து என்பார்கள்.

அதுபோலவே பரம் எனும் சொல்லை ஆள்வதில் நமக்கோர் மனத்தடை உண்டு. மனத்தடை என்றேன், மனப் பிறழ்வு என்றல்ல. ஒருவேளை பரமபிதா, பரமண்டலம், பரலோக சாம்ராஜ்யம் எனும் சொற் பயன்பாடுகளின் தாக்கமாக இருக்கலாம். உண்மையில் பரமபதம் எனும் சொல்லைப் பன்னிரு திருமுறைகளில் ஒன்றான திருத்தொண்டர் புராணம் எனப்படும் பெரியபுராணம் பயன்படுத்துகிறது. சேக்கிழார் பெருமான் அருளியது. பரபரன் என்றாலே பரப்பிரம்மம்தான்.

நாலயிர திவ்யப் பிரபந்தத்தில் திருவாய்மொழி பாடல் வரி, ‘வரன் முதலாயவை முழுதுண்ட பரபரன்’ என்று குறிப்பிடுகிறது. பரபோகம் என்றால் பேரின்பம். பரம்பரன் எனில் முழுமுதற் கடவுள். சிவபெருமானை, நீலகண்டனை, பரமசிவன் என்றுதானே குறிக்கிறோம். பரம சுந்தரி என்றால் தரும தேவதை எனப் பொருள் தருகிறது பிங்கல நிகண்டு. அறம் வளர்த்த நாயகி தூய தமிழ். சுசீந்திரம் தாணுமாலய சாமி கோயிலில் அவளுக்கு சந்நிதி உண்டு.

பரம சுவாமி என்றாலும் கடவுள்தான். The Supreme Being. பரமண்டலம் என்றால் நமக்குப் பரமண்டலத்தில் இருக்கும் பிதா நினைவுக்கு வரும். பரமண்டலம் எனும் சொல்லின் பொருள் அன்னிய நாடு, Foreign Country எனப் பதிற்றுப்பத்து உரையாசிரியர் குறிக்கிறார் என்கிறது பேரகராதி. நாம் மோட்சம், சுவர்க்கம், துறக்கம் எனும் சொற்களால் ஆள்வது பரமண்டலமும் ஆகும். பரமபதம் என்றாலும் துறக்கமே!

எனவே பரமபிதா என கிறிஸ்துவ மதத்தினர் வழங்கும் சொல்லின் பொருளும் கடவுள்தான். God, as the father of all beings என்கிறது பேரகராதி. பரமபுருஷன் என்றால் கடவுள். பரம மூர்த்தி என்றால் முழுமுதற் கடவுள். நாலாயிரத் திவ்யப் பிரபந்தத்தில் தொண்டரடிப்பொடி ஆழ்வரின் பாசுரம் ஒன்று.

'ஊரிலேன் காணியில்லை உறவு மற்றொருவர் இல்லை
பாரில் நின் பாதமூலம் பற்றினேன் பரம மூர்த்தி
காரொளி வண்ணனே என் கண்ணனே கதறுகின்றேன்
ஆருளர்க் களை கண் அம்மா அரங்க மாநகருளானே!'

என்று கசிந்து உருகும்.

பரம சந்தோஷம், பரம உபகாரம், பரம திருப்தி, பரம ஆனந்தம் என்கிறோம் அல்லவா. பரமம் எனில் சிறப்பு என்பது பொருள். தலைமை, திவ்ய நிலை, பரம மூர்த்தி என்பன கூடுதல் பொருள்கள். 'யாம் பரமம் என்றவர்கள் பதைப்பொடுங்க' என்பார் மாணிக்கவாசகர். 'உலகு உயிர் தேவு மற்றும் படைத்தவன் பரம மூர்த்தி' என்பார் நம்மாழ்வார்.

பரம யோக்கியன் எனும் சொல்லின் நேரான பொருள் - உண்மையில் சிறந்தோன் Extremely honest person. நாம் அச்சொற்றொடரை இன்று எதிர்மறைப் பொருளில் ஆள்கிறோம், தலைவர் எனும் சொல்லைப் போல. பரம் எனும் சொல்லுக்கு பன்முகப் பொருள்கள் உண்டு.

1. மேலானது 2. திருமால் நிலை ஐந்தினுள் ஒன்று 3. கடவுள் 4. மேலுலகம் 5. திவ்யம் 6. மோட்சம் 7. பிறவி நீக்கம் 8. முன் (பிங்கல நிகண்டு) 9. மேலிடம் 10. அன்னியம் 11. சார்பு 12. தகுதி 13. நிறைவு

14. நரகம் (பிங்கல நிகண்டு) 15. பாரம் (பிங்கல நிகண்டு) 16. உடல் 17. கவசம் (சூடாமணி நிகண்டு) 18. கேடய வகை 19. குதிரை மேல் அமர்வதற்கான சேணம் (பிங்கல நிகண்டு) 20. அத்திமரம்

எத்தனை ஆச்சரியமான அர்த்தங்கள். மொழிக்கல்விக்கு நம்மை பரம கல்யாணியோ, பரமேசுவரனோ, பரகோடி கண்டன் சாஸ்தாவோ அருளட்டும்.

சிவவாக்கியர், ‘பாட்டிலாத பரமனை, பரமலோக நாதனை’ என்பார். மேலும் ஆணித்தரமாகக் கேட்டார் -

‘பரம் இலாதது எவ்விடம், பரம் இருப்பது எவ்விடம்
அறம் இலாத பாவிகட்குப் பரம் இலை அது உண்மையே
கரமிருந்தும் பொருள் இருந்தும் அருள் இலாத போதது
பரம் இலாத சூன்யமாகும் பாழ் நரகம் ஆகுமே!’

என்பார் சிவவாக்கியர். யாரை, எதற்குச் சொன்னார் என நிறுவ நான் துணிய மாட்டேன். உயிரச்சமே காரணம்.

‘நட்டகல்லைத் தெய்வம் என்று நாலு புட்பம் சாத்தியே!’ என சிவவாக்கியர் பாடலையும், ‘கல்லைத்தான் மண்ணைத்தான் காய்ச்சித்தான் குடிக்கத்தான் கற்பித்தானா?’ என்ற இராமச்சந்திரக் கவிராயர் பாடலையும் மேற்கோள் காட்டினாலும், அப்பாடல்களின் ஆதார சுருதி இறை மறுப்பு அல்ல என்பதை நாம் தெளிந்து கொள்ளவில்லை.

கேரளத்தின் ஓரினத்தை மேம்படுத்தி அருளியவர் ஸ்ரீ நாராயண குரு. அச்சமூகம் இன்று தாம் எவர்க்கும் இளைத்தவர் இல்லை என தலைநிமிர்ந்து நிற்கிறது. வேறுபாடும் மறைந்து விட்டது. ஸ்ரீ நாராயணகுருவின் பிரபலமான வாசகம், ‘மதம் ஏதாயால் எந்தா? மனுஷ்யரு நன்னாவணும்’ என்பதாகும். பொருள், பின்பற்றும் மதம் எதுவாக இருந்தால் என்ன, மனிதர் நல்லவராக இருக்க வேண்டும்.

இறைவனை நம்பலாம், நம்பாமலும் போகலாம். கடவுளை வழிபடலாம், வழிபாடு அவசியம் இல்லை என்று நினைக்கலாம். ஆனால் நாராயண குரு சொன்னதைப் போல, நல்லவனாக இருக்க முயல்வது அவசியம்.

நல்லவன் போல் நடிக்க முயல்வதும், மதத்தை, சாதியை வைத்து அரசியல் செய்து ஆஸ்தி சேர்ப்பதும் கேவலமான கீழ்மக்கள் செயல்.

பரிபாடல் குறிப்பிடுவதைப் போல், 'யாஅம் இரப்பவை பொருளும் பொன்னும் போகமும் அல்ல; நின்பால் அருளும் அன்பும் அறனும்!' என்பதே ஆகும். புறநானூறு சொன்னாற்போல -

'நல்லது செய்தல் ஆற்றீர் ஆயினும்,
அல்லது செய்தல் ஓம்புமின்!'

அந்திமழை, யூன் 2023

9

நெல் எது, களை எது?

இளைஞர் முதல் முதியோர் வரை, பால் பேதம் இன்றிப் பேசும் சமகாலத் தமிழின் பல சொற்கள் நமக்கு இன்று மயக்கம் தருவன. சங்க இலக்கிய, சமய இலக்கிய, கம்பன் முதலாய காப்பிய இலக்கிய, சிற்றிலக்கிய, சித்தர் இலக்கியச் சொல் ஏதும் எம்மை வெருட்டுவதில்லை. ஆனால் சினிமா, சீரியல், ஊடகங்கள், வேலண்டைன் டே முதல் பொருள் விளங்காத வேறு பல தினங்கள் வரை கொண்டாடும் முகநூலில் எழுதும், வாட்ஸ் ஆப்பில் பதிவிடும் தமிழ் பேசும் பலரின் சொல்லாட்சிகள் நம் அறியாமையையும், அந்நியமாதலையும் நிறுவிக்கொண்டே இருக்கின்றன.

'பரவாயில்லை' எனும் சொல்லாடலைப் 'பருவரல் இல்லை' என்றும், 'தேமே என்றிருந்தேன்' என்பதைத் 'தெய்வமே என்றிருந்தேன்' என்றும், 'முண்டக்கண்ணி' என்பதை 'முண்டகக் கண்ணி' என்றும் அறிந்துகொள்ள முடிகிறபோது, அன்றாடம் செவிப்படும் அபரிமிதமாகப் பங்கு வகிக்கும் சில சொற்கள் குழப்பம் தருவன.

தியாகராஜ சுவாமிகளின் தேநுக ராகக் கீர்த்தனை ஒன்றுண்டு. 'தெலியலேரு ராம பக்தி மார்கமுனு' என்று தொடங்குவது. மதுரை சோமசுந்தரம் பாடிக் கேட்டிருக்கிறேன். பக்தி மார்க்கம் என்ன என்று தெரிந்துகொள்ள இயலவில்லையே ராமா எனப் பொருள் கொள்கிறேன்.

அதுபோல, தொல்காப்பியனோ, பவணந்தியோ, ஐயனார் இதனாரோ, கல்லாடரோ, அமுதசாகரரோ இலக்கணப்படுத்தாத இந்த சொற்களை விளங்கிக் கொள்ள முடியவில்லையே என ஆற்றாமைப்பட வேண்டியுள்ளது.

நிழற்குடையின் தணுப்பில் தள்ளுவண்டி வியாபாரிகள் நிற்க, மொட்டை வெயிலில் பேருந்துக்காகக் காத்திருந்தேன். கல்லூரி சென்று திரும்பும் அழகிய மாணவி ஒருத்தி வந்து என் பக்கம் நின்றாள். என் பின்னால் நின்ற இரு மாணவரில் ஒருவன், மற்றவனுக்குச் சொன்னான், 'செமயா இருக்கால்ல!' என்று.

இன்னொரு நாள், கோவை ராஜவீதியில் இருக்கும் விஜயா பதிப்பகம் போய், வேலாயுதம் அண்ணாச்சியுடன் நீண்ட உரையாடல் முடிந்து, மத்தியானச் சாப்பாட்டுக்கு வீடு போய்ச் சேர்ந்து விடும் உத்தேசத்துடன் பேருந்து நிறுத்தம் நோக்கி நடந்தேன். நல்ல பசி நேரம். வீடு சேர பிற்பகல் இரண்டுமணி ஆகிவிடும் என்பதால், ஒரு காப்பி குடிக்கலாம் என்று போனேன். "சர்க்கரை குறைவா ஸ்ட்ராங்கா காப்பி" சொல்லிக் காத்திருந்தேன். என் எதிரே பெண்கள் இருவர் சாம்பார்வடை தின்று கொண்டு இருந்தனர். வாசனை தூண்டுவதாக இருந்தது. என்றாலும் நம்வயதுக்கு சபலம் ஆகாதெனக் காப்பி வரவு பார்த்திருந்தேன். எதிரில் இருந்த அரிவை அருகிலிருந்த பேரிளம் பெண்ணிடம் சொன்னாள் - "சாம்பார் வடை செமயா இருக்குல்லே" என்று.

பொருள் புரிந்தது தோராயமாக. என்றாலும் நம் மனம் சிரங்கு வந்தவன் கை போல. சொறியாமல் இருப்பது சாத்தியமில்லை. அதென்ன 'செம' என யோசிக்கலாயிற்று. சுமை, சுமடு, சும்மாடு, சுமட்டுக்காரன், சுமட்டுக் கூலி எனும் சொற்கள் அறிவோம். சும்மை என்றாலும் சுமை என்றே பொருள் சொல்கிறது பிங்கலம். Burden, Charge என்று பொருள். வழக்கு மொழியில் மேற்கண்ட சொற்களை செமை, செமடு, செமட்டுக்காரன், செமட்டுக் கூலி என்போம். ஆனால் இன்று மக்கள் யோசித்துப் புழங்கும் 'செம' என்பதென்ன?

'செம்மை' எனும் சொல்லின் இடைக்குறை 'செமை' என்றாகி, நாகரீக மாந்தர் வழக்கில் 'செம' என்றாகி இருக்கலாம் என்பது என் அனுமானம்.

செம்மை எனும் சொல்லுக்கு அகராதிகள் பத்துப் பொருள் தரும்.

1. சிவப்பு (திவாகரம்) Redness, Rudiness
2. செவ்வை (திவாகரம்) Goodness, Soundness, Good condition
3. நேர்மை Spotlessness, Uprightness, Directness, Rectitude கலித்தொகை, செம்மை எனும் சொல்லை, நேர்மை எனும் பொருளில் ஆண்டுள்ளது.
4. மனக்கோட்டம் இன்மை Fairness, Impartiality 'செம்மையும் செப்பும்' என்கிறது தொல்காப்பிய பொருளதிகார நூற்பா.
5. ஒற்றுமை Unity, Concord, Agreement
6. பெருமை (திவாகரம்) Excelence, Eminence, Greatness 'செம்மை சான்ற காவிதி மாக்களும்' என்பது மதுரைக் காஞ்சி.
7. சுத்தம் Fineness, Neatness, Cleanliness
8. அழகு Beauty, Grace, Elegance
9. கேது (சூடாமணி)
10. கந்தகம் Sulphur

'செம்மை முன்நிற்பச் சுவேதம் திரிவ போல்' என்கிறது திருமந்திரம்.

செம்மையைத் தொடர்ந்து போனால் செம்மல் என்னும் ஒரு சொல் கிட்டும். 'செந்தமிழ்ச் செம்மல்' என்பது போல் பட்டங்கள், விருதுகள் உண்டு. செம்மல் எனும் சொல்லுக்குப் பதின்மூன்று பொருள் தரும் பேரகராதி.

1. தலைமை Greatness, Excellence, Superiority "அருந்தொழில் முடித்த செம்மற் காலை' என்பது தொல்காப்பிய பொருளதிகார நூற்பா.
2. வலிமை (பிங்கலம்) Power
3. தருக்கு Haughtiness 'பகைத்திறம் தெரிதல்' அதிகாரத்துத் திருக்குறள் பேசும்: 'உயிர்ப்ப உளரல்லர் மன்ற செயிர்ப்பவர் செம்மல் சிதைக்கலா தார்' என்று. பொருள் கூறத்தான் வேண்டும். பகைவனின் செருக்கைச் சிதைக்கத் தவறுகிறவர்கள், அவர்களின் மூச்சுக் காற்றிலேயே முடிந்து போவார்கள்.

4. பெருமையில் சிறந்தோன் (திவாகரம்) Great person, as king

5. இறைவன் (திவாகரம்) God 'சித்தன் பெரியவன் செம்மல்' - சிலப்பதிகாரம்

6. சிவன் (சூடாமணி)

7. அருகன் (சூடாமணி)

8. வீரன் (திவாகரம்) Warrior, Hero

9. புதல்வன் Son 'பருதிச் செல்வன் செம்மலுக்கு' - கம்பன்

10. சாதிப்பூ. Flowered Jasmine. ஜாதிமல்லி என்று அழைக்கப்படுகிற பூ. மராத்தி மொழியில் இதனை செமேலி என்பர். பிச்சி, பிச்சி வெள்ளை, பித்திகை, பித்திகம் எனப்படும் மலர். குறிஞ்சிப்பாட்டு மலர்களின் வரிசையில் செம்மல் உண்டு.

11. பழம்பூ (திவாகரம்) Faded flower

12. வாடாப்பூ (அகராதி நிகண்டு) Ever fresh flower

13. நீர் (அகராதி நிகண்டு) Water

எனவே, 'செம' என்று இன்று சிலாகித்துப் பயன்படுத்தும் சொல் செம்மை எனும் சொல்லின் திரிபு ஆகலாம். அல்லது தமிழ் சினிமாவின் சொற்கொடைகளில் ஒன்றும் ஆகலாம்.

அதுபோல் முற்போக்கு சமூகநீதி சமூகத்தில் பெருவாசிப் பயன்பாட்டில் உள்ள சொல் 'தல'. தொண்டர்களும், சமூகப் போராளிகளும், ரசிகப் பட்டாளமும், அரசியல் கட்சி அடிமைகளும், மெய்மறந்து ஆனந்த அனுபூதி நிலையில் பயன்படுத்தும் சொல் 'தல'. 'தல' என்று செல்லமாகப் பெயர் சூட்டித் துதிக்கப்படுகிற நடிகர் ஒருவரும் உண்டென அறிகிறேன். உலக நாயகன், சூப்பர் ஸ்டார், பல பட்டறைத் திலகங்கள், தளபதி போன்று ரசிகப் பெருங் கும்பல் வழங்கும் பட்டம் போலும் 'தல' என்பதும்.

ஒன்பதாவது படிக்கும்போது, ஏதாவது கேள்விக்குப் பிழையாகப் பதில் சொன்னால், எங்கள் வகுப்பு ஆசிரியை ஜோதி கிரேஸ், செல்லமாக என்னைத் திட்டுவது 'ஒந் தல' என்பது.

தலை எனும் சொல்லின் மக்கள் தொனிப்பே 'தல' போலும். 'தல தலயா அடிச்சுக்கிட்டேன்', 'தல காலு புரியல', 'தலக்குத் தண்ணி ஊத்தணும்', 'கால்மாடு தலமாடு', 'தலக்கி வந்தது தலப்பாவோட போச்சு', 'தலயில அடிபட்டிருக்கு', 'தலயும் புரியல்லே வாலும் புரியல்லே', 'வரப்போ தலகாணி வாய்க்காலோ பஞ்சு மெத்தை' போன்ற சொற்றொடர்களில் வரும் மூலச்சொல் தலை. மலையாளம் மூளையைக் குறிக்கத் 'தலச்சோறு' - தலைச்சோறு - எனும் சொல் பயன்படுத்தும்.

எனவே மக்கள் தலைவன் என்பது மிக நீளமான சொல் என்பதனாலும், உச்சரிக்க அநியாயத்துக்கு நேரம் எடுக்கிறது என்பதாலும் தலைவனைத் தலை எனச் சுருக்கி, ஐகாரம் தவிர்த்து, 'தல' எனப் புழங்குகிறார்கள் போலும்!

இடம் எனும் சொல்லுக்கு மாற்றுச் சொல் தலம். தலபுராணம், தல விருட்சம், தல புட்பம், தலமாற்றம், தலவாசம் சொற்களில் வரும் 'தல', தலை என்பதன் திரிபு அன்று.

தலைக்கட்டு, தலைக்கல், தலைக்கனம், தலைக்காவேரி, தலை சுற்று, தலைக்கு மேல், தலைக்கோல், தலைக்கோழி, தலை கட்டுதல், தலைகீழ், தலை குனிவு, தலைக் கொழுப்பு, தலைச்சங்கம், தலைச்சன், தலைச் சீலை, தலைச் சுமடு, தலைச்சோறு, தலை சாய்த்தல், தலை சீவுதல், தலைத் திண்ணை, தலைத் திவசம், தலைத் தீபாவளி, தலை தட்டுதல், தலை தடவுதல், தலை தாழ்தல், தலை துவட்டுதல், தலை தெறிக்க, தலைநகர், தலை நாள், தலை நிமிர்தல், தலை நிலம், தலை வாசல், தலை நோவு, தலைப்பாகை, தலைப்பாரம், தலைப்பாளை, தலைப்பித்தம், தலைப்பிரட்டை, தலைப்பிள்ளை, தலைப்பு, தலைச்சூல்,தலைப்பேறு, தலை பணிதல், தலைமகன், தலைமகள், தலைமாலை, தலைமுண்டு, தலைமுழுக்கு, தலைமுறை, தலைமை, தலையாரி, தலையிடி, தலை இடுதல், தலையெழுத்து, தலையீடு, தலையீற்று, தலையெடுப்பு, தலைவன் - தலைவர் - தலைவி, தலைவாரி, தலை வாழையிலை, தலைவிதி, தலைவிரி கோலம், தலை விளைச்சல், தலை வெட்டுதல் என 'தலை'யை முன்னொட்டாகக் கொண்ட நூற்றுக்கணக்கான சொற்கள் உண்டு மொழிக்குள்.

சரி! தலை எனும் சொல்லுக்கு சிரம், Head எனும் பொருள் மட்டும்தானா? பேரகராதி பதினைந்து பொருள் சொல்கிறது.

1. சிரம் (சூடாமணி) Head

2. சிறந்தது. 'தலையே தவம் முயன்று வாழ்தல்' - நாலடியார்

3. உயர்ந்தோர், 'தலையெலாம் சொற்பழி அஞ்சி விடும்' - நாலடியார்

4. தலைவன். Leader, Husband 'தலை இழந்த பெண்டாட்டி' - ஏலாதி

5. முதல் (பிங்கலம்) Origin, Beginning, Source, Commencement. 'உயர்ந்தோர் தலையா இழிந்தோர் ஈறா' - பெருங்கதை

6. உச்சி. Top, Apex. 'தலையுமாக முழந்தாளும் தழீஇ' - கம்பன்

7. நுனி. End, Tip. 'தலை விரல் தாக்க' - கல்லாடம்

8. முடிவு. Finish, Close.

9. ஒப்பு. Resemblance

10. வானம், ஆகாயம், விசும்பு (பிங்கலம்). Sky

11. ஆள், தலைவரி. Unit, Person, Hand.

12. தபால் முத்திரைத் தலை. Postage Stamp, as bearing the figure of a king's head.

13. சிரக் கபாலம். Skull. 'தலைக் கலத்து இரந்தது' - கம்பன்

14. தலைமயிர். Hair. 'தலை அவுந்து கெடக்கு', 'தலையைச் சீவி முடி'

15. ஏழாம் வேற்றுமைச் சொல் உருபு. 'முன் இடை கடை தலை' - சொல்லதிகாரம், தொல்காப்பியம். வினைகளுக்கு முன் வரும் ஓர் இடைச்சொல்.

நாம் எழுதிய சொற்பட்டியலினுள், தலை எனும் சொல் மேற்கண்ட பொருள்களில் வந்திருப்பதைக் கண்ணுறலாம். ''தலைக்குத் தலைமாலை அணிந்த தென்னே!'' என்பது சுந்தரரின் தேவாரம். பாடப்பட்ட தலம் திருவஞ்சிக்களம். கொடுங்கல்லூர் பகவதி சேத்திரத்தில் இருந்து நடந்து போகும் தொலைவில் இருப்பது. எனவே 'தல' என்று இன்று புழங்கப்பெறும் சொல்லின் பொருள் சிறந்தது, உயர்ந்தோர், தலைவன் என்பதாக இருக்கலாம்.

தலைவர், தலைவன், தலைவி ஆகிய சொற்கள் இன்று மிகுந்த அச்சத்துடன் அடிமைத்தனத்துடன் கையாளப்படும் அரசியல் சொல். தலைவர் என்று அழைக்கப்படுவதற்கு எத்தனை ஆயிரம் கோடி அடித்து மாற்றி இருக்கவேண்டும் என்ற தகவல் எம்மிடம் இல்லை. ஆனால் 'தல' என்று குறிப்பிடும்போது ஒரு இளக்காரம், பாசாங்கு தொனிக்கிறது எமக்கு. என்றாலும் 'தலையே நீ வணங்காய்' என்பதில் கட்டுப்பட்டு நிற்றல் நல்லது, சமத்துவ சகோதரத்துவ சனநாயக முற்போக்கு சமூகநீதி குடிமக்களுக்கு. அல்லால் 'தல' அடிமைகளின் தலையை இல்லாமற் போக்கிவிடும்.

தற்போது அடிக்கடி கேட்டு அரண்டு போகும் சொல்லாடல் 'வேற லெவல்'. 'வேற லெவல்' என்று குறிப்பிடுகிறபோது மிக உயர்வானது, ஒப்பாரும் மிக்காரும் இல்லாதது எனும் பொருளில் கையாளுகிறார்கள்.

உணவு விடுதிகளின் சானல் விளம்பரக் குறும்படங்களில் முன்பெல்லாம் ஒரு துண்டு ரொட்டியைக் குருமாவில் முக்கி எடுத்து வாயில் போட்ட அரைக்கணத்தில் 'வாவ்' என்றனர். இப்போது சாலையோரம் தட்டு வண்டியில் சுட்டு விற்கும் ராகிவடையை வாயில் பிட்டுப் போட்ட உடனேயே 'வேற லெவல்' என்கிறார்கள்.

சினிமாக் கதாநாயகன் கோவை உக்கடம் பேருந்து நிலையத்தில் வில்லனின் அடியாட்களுடன் ஸ்டண்ட் புரியும்போது, ஒருவனின் தலைமயிரை இடக்கையால் பற்றிச் சுழற்றி வீசுவான். அவன் சுங்கம் மேம்பாலச் சுவரில் மோதிச் சிதறி விழுவான். படம் முடிந்து வெளியே வரும் நுட்ப ரசனைக்காரர்கள் கருத்துப் பதிவிடும்போது 'அது வேற லெவல்' என்பார்கள். பேரன்களுடன் சேர்ந்து இவ்விதச் சண்டை க் காட்சிகளைக் காணும்போது எனக்குத் தோன்றும், யதார்த்த வாழ்வில் வில்லன்களும் அவரின் அடியாட்களும் ஒருவர் கூட கதாநாயகனிடம் அடிவாங்குவதில்லையே என. திரைப்படங்கள் காட்டும் வில்லன்களும் அவரது கூலிப்படையும் நிஜ வாழ்க்கையில் எவ்விதம் கதாநாயகர்களாக சொகுசு ஊர்தியில் சுற்றுகிறார்கள் என்பது நமக்கு விளங்குவதில்லை. ஒருவேளை அதுவும் 'வேற லெவல்' போலும். 'வேற லெவல்' என்றால் என்ன லெவல் என்று யாரும் கேட்பதில்லை. சொல்பவனும் கேட்பவனும் ஒரே லெவல்தானே!

சில ஆண்டுகளுக்கு முன்பு செல்வாக்குப் பெற்ற ஒருவரின் சொற்பெருக்குக் கேட்டு படிகளில் கீழிறங்கிக் கொண்டிருந்தேன், பேருந்து பிடிக்கும் அவசரத்துடன். தொழிலதிபர் ஒருவர் ஏற்பாடு செய்திருந்த சொற்பொழிவு என்பதால், கோவையின் தொழிலதிபர் பலரும் வந்து ஆஜர் வைத்திருந்தனர் அல்லது அட்டெண்டன்ஸ் கொடுத்திருந்தனர். அவர்களில் பெரும்பான்மையோருக்குக் குறுந்தொகைக்கும் குறுந்தட்டி எனும் சிறு செடிக்கும் வேறுபாடு தெரியாது! என் செய? சிவபெருமான் சடைமுடியில் சூடிய மலர் என்பதால் வெள்ளெருக்கு சூடுவார்களா எவரும்? அல்லது மணிமிடற்றான் சூட விரும்பாத தாழம்பூவைச் சூடாமல் விடுவார்களா? அது 'வேற லெவல்'!

என்பின்னால் இரண்டு படிகள் மேலாக இரண்டு தொழிலதிபர்கள் உரையாடியபடியே இறங்கிக் கொண்டிருந்தனர். இருவருமே இலக்கிய ரசனை உடையவர்கள், என்னை அறிந்தவர்கள். ஒருவர் கேட்டார், "ஏனுங்க! இது போல நம்ம நாஞ்சிலையும் பேசச் சொல்லலாம்ல?"

மற்றார் பதில் சொன்னார், "இல்லீங்க, இது வேற லெவல்!" என்று. நான் உணர்ந்து கொண்டேன், அன்று உரையாற்றியவர் பிரபஞ்சப் பிதாமகன் லெவல் என்றும் நான் கரகாட்டக் கோமாளி லெவல் என்றும். ஒருவேளை அதுவே உண்மையாகவும் இருக்கலாம். கற்றுக் கொள்வதற்கு வயது வரம்பு உண்டா என்ன?

சமகாலத்தில் கல்விக்கொள்ளை, மருத்துவக் கொள்ளை, நீதிக் கொள்ளை, திட்டக் கொள்ளை, ஆட்சிக் கொள்ளை யாவுமே 'வேற லெவல்'தான்.

காமிரா முன் நின்று கொண்டு, நாம் எந்தக் காலத்திலும் தின்ன வாய்ப்பில்லாத பண்ணியம் ஒன்றின் விள்ளலை வாயில் போட்ட கணத்தேயே கண்மூடி, மெய்மறந்து, புளகம் உற்று, கலவியில் உச்சம் தொட்டது போல், 'வாவ்' என்கிறார்கள். ஆடம்பரமாக உடையணிந்து, ஆபரணங்கள் சூட்டி, ஐந்நூறு ரூபாய்க்குப் பூ வாங்கி தலையில் சூடி, இட்ட அடி நோக, எடுத்த அடி கொப்பளிக்க, ஸ்மார்ட்ஃபோன் சுமந்து மருங்கு அசைய நடைபழகி வரும் தோழியைப் பார்த்து 'வாவ்' என்கிறார்கள்.

‘வாவ்’ எம்மொழிச் சொல், ஸ்பெல்லிங் என்ன, அந்தோ - அம்மா - ஐயோ - அடா - அரோ - அன்றே - எல்லே - மன்னோ - மாதோ போன்று கம்பன் பயன்படுத்தும் அசைச்சொற்கள் போன்றதா என ஆலோசிக்கத் தோன்றும்.

‘எல்லாச் சொல்லும் பொருள் குறித்தனவே!’ என்று பேசும் தொல்காப்பிய, சொல்லதிகார நூற்பா 640. அது உணர்ச்சியை வெளிப் படுத்தும் ஒலிக்குறிப்பே ஆனாலும். ஆ, ஓ, ஏ, சீ, சே எனும் ஒலிக்குறிப்பு களையும் உணர்ச்சியைக் காட்டும் அசைச் சொற்களாக ஒலிக்கிறோம். அவற்றை அசைச் சொற்கள் எனக் குறிக்கும் தமிழ் இலக்கணம். அசைச்சொல் இடம் சார்ந்து வெவ்வேறு பொருள்களையும் தரும்.

கம்ப இராமாயணம் அயோத்தியா காண்டத்தில், கங்கைப் படலத்துப் பாடல் ஒன்று இராமனும் சீதையும் வனவாசம் செல்வதைக் குறித்தது.

‘‘வெய்யோன் ஒளி தன்மேனியின் விரிசோதியின் மறையப்
பொய்யோ எனும் இடையாளொடும் இளையானொடும் போனான்
மையோ மரகதமோ மறிகடலோ மழை முகிலோ
ஐயோ இவன் வடிவுஎன்பதோர் அழியா அழகுடையான்’’

இது முழுப்பாடல். இதில் ‘ஐயோ’ எனும் அசைச் சொல்லைக் கம்பன் எதுகைக்காகப் பயன்படுத்துவான். வழக்கமாக ‘ஐயோ’ எனில் அவலச்சுவை. இங்கு ‘ஐயோ’ ஆனந்தச் சுவை. ஒரே அசைச் சொல் இடம் சார்ந்து பொருள் தரும் என்பதை நிறுவ இதை எடுத்துக்காட்டுச் சொல்வார்கள்.

பண்டு இந்துஸ்தானி இசை - நுஸ்ரத் ஃபத்தே அலிகான், ஹரி பிரஸாத் சௌராஸ்யா - ரோணு மஜும்தார் - உஸ்தாத் பிஸ்மில்லா கான் - உஸ்தாத் படே குலாம் அலிகான் - பண்டிட் ஜஸ்ராஜ் - பண்டிட் பீம்சென் ஜோஷி - வீணா சகஸ்ர புத்யே - கங்குபாய் ஹங்கல் - ஃபயஸ் அகமது ஃபயஸ் - போன்றோர் பாடும் வாசிக்கும்போது அபூர்வமான இடத்தைத் தொட்டுக் காட்டும்போது, இசையின் நுணுக்கம் அறிந்தோர், ‘‘வாரே! வாவ்!’’ என்பார்கள்.

நேற்று மாலை அரைத்து மீந்த தேங்காய் சட்னியை குளிர்பெட்டியில் வைத்து அடுத்தநாள் காலையில் மெதுவடைக்குப் பரிமாறுவான் அதிநவீன உணவு விடுதிக்காரன். வடையைப் பிய்த்து சட்னியில் தொட்டு வாயிலிட்டவுடன் 'வாவ்' என்கிறார்கள்.

பலே, பேஷ், சபாஷ், சூப்பர், சூப்பரோ சூப்பர், டக்கர், அப்பா டக்கர், டக்கரோ டக்கர் போல் ஒரு அசைச்சொல் 'வாவ்'. பன்ன சினிமாவில், பன்ன பாடலுக்கு, பன்ன நடிகை, பன்ன வக்கிர உடலசைவைக் காட்சிப்படுத்தும் போதும் அஃதே - வாவ்!

எனது பிரச்னை 'வாவ்' எம்மொழிச் சொல் என்பதே! அயற்சொல் அகராதியில் வாவ் எனும் சொல் இல்லை. பேரகராதியில் தேடினால்: வாவயம் - துளசி, வாவரசி - வாழ்வரசி, வாவல் - 1. தாண்டுதல் 2. கூத்து 3. வௌவால் 4. கடல்மீன் வகை 5. கர்ப்பிணிப் பெண்களுக்கு மசக்கை காலத்து அவாவு அல்லது வயா எனும் சொற்கள் கிடைத்தன.

வாவி என்றொரு சொல்லுண்டு நம்மிடம். நீர்நிலை எனப் பொருள் தரும் பிங்கல நிகண்டு. 'மன்னு தண்பொழில் வாவியும்' எனும் சொற்றொடர் நாலாயிர திவ்யப் பிரபந்தத்தில் திருமங்கை ஆழ்வாரின் பெரிய திருமொழிப் பாடலில் வருவது. நாச்சியார் திருமொழி திருப்பாவையில் ஆண்டாள், ''உங்கள் புழக்கடைத் தோட்டத்து வாவியுள் செங்கழுநீர் வாய் நெகிழ்ந்து ஆம்பல் வாய் கூம்பின காண்'' என்பாள்.

வாவி என்றால் படிக்கட்டுகள் உள்ள கிணறு, நடைக்கிணறு என்று பொருள். சீவக சிந்தாமணி ஆற்றில் ஓடை எனும் பொருளிலும் பயன்படுத்துகிறது. Stream of water running in a river bed என்பது பொருள். வாவிப்புள் என்றால் அன்னம் என்கிறது இலக்கிய அகராதி. வாவுதல் எனில் தாண்டுதல். யுத்தகாண்டத்தில், பஞ்ச சேனாதிபதிகள் வதைப்படலத்தில், கம்பன், 'குன்றிடை வாவுறு கோளரிபோல' என்பான். வாவு எனும் சொல்லுக்கு

1. அமாவாசை The New Moon Day
2. பௌர்ணமி The Full Moon Day
3. விடுமுறை நாள்

என்பன பொருள். வாவு தினத்தன்று விடுமுறை விடப்பட்டதால் வந்த பொருள் அது. எனது பதினாறாவது கட்டுரைத் தொகுப்பின் தலைப்பு 'கருத்த வாவு'.

பண்டைய கிராமத்துப் பள்ளிக்கூடங்களில் ஆசிரியருக்கு ஊதியம், பஞ்சப்படி, பயணப்படி, வாடகைப்படி, நகரப்படி என அரசு சம்பளம் இல்லை. பௌர்ணமி அல்லது அமாவாசை நாட்களில் மாணவர் தட்சணையாக ஆசிரியருக்குக் கொடுத்த காசு வாவுக்காசு எனப்பட்டது. வாவு முறை என்றால் விடுமுறை. பிறகுதான் வேறொரு மதத்தவர் கோயிலுக்குச் சென்று வழிபடும் நாளை நாம் விடுமுறை என்றோம். அரபு நாடுகளின் விடுமுறை நாள் வேறு.

ஆனால் நாம் தேடும் சொல்லான 'வாவ்' குறித்து ஐயங்கள் சில. அனுமானங்களை எல்லாம் கைவிட்டு ஐந்தாவது பயிலும் என் முதல் பேரன் சித்தார்த்தனிடம் கேட்டேன். ஒரு விள்ளல் மேத்தி பரோட்டாவைப் பிய்த்து வாயில் போட்டவுடன் 'வாவ்' என்பவன் அவன். 'வாவ்' என்ற சொல் ஆங்கிலம் என்றும் Wow என்றும் சொன்னான். ஐயத்துடனேயே சென்னைப் பல்கலைக்கழகத்து ஆங்கிலம் - தமிழ் சொற்களஞ்சியம் எடுத்துப் புரட்டினேன். அ. சிதம்பரநாதன் செட்டியார் அவர்களைத் தலைமைப் பதிப்பாசிரியராகக் கொண்டு 1965-ல் முதற்பதிப்பு கண்டது. அதில் Wow எனும் சொல் இருந்தது. பரிவு வியப்பு என்று பொருள் தரப்பட்டிருந்தது. Wow எனும் ஆங்கிலச் சொல்லே வாவ் எனும் சொல்லுக்கு வேர்ச் சொல்லாக இருக்கலாம். வாவ்! என்ன சிறப்பு எம் மொழிக்கு!

சினிமாக்களின் ஒரு உரையாடலை திரும்பத் திரும்ப சாமான்ய மானுடன் அன்றாட வாழ்வில் சிலம்பித் திரிவது நமது சமூக சோகம். பண்டு ஒரு திரைப்படத்தில், சிரிப்பு நடிகர் கே.ஏ.தங்கவேலு அடிக்கடி உதிர்த்த வாசகம், ''அட! உன்னைத்தூக்கி வெயில்லே போட'' என்பது. என் வாலிப வயதில் பலரும் அதை வெட்கமில்லாமல் போலி செய்து திரிந்தனர். இன்றோ, ''செத்தான்டா சேகரு'' என்றும், ''நண்பேன்டா'' என்றும், 'வேற லெவலில்' 'செமயாகக்' 'கலாய்க்கிறார்கள்' உயர் தமிழ்த் தொல் குடியினர்.

Super எனும் ஆங்கிலச் சொல் எமக்கு அர்த்தமாகும். இருபது நாட்கள் முன்பு சமைத்த கோழிக்கறியை குளிர்சாதனப் பெட்டியில் புதைத்து வைத்திருந்து ஆர்டரின் பேரில் சூடாக்கிப் பரிமாறும்போது அதை ருசித்துத் தின்று சூப்பர் என்கிறார்கள். தமிழ்த் திரைப்படம் 'சூப்ப்ப்ப்பர்' என்று மொழியும்.

எந்த மொழி என்று எனக்குத் தெரியாது இன்று நாம் பயன்படுத்தும் டக்கர். டக்கர் எனும் சொல்லிலேயே அரண்டு நிற்கும் நம்மை நோக்கி உடனே ‘டாப் டக்கர்’ என்கிறார்கள். அதுவும் போகட்டும் என்றால், ‘டக்கரோ டக்கர்’ என்பார்கள். அதைக்கூட விட்டுத் தொலைக்கலாம். நகரப் பேருந்தில் இருக்கை பிடித்த போட்டியில் ஏற்பட்ட வாக்குவாதத்தில் - நல்ல வேளை கை கலப்பு இல்லை. எழுபத்து ஐந்து வயதான எனக்குத் தாங்காது - ‘‘என்னையா? நீ பெரிய அப்பா டக்கரா?’’ என்றார் முண்டியடித்து முன்னால் வந்தவர். ஒருவேளை நாம் சாகித்ய அகாதமி, கலைமாமணி, கண்ணதாசன், இயல், அமுதன் அடிகள் போன்ற விருதுகள் வாங்கிய மூத்த எழுத்தாளன் என்பதை அறிந்து, ‘அப்பா டக்கர்’ என அறைந்திருப்பாரோ?

என் கவலை ‘டக்கர்’ எம்மொழிச் சொல் என்பது. எனக்கு அராமிக், ஹீப்ரு, லத்தீன், கிரேக்கம், சீனம், யப்பான், ஜெர்மன், மெக்சிகன், பிரஞ்ச், அரபி, உருது போன்ற மொழிகள் தெரியாது. அயற்சொல் அகராதியில் அலசினேன். டக்கர் என்றால் இந்தி மொழிச் சொல். பொருள் மோதுதல் என்று ஒரு பதிவு. உச்சரிப்பு Takkar. இரண்டாவது பதிவு டக்கர் என்றால் உருது மொழிச் சொல், பொருள் குழப்பம், உச்சரிப்பு Tagar. டகல்பாஜி என்றால் பாரசீகம், பொருள் வஞ்சகன், ஏமாற்றுக்காரன். டங்குவார் எனில் தெலுங்கு+தமிழ். பொருள் குதிரையின் பட்டை.

சம்பவம் நடந்த கணத்தில், பேருந்து நெரிசல் அவதி. பாரத ரத்னா விருது வாங்கியவர் எழுதிய, பாரத ரத்னா இசையமைப்பாளர் மெட்டமைத்த, பாரத ரத்னா பாடகர் பாடிய பொறுக்கித்தனமான காம வக்கிரப் பாடல் தந்த எரிச்சல்.

உண்மையிலேயே கதிகலக்கம் ஏற்பட்டது. சபை நடுவே நீட்டோலை வாசியா நின்றதைப்போல. வெண்பா இருகாலில் கல்லாதவன் போல. உத்தேசமாக வசவின் பொருள் புரிந்தது. எம்மொழியில் சொன்னால், ‘‘நீ என்ன பெரிய கிடுவிடியா?’’ என்பதைப் போல. அல்லது, ‘‘நீ பெரிய புடுங்கியா?’’ என்று கேட்பதைப் போல. ஒருகாலத்தில், ‘‘நீ என்ன பெரிய லார்ட் லபக் தாசா?’’ என்று கற்றுத்தந்தது தமிழ் சினிமா. இன்று, ‘‘நீ என்ன பெரிய அப்பா டக்கரா?’’ என்று கேட்கிறார்கள்.

பல்கலைக்கழகத் துணைவேந்தர் எவரும் நமது ஐயம் தெளிவிப்பாரா? அவர்கள் ஐம்பது அறுபது கோடி கொடுத்துப் பதவி பிடிக்கிறார்கள். ஒரு ஐயம் தெளிவிக்க நம்மிடம் ஐந்தாயிரம் கேட்டால் நாமெங்கே போவது. நமக்கு அது நாலுமாத ஓய்வூதியம்.

Spelling என்னவாக இருக்கும் ஆங்கில அகராதிகளில் தேட, Ducker என இருக்கலாமோ? தேடினேன்.

Ducker என்றால் மூழ்குபவர், நீர்மூழ்கிப் பறவை வகை, வாத்துக்களைப் பேணி வளர்ப்பவர் எனப் பொருள் தரப்பட்டுள்ளன. Duker அல்லது Duckker எனும் பதிவே இல்லை. சரி Tucker என்று தேடலாம் எனத் தீர்மானித்தேன். Tucker என்றால் உள்மடிப்பு, கழுத்து விசிறி மடி எனப் பொருள் தரப்பட்டிருந்தது. Tukker எனும் சொல் கண்டிலேன். Tugger என்று ஒரு பதிவு. பொருள் வலிந்து இழுப்பவர்.

திருவாசகப் பாடல் வரிகள் நினைவுக்கு வந்தன.

'திருப்புலம்பல்' பகுதியின் பாடல். சுருங்கச் சொன்னால் 556-வது திருவாசகத்தின் முதல் இரண்டு அடிகள்.

''உற்றாரை யான் வேண்டேன் ஊர் வேண்டேன் பேர் வேண்டேன்
கற்றாரை யான் வேண்டேன் கற்பனவும் இனி அமையும்''

என்று புலம்பும். ஆம்! கற்பனவும் இனி அமையும்!

இரசிகன் என்றொரு சொல் நம் மொழியில். நயவன், சுவைஞன் என்பது பொருள். ரஸிகா (Rasika) எனும் சமற்கிருதச் சொற்பிறப்பு. ஒரு நிகழ்ச்சிக்கு இலட்சங்களில் ஊதியம் வாங்கும் கர்னாடக சங்கீத வித்வான்கள் தமிழரே ஆனாலும், கேட்கக் குழுமியிருப்போரும் தமிழரே ஆனாலும், கச்சேரியின் நடுவில் ஆங்கிலத்தில் அறிவிப்பார்கள் - Dear Rasikas என்று தொடங்கி. அதென்ன ரஸிகாஸ்? எம்மொழிச் சொல் அது? Students, Friends, Comrades என்று பன்மையில் சொல்வதைப் போல, ரசிகா எனும் சொல்லின் பன்மையா ரஸிகாஸ்? இந்தச் சொல்லை சமற்கிருதம் அனுமதிக்கிறதா? தாய்மொழி மீது இத்தனை கரிசனமும் அக்கறையும் உள்ளவன் எந்தக் கடவுளைப் பாடினால் எமக்கென்ன?

அதுபோலவே, Dear Bhakthas என்பார்கள். பக்தன் எனும் சொல் சமற்கிருதம்+தமிழ். பக்தி - சமற்கிருதம். பக்தை - சமற்கிருதம்+தமிழ். பக்தியைப் பத்தி என்பான் கம்பன். அது என்ன மேன்மக்களே பக்தாஸ்? அது எம்மொழிச் சொல்?

அஃதேபோல் தமிழில் பெரியன், பெரியர், பெரியவன், பெரியவர், பெரியான், பெரியார் உண்டு. பெரியவா எனும் சொல் எந்தத் தமிழ் நிகண்டிலும் அகராதியிலும் இல்லை. பெரியவர் என்று சொன்னால் அது மதிப்பில்லையா? ஊசிப் புளித்துச் சளித்துக் காம்பி, ஆம்பி, சவுக்களித்துப் போன சொல்லா அது? இதைச் சொல்வதனால் நான் எவரின் துவேஷியும் நாத்திகனும் ஆகிவிட மாட்டேன். இந்தப் பிதற்றலை, திரிபை, தேவ பாஷையில் செய்வீரா? ஏன் பெரியவர் எனப் பகர்ந்தால் ஆன்மீகம் அசுத்தமாகி விடுமா?

Brother எனும் சொல்லுக்கும் Bro எனும் சொல்லுக்கும் அரை கிலோமீட்டர் இடைவெளியா? Bro என்றொரு சொல் உண்டா ஆங்கில அகராதிகளில்? சொல்லுங்கள் ப்ரோ! அம்மா, அம்மை, அம்மே, அம்ம, மா, மாம், மாயி, மையா யாவுமே தாய் குறித்து நானறிந்த வேற்று மொழிச் சொற்கள். ஆத்தா, ஆயா, ஆயி, எழுத்தாளர் பூமணி பேசும் அஞ்ஞை யாவுமே அன்னையைக் குறித்த சொற்கள். Brother என்பதன் சுருக்கம் ப்ரோ, Sister என்பதன் சுருக்கம் சிஸ், மாமா என்பதன் சுருக்கம் மாம்ஸ் எல்லாம் சரி! தந்தை, அப்பா, அப்பன், அச்சன், பிதாஜி, பிதா, ஃபாதர் இவற்றின் சுருக்கமாக ஃபா எனலாமா? எளியவன் பெண்டாட்டி எல்லார்க்கும் மதனியா?

நான் தேடியதில் International Advanced Deluxe Dictionary, English - English - தமிழ், 2015-ம் ஆண்டு Exclusive Edition, 1600 பக்கங்கள் விலை ஐம்பது அமெரிக்க டாலர், நூலில் Bro இல்லை.

பெண்டாட்டி, மனையாட்டி, இல்லாள், இல்லக்கிழத்தி, மனையாள், பாரியாள், அகத்துக்காரி எனும் சொற்கள் உச்சரிக்க நீளம், கடினம், 140 MB இடம் வேண்டும் என்பதால் வைஃப் என்பதன் சுருக்கமான வை என்றழைப்போமா?

அதுவே போல் ஒரு சொல் மச்சி. மைத்துனன், மச்சினன், மச்சான் இவற்றின் சுருங்கிய வடிவம். ஆனால் மச்லி, மச்சி என்றால் வடமொழியில் மீன் என்று பொருள். மகர் மச்சி எனில் மகரமீன். மைத்துனி, மச்சினி எனும் பெண்பாற் சொற்களின் சுருக்கமாக, பொதுப்பால் சொல்லாக மச்சி என வழங்கலாமா இனிமேல்!

நெடுங்காலமாக வழக்கில் இருக்கும் 'மஸ்த்' எனும் சொல் அறிவோம் நாம். இந்தி சினிமாப்பாடல்களிலும் உரையாடல்களிலும் பயன்படுத்தப்படும் சொல். தமிழ்மொழிக்குள் புழக்கத்தில் இருக்கும் வேற்று மொழிச் சொற்கள் இருபதினாயிரத்தில் ஒன்று மஸ்த்.

மஸ்தி (Masty) என்பது பாரசீகச் சொல். உருது மொழிப் பிறப்பு. பொருள் மதுக்கிறக்கம். அதாவது போதையில் இருத்தல். இந்தியில் குறும்பு, சேட்டை எனும் பொருளிலும் ஆள்வார்கள். 'மஸ்தி மத் கரோ!' என்றால் 'சும்மா வெளையாடாதே!' என்பது பொருள்.

மஸ்த் (Mast) என்பது உருதுச்சொல். பொருள் - 1. கொழுப்பு 2. மயக்கம் தரும் பொருள் 3. உளக்கிளர்ச்சி. மஸ்து (Mastu) என்றொரு சமற்கிருதச் சொல்லும் உண்டு. பொருள் தயிர், Curd, தஹி.

ஆகவே மஸ்த் எனும் சொல் மொழிக்குள் அதற்கான இடம் பெற்று, தோதான சந்தர்ப்பங்களில் புழங்கப் பெற்று வருகிறது. பேஷ், பலே, ஜோர் என்பவை போல் மஸ்த் நின்று நிலைத்து விட்டது.

செம்பு, பித்தளைப் பாத்திரங்கள் அடுதலுக்குப் பயன்படுத்தப்பட்ட காலத்து, அவற்றுக்கு ஈயம் பூசாமல் புளி ஊற்றிய அல்லது புளிக்கும் எப் பதார்த்தத்தையும் அவற்றில் சமைக்கவோ, மாற்றி வைக்கவோ இயலாது. வேதியியல் வினை மூலம் உணவு விடமாகும். மண், மரம், பீங்கான், வெள்ளோடு, வெண்கலம் பாத்திரங்கள் கெடுதல் செய்வதில்லை. எனவே செம்பு பித்தளைக் கலன்களுக்கு ஈயம் பூசுவோம். இக்கட்டுரை எழுதுகிற இந்தக் கணத்தில் யோசித்துப் பார்க்கிறேன், எம் வீட்டில் ஈயம் பூசிய பானை, சருவம், கிண்ணம், தாலம், ஏனம் ஏதும் உண்டா என!

அலுமினியம் வந்து நூறாண்டுகள் இருக்கும் பாத்திரங்களாக. கறுக்காத இரும்பு (Stainless Steel) என்ற எவர்சில்வர் வந்து இன்று எங்கும் நிரந்துவிட்டன.

அன்று செம்பு பித்தளைப் பாத்திரங்களுக்கு ஈயம் பூச, குடும்பமாக வருவார்கள். பெண் உறுப்பினர் வீடு வீடாய்ப் போய் பாத்திரம் சேகரித்து வருவார். ஆண் உறுப்பினர் தெருவில், மரநிழலில் பட்டறை போட்டு உலை அமைத்து ஈயம் பூசுவார். சிறுவர் சிறுமியர் விளையாடுவார்கள், தம்மால் இயன்ற வேலையும் செய்வார்கள். ஈயத்தை உருக்கும்போது தூவும் நவச்சாரம் எனும் ரசாயனம் நினைவுக்கு வருகிறது. ஈயம் பூசிப் பிழைத்த இனம் இன்று இல்லை.

ஈயப்பூச்சு என்பதை வட மாவட்டத்தார் 'கலாய்' என்றனர். கலாய் என்பது உருது மொழியை மூலமாகக் கொண்ட பாரசீக மொழிச் சொல். கலாய் என்றால் ஈயப்பூச்சு, ஈயமிடுதல் என்று பொருள்.

இன்று அதிநவீனத் தமிழில், 'கலாய்' என்றொரு சொல் ஆளப்படுகிறது. 'என்னமாய் கலாய்க்கிறான்?', 'மரண கலாய்' என்ற சொற்பிரயோகங்கள் குறுக்கிடுகின்றன. இடம் பொருள் ஏவல் கண்டு, இந்தக் கலாய் எனும் சொல்லுக்கு இளக்காரம், ஏளனம், அங்கதம், பகடி எனப் பொருள் கொள்கிறேன். அதாவது ஒருவரைக் குறை உணர்த்திக் கலாட்டா செய்தல். சரி, இது எம்மொழிச் சொல் எனக் கேட்டால் நம்மைக் கலாய்ப்பார்கள்.

சில சொற்களை, எம்மொழிச் சொல் என உணராமலேயே, ஆனால் சரியான அர்த்தத்தில் பயன்டுத்துகிறோம். 'அவன் என்னை சட்டை செய்ய மாட்டான்' என்கிறோம். இந்த சட்டை என்ற சொல் உடுப்பு அல்லது Shirt அல்ல. அயற் சொல் அகராதி, சட்டை எனும் சொல் சமற்கிருத மூலம் என்றும் Shradda எனும் சொல்லின் பிறப்பு என்றும் பதிவிடுகிறது. பொருள் மதிப்பு என்கிறது. அதாவது, 'அவள் என்னை மதிப்பதில்லை அல்லது பொருட்படுத்துவதில்லை அல்லது கூட்டாக்குவதில்லை' என்று பொருள், 'அவள் என்னை சட்டை செய்வதில்லை' என்றால்.

ஆங்கிலத்தில் Mass என்றொரு சொல் உண்டு. அயற்சொல் அகராதியில் மாஸ் எனும் சொல் இல்லை. கேம்பிரிட்ஜ் ஆங்கில அகராதி, Mass என்றால் கீழ்வரும் பொருள் தரும்.

1. A lot of some thing to gether, with no clear shape.

2. Affecting a lot of people

   Example : Mass destruction, A mass murderer.

   Masses என்றால் - A large amount or number of something.

   Massacre என்றால் - The killing of a lot of people.

இன்று சர்வ சாதாரணமாக உரையாடல் மொழி, 'சும்மா மாஸ் காட்டறான்' என்கிறது. குறிப்பிட்ட சினிமாவின் சண்டைக் காட்சியை 'மாஸ்' என்கிறது. இதுபோன்ற பயன்பாடுகள் இன்னும் இருக்கலாம் எத்தனையோ! மாஸ் காட்டுதல் என்றால் Affecting lot of people எனப் பொருள் கொள்ளலாமா? இச்சொல்லை வைத்துக்கொண்டு ஊடகங்கள் ஆடம்பரமாக மாஸ் காட்டுகின்றன. நேற்று ஒரு பத்திரிகைச் செய்தி சொன்னது, குறிப்பிட்ட சினிமாவில் குறிப்பிட்ட நடிகர் மாஸ் காட்டி இருக்கிறார் என்று.

பதின்மூன்று ஆண்டுகளுக்கு முன்பு, என் முதல் வெளிநாட்டுப் பயணத்தின்போது, உடன் பயணித்தவர் பயன்படுத்திய சொல் 'மெர்சல்'. முதன் முதலில் கேட்டதனால் நானும் மெர்சல் ஆகிவிட்டேன். அச்சொல் பேரகராதியிலும் அயற்சொல் அகராதியிலும் இல்லை. ஆங்கில அகராதிகளில் தேடலாம் என்றால் மெர்சல் என்று உச்சரிக்கப்படும் சொல்லின் Spelling எதுவாக இருக்கும் என்றும் தெரியாது. Mercel அல்லது Mersal அல்லது Mersel என இருக்கலாமோ என்று துழாவினால் மூன்றுமே மேற்சொன்ன அகராதியில் இல்லை.

கூகுளில் தேடியபோது கிடைத்த அரிய செய்தி - ''மெர்சல் 2017ஆம் ஆண்டில் வெளிவந்த ஓர் இந்தியத் தமிழ்த் திரைப்படம் ஆகும். இதில் விஜய், காஜல் அகர்வால் ஆகியோர் நடித்துள்ளனர். பாக்ஸ் ஆபீஸில் 200 கோடி வசூல் செய்த படம் என விளம்பரம் செய்யப்பட்டது'' - என்று. மேலும் -

வெளியீட்டுத் தேதி	:	18 அக்டோபர் 2017 (இந்தியா)
இயக்குநர்	:	அட்லீ
தயாரிப்பாளர்கள்	:	R. மகேந்திரன், ஹேமா ருக்மானி
தயாரிப்பு	:	ஸ்ரீ தேனாண்டாள் பிலிம்ஸ்
மொத்த வருவாய்	:	Rs. 265/- கோடி என்கிறார்கள்.

பராபரமே! 'நான் மெர்சல் ஆயிட்டேன்' என்றால் அதன் பொருள் என்ன என்று கனவிலாவது வந்து அருள்வாயா?

அதுபோன்றே இன்னொரு சொல் 'காண்ட்'. "அவள் காண்டாயிட்டாள்" என்கிறார்கள்.

நமக்கு காண்டம் (Condom) என்ற ஆணுறை தெரியும். காண்டாமிருகம் தெரியும். அருச்சுனனின் வில்லான காண்டீபம் தெரியும். ஆனால் காண்ட் தெரியாது.

மராத்திய மாநிலத்தில் வாழ்ந்தபோது, புட்டத்தைக் குறிக்க காண்ட் என்றனர். புட்டத்தைப் பயன்படுத்த அனுமதிக்கும் ஆண் பாலியல் தொழிலாளியை காண்டு என்றனர். நானறிந்தது, குஜராத்தி மொழியில் காண்டா என்றால் பைத்தியம் என்று பொருள். ஆனால் மேலதிகாரியைக் குறிக்கும்போது, "சார் காண்டாயிட்டார்" என்கிறார்களே! நிச்சயமாகப் புட்டப் பாலியல் தொழிலாளி அல்லது பைத்தியம் எனும் பொருளில் இருக்க வாய்ப்பே இல்லை.

பேரகராதியைத் தஞ்சமடைந்தேன். பேரகராதி தந்த சொற்கள்:

காண்டகம் - 1. காடு 2. நோய் 3. கமண்டலம்

காண்டம் - 1. மலை 2. காடு 3. நீர் 4. கோல் 5. அடித்தண்டு 6. அம்பு 7. ஆயுதம் 8.நூலினுள் பெரும் பிரிவு 9. முடிவு 10. சமயம் 11. திரள் 12. ஆபரணச் செப்பு 13. நில வேம்பு 14. திரைச்சீலை 15. ஆடை 16. விடம் Mineral Poison 17. சீந்தில், Moon Creeper

இவற்றுள் "தலைவரு காண்டாயிட்டார்" என்றால் எப்பொருள் கொள்வது?

எமக்கு அடுத்துத் திறக்கும் கதவு அயற்சொல் அகராதி. ஆம்! அருளி ஐயா ஆற்றுப்படுத்தினார். காண்டு எனும் சொல்லைப் பதிவிட்டு, அது தெலுங்கு மொழிச் சொல் என்றும், பொருள் சினம் என்றும் குறித்துள்ளார். 'செம' எனப் பீற்றிக் கொள்ளவா?

பேராசிரியர் அருளி, வையாபுரிப்பிள்ளை, தேவநேயப் பாவாணர், அ. சிதம்பரநாதன் செட்டியார் போலவோ, ஈழத்துக் கதிரைவேற்பிள்ளை, சந்திரசேகரப் பண்டிதர், சரவணமுத்துப்பிள்ளை, ந.சி கந்தையா பிள்ளை போலவோ, பி.ஆர். அப்பாய் செட்டியார், மு. சண்முகம்பிள்ளை போலவோ, சமகாலத் தமிழறிஞர் எவரும் உழைத்து மேற்சொன்ன சொற்களைத் தொகுத்து ஒரு அகராதி சீர்படுத்தித் தந்தால் அது பெரிய மொழிச் சேவையாக இருக்கும். நாட்டில் செம்மல்களுக்கும் அறிஞர்களுக்கும் பஞ்சமா என்ன?

பொறுப்புத் துறப்பு

இந்தக் கட்டுரையை எழுதுவதற்காக மட்டுமே மேற்சொன்ன பட்டியலின் சொற்களைப் பயன்படுத்தியுள்ளேன். மற்று வேறு என் படைப்புக்களிலோ உரைகளிலோ அவற்றைக் கையாண்டதில்லை. அது உண்மையல்ல என்றெவரும் நிறுவினால், 'ஹாராக்கிரி' செய்துகொள்ளத் தயாராக உள்ளேன்.

தாய்வீடு, ஆகஸ்ட் 2023

10

ஏன் எழுதுகிறேன்?

பல்வகை இன்டர்வியூ / பேட்டி / நேர்காணல் / நேர்முகம் / செவ்வி எனப்பட்டவற்றில் இவ்வினாவை எதிர்கொண்டதுண்டு. ஒரே சொற்றொடரில் சாத்தியமான சில விடைகளைத் தர முயலலாம்.

1. எழுதாமல் இருப்பது சாத்தியமில்லை, ஆகவே எழுதுகிறேன்.
2. வேறேதும் செய்வதறியேன், எனவே எழுதுகிறேன்.
3. எனது இருப்புக்கான அடையாளமது என்பதால் எழுதுகிறேன்.
4. உலகத்தார்க்குச் சில பகிர்ந்தளிக்க இருப்பதால் எழுதுகிறேன்.
5. என் எழுத்தைப் பிறிதொருவர் எழுத முடியாது என்பதால் எழுதுகிறேன்.
6. எனது இறப்புக்குப் பின்னரும் எழுத்துக்கள் மூலமாக வாழ்வேன் என்பதால் எழுதுகிறேன்.
7. என் வாழ்க்கைக்கு ஒரு சுவடு வேண்டும் என்பதால் எழுதுகிறேன்.
8. எவருக்கேனும் என் அனுபவங்கள் உதவக்கூடும் என்பதால் எழுதுகிறேன்.
9. சாதி, பதவி, அதிகாரம், அரசியல், பணம் எனும் எந்த செல்வாக்குக்கும் தோற்றுக் கொடுக்க மனமில்லாததால் எழுதுகிறேன்.

10. படைப்பாற்றல், மொழியாளுமை, கலைத்திறன், கற்பனை வளம், புனைவு வலு எனப்படும் சில எனக்கும் சாத்தியமே என நிறுவ எழுதுகிறேன்.

இப்படியே சொல்லிச் செல்லலாம் நீளமாக. நான் தொல்காப்பியனும், வியாசனும், வான்மீகியும், வள்ளுவனும், காளிதாசனும், இளங்கோவும், சேக்கிழாரும், திருமூலரும், காரைக்கால் அம்மையும், திருத்தக்க தேவரும், சீத்தலைச் சாத்தனாரும், தேவார மூவரும், மாணிக்கவாசகனும், தாயுமானவரும், இராமலிங்க வள்ளலும், மஸ்தான் சாகிபுவும், பாரதியும் இல்லை என்பதறிவேன். ஆனால் நான் ஒப்புமை உரைக்க ஒண்ணாத நாஞ்சில் நாடன் என்பதால் எழுதுகிறேன்.

எதற்கு ஒப்பிட்டுப் பார்க்க வேண்டும் எவரையும் எவருடனும்? விளாம்பழத்தையும் மாங்கனியையும் ஒப்பிடுவீர்களா? கைதைச் சக்கையுடன் பப்பாளி என்ன ஒப்புமையா? பலாப்பழமும் கலிங்கமும் ஒப்பு நோக்கத் தக்கவையா? காராம்பழம், உண்ணிப்பழம், ஆலம்பழம், வேப்பம்பழம், நாவல்பழம் எவற்றுடன் ஒப்பிடத் தகுந்தவை? எனவே எம்மொழிக்குள்ளும் இலக்கிய சாதனை நிகழ்த்தியவர்கள், தடம் சமைத்தவர்கள் எவராயினும் அவர்கள் அவர்களாக இருப்பார்கள், நான் நானாக இருப்பேன். ஆமையின் வாழ்நாள் எத்தனை, புலியின் காலம் எத்தனை? வாழ்நாளைக் கொண்டு வீரத்தை, வேகத்தை, அதிகாரத்தைக் கணக்கிட இயலுமா?

மேலும், எழுதுவதற்கான தூண்டுதலைத் தருவதெது? சமூக சக்திகள் வெளிப்படுத்தும் புறக்கணிப்பு, ஒதுக்கி நிறுத்தல், காழ்ப்பு, அவமதிப்பு முதலானவை மேலும் மேலும் மேலும் எழுதுவதற்கான முகாந்திரங்களைத் தந்து கொண்டே இருக்கிறது. எனக்கென்றில்லை, பலர்க்கும்!

வறுமை இருந்தது வாழ்வில். ஆனால் மனச்சிறுமை இருந்ததில்லை என்றும். அநீதி கண்டு பொங்கும் ஆங்காரம் இருந்தது. என் எழுத்தில் தத்துவம் இல்லை என்பார்கள். புன்னை மரத்தில் ஆப்பிள் காய்க்காது. சகமனிதனின் வலியுணராத் தத்துவம் என் செய?

சமூக நீதி, முற்போக்கு சமத்துவ சகோதரத்துவ தம்மக்களாட்சிக் கொள்கைகளுக்காக ஓங்கி, உரத்து விரல் நீட்டிப் பேசுகிறவர்களின் சொற்பெருக்கில் இருக்கும் தத்துவம் சொந்த வாழ்க்கையில் உண்டா? அண்மையில் காலம் சென்ற சில தமிழ் அறிஞர்களின், படைப்பாளிகளின் நூல்களை எல்லாம் நாட்டுடைமை ஆக்கி, அவர்கள் குடும்பத்துக்கு பெருந்தொகை அளிக்கப் பரிந்துரைத்தனர் மேற்படியார்கள். அதே காலத்தில் இறந்த மகத்தான சிறுகதை - நாவலாசிரியர், மொழிபெயர்ப்பாளர், மூத்த படைப்பாளி ஆ.மாதவன் பெயர் அவரெவருக்கும் நினைவில் வரவில்லை. முற்போக்கு, சமூகநீதிக் காரணமன்றி வேறென்ன என்று கேட்பார் கும்பமுனி, எனது எழுத இருக்கும் கதை ஒன்றில். ஆகவே என்னால் எழுதாமல் இருக்க இயலாது.

எனது வாசிப்பும், அரசியல் கூட்டங்கள் கேட்பதுவும், சங்கீதக் கச்சேரிகளுக்குச் செல்வதுவும் பதினைந்து வயதில் தொடங்கிவிட்டது. பள்ளி நாட்களில் சில எழுதிக் கீறிக் களைந்தும் இருக்கிறேன். என்றாலும் அவை எவையும் இலக்கியப் பரிசோதனை அல்லது தேடல் முயற்சிகள் அல்ல. கருவில் எமக்குத் திரு இல்லை, தாரித்திரியமே!

இன்று இந்த முதிய வயதில் பழங்கணக்குப் பார்க்கிறேன். அன்றைய ஸ்கூல் ஃபைனல் எனப்பட்ட பதினோராம் வகுப்பில் பள்ளியில் முதல் மாணாக்கன் நான். மாவட்டத்தில் இரண்டாவது. அடுத்து புதுமுக வகுப்பு என்ற பி.யு.சி. பின்னர் இளங்கலை கணிதம், தொடர்ந்து முதுகலை கணிதம். ஆனாலுமென்? நான்கு தரத்திலும் ஒரு குமாஸ்தா வேலையாவது போராடிப் பெற்றுவிட முடியாதா என போட்டித் தேர்வுகள் எழுதினேன். எதற்கும் தகுதியற்றவன் என்று நிராகரிக்கப்பட்டு, புறவெட்டுப் பலகை யாகத் தூக்கி எறியப்பட்டேன். யாவற்றுக்கும் விலை நிர்ணயிக்கப் பட்டிருந்தது அன்றே!

எனது முதல் கவிதைத் தொகுப்பு 'மண்ணுள்ளிப் பாம்பு' இருபத்திரண்டு ஆண்டுகள் முன்பு வெளியானது. அதில் இடம்பெற்ற 'ஆணை' எனும் தலைப்பில் அமைந்த கவிதையின் சில வரிகள் -

''முப்பாட்டன் வடக்கு மலையின் சுள்ளி சுமந்து
நாழி அரிசிக்குக் கூவி விற்றவன்
பாட்டன் சுமந்த வண்டல் மண்ணில்
ஊருணிக்கரை உயர்ந்து போனது
தகப்பன் வழித்த தொழுவத்துச் சாணம்
வடித்த கோட்டின் வரைபடம் முதுகில்''

என்று நீள்வது. அந்த வரிசையில் வந்தவன் என்றாலும் சமூக நீதி எனைச் சமுண்டித் தள்ளியது. வேலை விலைக்கு வாங்க ஒக்குமா நமக்கு?

மாற்றுடை ஒன்றும் சாரமும் துவர்த்தும் பையினுள் திணித்து வண்டி ஏறினேன் பம்பாய் மாநகருக்கு. வண்டி ஏறுவது என்பது திருவனந்தபுரம் விமான நிலையத்தில் இருந்து மும்பைக்கு வானூர்தி பிடித்தல் அன்று.

சொந்த ஊர் வீரநாராயணமங்கலம். அங்கிருந்து நாகர்கோயிலுக்கு தேரூர் - தாழக்குடி நகரப் பேருந்து, 105 நிமிடங்களுக்கு ஒருமுறை என அட்டவணை. நாகர்கோயிலில் இருந்து திருநெல்வேலிக்குப் பேருந்து, 80கி.மீ. அன்று இரண்டரை மணிநேரம் பயண காலம். திருநெல்வேலி சந்திப்பில் இருந்து ரயிலில் சென்னை எழும்பூர் நிலையத்துக்கு. அங்கிருந்து பேருந்து சென்னை சென்ட்ரல் ரயில் நிலையத்துக்கு. அங்கிருந்து பம்பாய் விக்டோரியா டெர்மினஸ் ரயில் நிலையம். வீட்டிலிருந்து புறப்பட்ட சமயம் கணக்கிட்டால் 64 மணி நேரம் கடந்து பயணம் முடியும். தொடக்கத்தில் ஊர்க்காரர் கொடுத்த அடைக்கலம். பம்பாய் ஆட்சியர் அலுவலகத்தில் தினம் ஏழு ரூபாய் சம்பளத்தில தினக்கூலி. 'ஊரிலேன் காணி இல்லை, உறவு மற்றொருவரில்லை' எனும் மனநிலை.

பிறகு எப்படி நாயன்மாரே நான் எழுதிக் கடத்தாமல் இருப்பது என் காலத்தை? பிறந்த ஊர், கங்கையிற் புனிதமான பழையாறு, வயற்காடுகள், தென்னந் தோப்புகள், வாழைத் தோட்டங்கள், சம்பா அரிசிச் சோறும் சாளைமீன் புளிமுளமும் என்ற பாற்கடல் கடைந்தபோது தோன்றாத அமுது. பெற்றோர், ஆத்தா, ஆச்சி, கூடப் பிறந்தோர், சித்தப்பா, சித்தி, அவர்களுக்குப்

பிறந்த தம்பியர் தங்கையர் எனும் உடன்பிறவா சோதரர், பிற உறவினர்கள், நண்பர்கள்... முத்தாரம்மன் கோயில் புட்டமுது, திருவாழிமார்பன் கோயில் அரவணை, ஔவையாரம்மன் கோயில் கொழுக்கட்டை, கோயில் கொடைக்குக் கிடைக்கும் படப்புச் சோறு எனும் எல்லாவகை ஏக்கங்களுக்குமான வடிகால் - மறுகால் - எனக்கு என் எழுத்தாயிற்று. தனிமை, அளவுச் சாப்பாடு, வடா பாவ், சாபில்தாஸ் பள்ளியில் பார்த்த பன்மொழி நவீன நாடகங்கள், பம்பாய்த் தமிழ்ச் சங்க நூலகம், அங்கு செவிமடுத்த சொற்பொழிவுகள் யாவுமாகக் கொணர்ந்து காட்டிய மீட்சிப்பாதை எனக்கு எழுத்து.

எழுத்தின் பலம் கொண்டு தனிமையை, வெறுமையை, வறுமையை, ஏக்கத்தை, எளிய மக்களுக்கு இழைக்கப்படும் இன்னல்களை, அநீதியை வெல்ல முயன்றேன். இது நான் எழுத வந்த காவியம்.

இன்றெனக்கு வறுமை இல்லை. மகன் கட்டித்தந்த வீட்டில் வாழ்கிறேன். மகள் சோறு போடுகிறாள். மாத ஓய்வூதியம் 1418 பணமே என்றாலும் அதுவென்னை சமரசம் செய்து கொள்ளத் தூண்டியதில்லை. தொடர்ந்த என் வாசிப்பும், கூர்த்த சமூக அவதானிப்பும், தன்னலமற்ற மனித நேயமும் தொடர்ந்து எழுதத் தூண்டிக் கொண்டே இருக்கிறது. கோழைத்தனம் இல்லை, ஆனாலும் உள்ளச்சம் உண்டு சில சொற்றொடர்களை எழுதும்போது. எதையும் வாசிக்காமல் நம்மை இனம் பிரித்துக் காட்டுகிற சூழலும் உண்டு ஈண்டு.

மேலும் எனக்கொரு ஆணவம் - கர்வம் - அகங்காரம் - தருக்கு - செருக்கு உண்டு. நான் எழுத முனைவதை இன்னொருவர் எழுத இயலாது என்பதது. யாவர்க்குமான விடயமே அது. எனது மூத்த, சக, இளைய படைப்பாளிகள் எழுதியதை இன்னொருவர் எங்ஙனம் யாக்க இயலும்? சமூகத்துக்கான அவரவர் கை மருந்து அது.

நாஞ்சில் நாட்டு வெள்ளாளர் வாழ்க்கை, கம்பனின் அம்பறாத் தூணி, சிற்றிலக்கியங்கள் வகையிலான நூலை நான்தானே எழுத இயலும்?

அகவை எழுபத்தைந்து கடந்த நிலையிலும், எனக்கெவரும் கலச விழா, கும்ப விழா, கிண்ணி விழா நடத்தத் துணியாத நிலையிலும் இன்னும்

தனித்துவமுள்ள நாலைந்து நூல்கள் என்னால் எழுதப்படக் கூடும் எனும் அகத்தூண்டுதல் இருந்து கொண்டே இருக்கிறது.

எனவே நான் எழுதுகிறேன். கடுவன் இளைவெயினனார் எனும் புலவர், பரிபாடலில் வேண்டியதைப் போல -

"யாஅம் இரப்பவை
பொருளும் பொன்னும் போகமும் அல்ல; நின்பால்
அருளும் அன்பும் அறனும்"

என்பனவே! அதற்காகவே இறையை வேண்டுகிறேன். எனக்கு எல்லாச் சமயமும் இறை குறித்தனவே!

ஆவநாழி, செப்டம்பர் 2023

11

ஊருண்டு காணி இல்லேன்

உத்தேசமாக 1903ஆம் ஆண்டு, பதினாறே வயதுச் சிறுவன் ஒருவன், மூலைக்கரைப்பட்டி சமீபத்தில் இருந்த முனைஞ்சிப்பட்டி கிராமத்தில் இருந்து வெளிக்கிட்டான் கொடும் பஞ்ச காலத்து. புலைமாடன் பிள்ளைக்கும் செவினிப்பிள்ளைக்கும் பிறந்த மூத்த மகன். மயக்கம் வேண்டாம் - நீலாப்பிள்ளை, மாடிப்பிள்ளை, செவினிப்பிள்ளை, சிவகாமிப்பிள்ளை என்பன பெண்பால் பெயர்கள். ஊரில் பட்டினி கிடந்து செத்துப் போவதற்குப் பதிலாக தெற்குச் சீமையில் எங்கேனும் போய் பஞ்சம் பிழைத்துக் கொள்வது அவனது நோக்கம்.

சுந்தரமூர்த்தி விநாயகரும் செல்லமுத்து அம்மனும் அவனை ஆசீர்வதித்து அனுப்பினார்கள் போலும். திக்கற்றவனுக்குத் தெய்வம் தானே துணை! அவர்கள் குலதெய்வமான சின்ன மூலைக்கரைப்பட்டி ஏரிக்கரையில் இருந்த தேவேந்திரமுடையார் சாஸ்தா கையறு நிலையில் கண்ணீர் மல்கப் பார்த்திருந்தார்.

'நெல் முதல் சூழ்ந்த நீர்ச்சிறு பாம்பு. தன் வாய்க்கு எதிர்வந்த தேரையை வவ்வியாங்கு' என்று பட்டினத்தடிகள் கூறியதைப் போல, பசிப்பிணி உயிரைக் கவர்ந்து விடாமல் இருக்க அவன் நடக்க ஆரம்பித்தான்.

அதற்கு முன்னால் மூலைக்கரைப் பட்டியைத் தாண்டி அவனெங்கும் பயணம் போனவனல்ல. பேய்குளம், காடங்குளம், சாத்தாங்குளம், கூந்தங்குளம் என்று அலைந்ததுண்டு கோயில் கொடைகள் பார்க்க, சேக்காளிகளுடன். என்றாலும் நடந்தான் உத்தேசமாக சிலையாம், செம்பரா நல்லூர், சிங்கநேரி வழியாக நாங்குநேரி நோக்கி.

நாங்குநேரியில் வானமாமலைப் பெருமாள் கோயில் தோசைப் பிரசாதம் வாங்கப் பெருங்கூட்டம் கிடந்தது. கிடைத்தது அவனுக்கும் கால் துண்டு.

தண்ணீர் கண்ட இடத்தில் வேப்பங்குச்சியோ, நாயுருவித் தண்டோ, ஆலம் விழுது நுனியோ பறித்து பல் துலக்கி, கற்றாழை, உடைமரம், மஞ்சணத்தி மூட்டில் ஒதுங்கிச் செலவாதிக்குப் போய், இரங்கிப் பார்த்த தாயுள்ளம் கொண்டவர் வீட்டு வாசலில் சோளாங்காடியோ, கூவரகுக் கூழோ இரந்து வாங்கிக் குடித்து நடந்தான்.

அவன் நடந்து போனதை, முத்தாரம்மனுக்கோ அல்லது சுடலை மாடனுக்கோ கருங்குளம் நாராயணபிள்ளை, புன்னார்குளம் கோலப்பபிள்ளை, தோவாளை சுந்தரம்பிள்ளை ஆகியோர் வில்லுப்பாட்டில் வரத்துப்பாடும் மெட்டில் சொல்ல முனைகிறேன்.

நாங்குநேரி தான் கடந்து - தான் கடந்து
ஏ! ஆழ்வார்குளம் போக்குவிட்டு - போக்கு விட்டு
தளபதி சமுத்திரம் இராத்தங்கி - இராத்தங்கி
பாலகனும் வள்ளியூரு வந்தடைந்தான் - வந்தடைந்தான்
வள்ளியூரு தானும் விட்டு - தானும் விட்டு
பணகுடி தான் கடந்து - தான் கடந்து
கலந்தபனை போக்குவிட்டு - போக்கு விட்டு
ஏ! வடக்கன்குளம் சேர்ந்தானே - சேர்ந்தானே!
ஏ! வடக்கன்குளம் தான் கடந்து - தான் கடந்து
பேயாகக் காற்றடிக்கும் - காற்றடிக்கும்
அம்மிக் கல்லு தான் பறக்கும் - தான் பறக்கும்

இசக்கியம்மன் கொடி பறக்கும் - கொடி பறக்கும்

முப்பந்தல் தெண்டனிட்டு - தெண்டனிட்டு

ஆரல்வாய்மொழி அடைந்தானே!

ஆரல்வாய்மொழிக் கோட்டை கடந்தவன் நேராக மேலும் திருவிதாங்கூர் சமஸ்தானத்துச் சாலையில் நடந்திருந்தால் தோவாளை - வெள்ளமடம் - தேரேகால்புதூர் - ஒழுகினசேரி வழியாக நாகர்கோயில் சேர்ந்திருப்பான். அவன் மனமும், மனம் வழிக் கால்களும் வேறுவிதமாக வழி நடத்தியது.

மேற்கு நோக்கிப் போன சாலையில் வலப்பக்கம் இருந்த கிளைத் தடத்தில் திரும்பினான். செண்பகராமன் புதூர், சந்தை விளை தாண்டியதும் புத்தனாறு வடக்கிலிருந்து தெற்கு நோக்கிப் பாய்ந்தது. கீழக்கரையில் நின்ற ஆலமரக் கூட்டங்களின் நிழலில் சுடலைமாடன், சுடலைப் பேய்ச்சி, புலைமாடன், புலைமாடத்தி என இருபத்தேழு வாதைகள் சிலரின் பீடங்கள். புத்தனாற்றில் குளித்துக் கரையேறி, அன்று வெள்ளிக்கிழமை என்பதால் எவரோ சுடலைக்கு வைத்த அரிசிப் பாயசத்தில் ஓரகப்பை வாழை இலைத் துண்டில் வாங்கி வழித்துத் தின்று, சற்று நேரம் மரநிழலில் படுத்து...

தாழக்குடி தாண்டி, மேலும் நடந்து, திக்கற்றுப் போனதுவும் நடந்த களைப்பும் சோர்வடையச் செய்தது அவனை. பழையாற்றில் இருந்து கிளை பிரிந்து ஓடிவரும் தேரேகாலின் குறுக்கே கட்டப்பட்ட பாலத்தின் கருங்கல் கலுங்கின் மீது, புன்னைமர நிழல் தாங்கலில் சடைந்து படுத்தான். அவனுக்குத் தெரியாது, அது தேனிருந்து மழை பொழியும் வீரநாராயணமங்கலம் எனும் சிற்றூரின் கிழக்கு எல்லை என்பது. தானும் தனது சந்ததிகளும் மேற்கொண்டு வாழப்போகும் ஊர் அது என்பதுவும் அறியான். தன் மகள் வழிப் பேரன் ஒருவன், தனது பெயர் சூட்டப்பெற்று, பின்பு நாஞ்சில் நாடன் எனும் பெயரணிந்து, தமிழ் கூறும் நல்லுலகில் எழுத்தாளனாக நிற்கப் போகிறான் என்பதையும் அறிய மாட்டான்.

இன்று எண்ணிப்பார்க்கும்போது, பதினாறு வயதில் பஞ்சம் பிழைக்க ஊர்விட்டு ஊர் - தென்பாண்டி நாட்டில் இருந்து நாஞ்சில் நாடு - ஓடிவந்த அவன் பு. சுப்பிரமணிய பிள்ளை எனும் நாமத்தான், தாழக்குடி புத்தனாற்றுப்

பாலுக்கலுங்கிலோ, இறச்ச குளம் நொண்டிப்பால வரிக்கல் பாலத்திலோ கிடந்திருக்கலாம். மாறாக வீரநாராயண மங்கலம் ஊரின் தேரேகால் பாலக் கல்வரியில் படுத்துக் கிடந்தது தற்செயலா, தெய்வ சங்கல்பமா, விதி எழுதிய வினை வரியா என்று தெளித்துக் கூற இயலவில்லை.

ஒரு சம்சாரி என்ன ஏது என உசாவி, கைப்பிடித்துக் கூட்டிப்போய் அவர் சம்சாரத்திடம் சொல்லி, வாடிய வாழை இலையில் பழையது பிழிந்து வைத்து, நாரத்தங்காய் ஊறுகாய்த் துண்டு வைத்து, உப்புப் பரல்கள் வைத்து, மோரூற்றி உண்ணச் சொன்னார். கிழ மேலாக நீண்டு கிடந்த எருமைகள், கடாக்கள், பசுக்கள், காளைகள் கட்டப்பட்டிருந்த தொழுவத்தின் ஓரத்தில் படுத்துக் கொள்ளச் சொன்னார். படுக்கை பிறகு வாசற் படிப்புரைக்கு மாறிற்று. வேலை மாடு மேய்த்தல் ஆயிற்று. மூன்று வேளை உணவும் அடுக்களையை அடுத்திருந்த சாய்ச்சிறக்கியில் ஆயிற்று. பிண்ணாக்கு, பருத்திக் கொட்டை, தவிடு, உப்பு மூடைகள் நின்ற, வெட்டிக் கொணர்ந்த தேங்காய் நெற்றுக்கள் குவிக்கப்பட்டிருந்த, சுவரோரம் கலப்பைகள், நுகங்கள், பொழித்தட்டுப் பலகைகள், ஊடு மண்வெட்டிகள், கோடி மண்வெட்டிகள், கட்டை மண்வெட்டிகள், உழவு கம்புகள், எரவாணத்தில் தொங்கிய திருநீற்றுப்பட்டை, உமிக்கரிப் பட்டை, உழவு கயிறுகள், தோலினால் முறுக்கப்பட்ட தொடைக்கயிறுகள், வெட்டுக் குத்திகள், அறுப்பு அரிவாள்கள், உழவு சால் மொழுக்கும் மரங்கள், வள்ளக்கைகள், பிரம்புக் கூடைகள், பனையோலைக் கடவங்கள், எறவட்டி இவற்றுடன் அங்கேயே படுத்துறங்கவும் பின்னர் பணிக்கப்பட்டான்.

ஊரில் விளிப்பதைப் போன்று சுப்பையா என்றே அங்கும் விளித்தனர். சிறுவயதில் என்னையும் சிலர் சுப்பையா என்று விளித்ததுண்டு. என் அடையாளம் 'கெணவதிக்கு மூத்த மகன் சுப்பையா'. வீட்டில், உறவினர்களில் செல்லமாக என்னை 'முருகா!' என்றழைத்தனர். இன்னும் செல்லமாக, 'எலே முருகா!' என்றனர். செல்வம் இல்லாது போனாலும் பெற்றோரின் செல்லம் இல்லாது ஆகுமா?

தொடர்ந்து வாழக் கை காட்டினார் அந்த சம்சாரி. தொடர்ந்து வீரநாராயணமங்கலத்தில் தங்கி வேலை செய்து பிழைக்க, முனைஞ்சிப்பட்டியில்

நாஞ்சில் நாடன்

சுப்பையாவின் வரவு காத்திருக்கும் புலைமுத்துப்பிள்ளையிடம் சம்மதம் வாங்கி வரப் பணித்தார். அனுமதிபெற அவர் ஊருக்குக் கிளம்பும்போது சிறியதோர் பனையோலைக் கடவத்தில் பத்து பக்கா சம்பாப் புழுங்கலரிசி, நாலு பக்கா அவல், ஐந்தாறு தேங்காய், இரண்டு பனங்கருப்பட்டி என்று பாரமேற்றி அனுப்பினார்.

பெற்றோர் அனுமதியுடன் சுப்பையா மடங்கி வந்தான். மலையாளப் பாடல் வரியொன்று சொன்னதைப்போல், 'ஓரிடத்து ஜனனம், ஓரிடத்து மரணம், சுமலில் ஜீவித பாரம்!' பிறப்பு ஓரிடம், இறப்பு வேறோர் இடம், முதுகில் வாழ்க்கைச் சுமை - என்று தமிழ்ப்படுத்தலாம்.

சக்கடா வண்டி, வில்வண்டி அடிக்க, ஏரடிக்க, மரம் அடித்து மொழுக்க, வரப்பு வெட்ட, தளை கொத்தி வைக்க, விதைக்க, அறுக்க, சூடடிக்கக் கற்றுக் கொண்டான். நூற்றிருபது வீடுகள் கொண்ட சிற்றூரில், வடக்குத் தெருவும் கீழ்த்தெருவும் சந்திக்கும் முடுக்கில் இருந்த - ஈசான மூலை - மண்ணால் கட்டப்பட்ட சுவர் கொண்ட, பனங்கை பாவி, தென்னையோலை வேய்ந்த குடிசை வீடு ஒன்றை அவனுக்கு ஒத்திக்கும் பிடித்துக்கொடுத்தார்.

'மாமிசப் படைப்பு' எனும் 1981-ல் முதற்பதிப்புக் கண்ட எனது மூன்றாவது நாவலில் கந்தையா எனும் பெயரில் சுப்பையாவையும், மாங்கோணம் எனப் பெயரிட்டு வீரநாராயணமங்கலம் என்ற எம் சிற்றூரையும் நான் எழுதியதில் பெரும்பான்மையும் உண்மைதான்.

சுப்பையா எனும் சிறுவனை ஆதரித்த அந்த சம்சாரி, வீரநாராயணமங்கலம் ஊரில் மேலத்தெருவில், மேற்குப் பார்த்த வீடும் களமும் தென்னந்தோப்பும் நெல்வயல்களுமாக வாழ்ந்த சம்சாரி குலசேகரப்பெருமாள் பிள்ளை. அவரது சந்ததியினருக்கு இன்றளவும் எங்கள் குடும்பத்தினர் மீது பரிவு உண்டு. ஒரு உபரித் தகவல். முனைவர், பேராசிரியர், 'மகடூஉ முன்னிலை' நூலாசிரியர், என்னால் அக்கா என்று அழைக்கப்படும் தாயம்மாள் அறவாணன் அவர்களின் உடன் பிறந்த மூத்த சகோதரி, நான் சரோஜினி அக்கா என்று அழைப்பேன் அவரை. நான் மேற்சொன்ன குலசேகரப் பெருமாள் பிள்ளையின் மகன் வழிப்பேரன், குலசேகரப் பெருமாள் பிள்ளை என்ற அழகப்பன்பிள்ளைக்கு வாழ்க்கைப்பட்டவர்.

காலம் என்பது கறங்கு போல் சுழன்றது. பணகுடியில் வாழ்ந்த அத்தை மகள் மாடிப்பிள்ளையைத் திருமணம் செய்து கூட்டி வந்தார் சுப்பிரமணிய பிள்ளை. அவள் இரு ஆண்மக்களைப் பெற்று அவர்கள் பன்னிரண்டும் பத்தும் வயதிருக்கும்போது வைசூரி வந்து இறந்தும் போனாள்.

மறுபடியும் ஒரு உபரித் தகவல். சுப்பிரமணிய பிள்ளைக்கும் மாடிப்பிள்ளைக்கும் பிறந்த இரண்டாவது மகன், பதினைந்து வயதில் வீட்டை விட்டு ஓடி, பாய்ஸ் நாடகக் கம்பெனியொன்றில் சேர்ந்து, பின்னர் டி.கே.எஸ். பிரதர்ஸ் நாடகக் கம்பெனியில் சேர்ந்து, தொடர்ந்து சினிமா நடிகராகி, அறுபத்தாறு திரைப்படங்களில் தகப்பனார், வில்லன், காமெடியன் வேடங்களில் நடித்தார். பெயர் என். எஸ். நாராயண பிள்ளை. பிறகு அவரே என்.எஸ். நாராயணன் என்று மாற்றிக் கொண்டார். அந்தக் காலத்தில் ஈரோடு முனிசிபல் கவுன்சில் உறுப்பினராகவும் இருந்தார். எம்.ஜி. இராமச்சந்திரனுக்கு நெருக்கம். அவர் நடிகர் சங்கத்தின் தலைவராக இருந்தால், இவர் செயலாளராக இருப்பார். நாங்கள் அவரை மெட்ராஸ் பெரியப்பா என்போம்.

ஆர்.எம். வீரப்பன் அவர்களை எம்.ஜி.ஆர். அவர்களுக்கு அறிமுகம் செய்து வைத்தது அவர்தான். இதனை ஆர்.எம்.வீ. பிற்காலத்தில் இல்லஸ்ட்ரேட் வீக்லி ஆஃப் இந்தியாவுக்கு அளித்த பேட்டியில் கூறியதை நானே வாசித்திருக்கிறேன்.

மணத்திட்டை என்று பூதப்பாண்டி சமீபம் ஒரு ஊர். ஆங்கோர் டூரிங் சினிமா கொட்டகை திறக்க எம்.ஜி.ஆர். வந்தார். அவருடன் பெரியப்பாவும் வந்திருந்தார். திறப்புவிழா முடிந்ததும், மணத்திட்டையில் இருந்து இறச்சகுளம் வந்து, கிழக்கே திரும்பி, வீரநாராயண மங்கலம் வந்து, எங்கள் வீட்டுக்குப் பின்புறமாக ஓடிய சாலையில் காரை நிறுத்தி, பெரியப்பாவை இறக்கிவிட்டுப் போனார் எம்.ஜி.ஆர். நாங்கள் ஏழெட்டுப் பேர் கூடி நின்று வணக்கம் சொன்னோம். சற்றுப் பெருமிதமாகச் சொன்னால், வீரநாராயண மங்கலம் எம்.ஜி.ஆர். பாதம் பட்ட ஊர். காரணகர்த்தா என்.எஸ். நாராயணன். பெரும்பாலும் 1962-ஆக இருக்கலாம்.

நான் எம்.ஜி.ஆர். அவர்களை அவர் வீட்டில் சென்று சந்தித்த அனுபவம் ஒன்றுண்டு. 1968 ஜூன் மாதமாக இருக்கலாம். B.Sc. (கணிதம்) தேர்வு எழுதியபின், இன்கம்டாக்ஸ் இன்ஸ்பெக்டர் வேலைக்குப் போட்டித்

தேர்வு எழுதுவதற்காக மெட்ராஸ் போயிருந்தபோது ராமாவரம் தோட்டத்துக்குப் பெரியப்பா ஏதோ ஒரு வேலையாகப் போனபோது என்னையும் அழைத்துப் போனார், சைக்கிள் ரிக்ஷாவில். பெரியப்பா ராயப்பேட்டை, தாண்டவராயன் கோயில் வீதியில் வாடகைக்குக் குடியிருந்தார். எம்.ஜி.ஆருடன் பெரியப்பா சரிசமமாக அமர்ந்து உரையாட, மரியாதை நிமித்தம் நான் நின்று கொண்டிருந்தேன்.

'நாடோடி மன்னன்' சினிமாவில் பெரியப்பாவுக்கு எந்தக் கதாபாத்திரமும் தரப்படாத காரணத்தால், பெரியப்பா அதன்பின் சினிமாவில் நடிக்கவில்லை. எனது நான்காவது நாவல் 'மிதவை', 1986-ல் வெளியானது, அதில் முற்பகுதியில் பெரியப்பா பற்றிக் கொஞ்சம் பேசி இருக்கிறேன்.

இனி முன்கதைக்குத் திரும்பி வரலாம். மாடிப்பிள்ளை இறந்து சில மாதங்கள் சென்ற பின்பு, தனக்கும் பிள்ளைகளுக்கும் பொங்கிப் போட சுப்பிரமணிய பிள்ளை, இரண்டாந்தரம் கல்யாணம் செய்து கொண்டார். மதுசூதனப் பெருமாள் நிலை கொண்டிருந்த பறக்கை என்னும் ஊரின் நெடுந்தெருவில் மாதேவன் பிள்ளைக்கும் நாகம்மாளுக்கும் பிறந்த மூத்த மகள் வள்ளியம்மை மணப்பெண்.

வள்ளியம்மைக்கு நான்கு ஆண் குழந்தைகள் பிறந்து, சிலமாதங்கள் வாழ்ந்து செத்தன. ஐந்தாவது மகன் கணபதியா பிள்ளை. அவர் என் தகப்பனார். அவருக்கு நாகலிங்கம் பிள்ளை எனுமோர் தம்பியும், பிற்பாடு நாவல்காடு ஊருக்கு வாழ்க்கைப்பட்டுப் போன இராமலட்சுமி, களியக்காவிளை எனும் ஊருக்கு மணமாகிப் போன சிவகாமி எனும் இரு தங்கைகளும்.

பக்கத்து ஊர் தாழக்குடியைப் பிறப்பிடமாகக் கொண்ட, கேரளப் பல்கலைக்கழகத் தமிழ்த்துறைத் தலைவராக இருந்த, சிலப்பதிகாரத்தை மலையாளத்துக்குப் பெயர்த்த, மலையாளம் - தமிழ் அகராதி தொகுக்கப் பல்லாயிரம் சொற்களைச் சேகரித்த பேராசிரியர் மா. இளையபெருமாள், எனது அப்பாவின் பள்ளித்தோழர். பேராசிரியரின் அப்பாவின் குணநலன்களை அறிய எனது 'பிராந்து' சிறுகதை வாசியுங்கள். அது நிற்க! என் அப்பா ஐந்தாவது வகுப்பில் தோற்றுப் பள்ளிப் படிப்பை நிறுத்திக் கொண்டவர்.

பிறகென்ன, வரம்பு உண்டா வாழ வழி தேட? புன்னைக்காய் பொறுக்குதல், வேப்பமுத்து பொறுக்குதல், புளியம்பழம் பொறுக்குதல், முதிர்ந்து விழும் நெற்றுத் தேங்காய் தென்னம்பாளை தென்னை மடல் பொறுக்குதல், எரிக்க சுள்ளி பொறுக்குதல், அடைமழை பெய்து பழையாறு பெருக்கெடுத்துப் பாயும்போது, பெருவெள்ளம் அடித்துக் கொண்டுவரும் பட்ட மரக்கட்டைகள் பிடித்தல், வயல் அறுத்துக் கதிர் வாரும்போது உதிரும் கதிர் பொறுக்குதல், சூடடிக்கும்போது பிணையல் அடித்தல், தை மாதம் அறுவடை முடிந்து காய்ந்து கிடக்கும் வயலில் தாள் பொறுக்கிச் சுடுதல், ஆவணி மாதம் அறுவடை முடிந்து சேறோடிக் கிடக்கும் வயலில் தரிசடித்து, மறுத்து, முச்சால் வைத்து, மரமடித்து மொழுக்கி, குழை அரக்கிப் போட்டுச் சமுண்டி வாசறு மிண்டான் அல்லது தட்டார வெள்ளை அல்லது வல்லரக்கன் நாற்றுப் பிடுங்கி நட்டு, பயிர் வளர்ந்து கதிர் விட்டு முற்றி அறுவடை ஆனபின் மண் காய்ந்து முதல் மழை பெய்ததும் முதல் உழவு உழும்போது மண்ணின் உள்ளிருந்து கலப்பை பட்டுக் கிளர்ந்து வரும் குழைக்கம்பு பொறுக்குதல்...

பொறுக்குதலுக்கு அன்றைய பொருள் வேறு. தவிரவும் மாடு குளிப்பாட்டுதல், மாட்டுத் தொழுவில் சாணம் வழித்தல், வயலுக்கு உரம் சுமத்தல், ஏரோட்டும் தகப்பனுக்குக் கஞ்சி கொண்டு போதல், கையேர் பிடித்தல், என நெல் விவசாயத்தின் சகல கூறுகளையும் பயின்று தேர்ந்து - சங்க இலக்கியப் புலவன் ஓரேர் உழவன் போல - அவர் ஓர்நேர் சம்சாரி ஆனார்.

ஏகாதிபத்திய சாதியான சைவ வெள்ளாளனுக்கும் மற்றொரு மேலாதிபத்திய சாதியான மருமக்கள் வழி வெள்ளாடிச்சிக்கும் பிறந்த பேராதிபத்திய சாதிக்காரனான கணபதியா பிள்ளைக்கு இரண்டு அதிகார சாதியிலும் பெண் கொடுத்தாரில்லை. அவரது தகப்பனாரும் இறந்து போயிருந்தார்.

அன்றைய திருவிதாங்கூர் சமஸ்தானத்தில், நெடுமங்காடு தாலுகாவில், காட்டாக்கடை பகுதியின் பக்கம் ஆரிய நாடு கடந்து, குற்றிச்சல் எனும் சிறு கிராமத்தில் குன்றின் மேல் இருந்தது என்னைப் பெற்ற அம்மை சரசுவதியின் வீடு. அவள் இரண்டாம் தாரத்துக்காரியின் இளைய மகள். ஆரிய நாட்டு

வெள்ளாடிச்சி. அப்பா பெயர் கிருஷ்ண மூர்த்தியா பிள்ளை, அம்மா பெயர் மாடிப்பிள்ளை. தன்னிலும் பன்னிரண்டு வயது மூத்த சகோதரி பகவதியம்மையை புத்தேரியில் கட்டிக் கொடுக்க நேர்ந்தமையால் சரசுவதி வீரநாராயணமங்கலம் ஊருக்கு வாழ்க்கைப்பட்டு வந்தாள். அம்மைக்குத் திருமணமாகிப் பதினெட்டு வயதில் நாஞ்சில் நாட்டுக்கு வரும்வரை தமிழில் ஒரு அட்சரமும் தெரியாது. அவள் கொடு மலையாளக் குடியிருப்பின் பிறப்பு. பின்பு தமிழ் வாராந்தரிகளில் தொடர்கதை வாசிக்கும் தரத்துக்குத் தயாராகி விட்டார். இந்தக் கட்டுரை எழுதுபவன் கணபதியாபிள்ளைக்கும் சரசுவதிக்கும் பிறந்த மூத்த மகன். அம்மை ஒன்பது பெற்றாள், சிறுவராக இருவர் மாண்டனர், போக மீதம் எழுவரில் மூத்தவன் நான்.

என்னைப் பெற்று, பாண்ட சுத்தி அல்லது சட்டிபானை தொடுதல், துடுப்புக்குழிக்குச் சோறு போடுதல், பெயர் சூட்டுதல் ஆகியவை பதின்மூன்றாம் நாள் நடைபெற்றது. வள்ளியம்மை இருந்தாள், மாடிப்பிள்ளை இருந்தாள், ஆனால் அப்பாவைப் பெற்ற, அம்மையைப் பெற்ற பாட்டன்மார் முகம் காண நான் பேறேதும் பெற்றிலேன் காண். எம் பெற்றோரின் திருமணத்துக்கு முன்பே அவர்கள் சாம்பராகி விட்டனர்.

பாண்ட சுத்தியின் போது கவிழ்த்துப் போட்ட புதுச் சுளவில் என்னைப் படுக்கப் போட்டு, அம்மணமாகக் கிடந்த என் முகத்தில் குளிர்ந்த பழையாற்று நீரைத் தெளித்துக் கதற விட்டு, அரையில் அரைஞாண் கொடியாகக் கறுத்தக் கயிறு கட்டி, கைகளில் கருவளையல்கள் போட்டு, மூத்தோர்கள் காதருகே மொழிந்த பெயர் சுப்பிரமணிய பிள்ளை. அப்பாவின் அப்பா பெயர். நாங்குநேரித் தாலுகா முனைஞ்சிப்பட்டி கிராமத்தில் இருந்து பதினாறு வயதில் புறப்பட்டு வந்த சிறுவனின் பெயர்.

இப்படித்தான் எனக்கு வீரநாராயணமங்கலம் சொந்த ஊர் ஆயிற்று. அதாவது சொந்த ஊர் என்று நான் உரிமை கொண்டாடும் ஊர் எனக்குச் சொந்த ஊரானது நூற்றிருபது ஆண்டுகளுக்கு முன்புதான்.

இந்த முன்கதைச் சுருக்கத்தில் எத்தனை தற்செயல்கள் என்று பாருங்கள். உறங்கையிலே வாங்குகின்ற மூச்சு சுழி மாறிப் போனாலும் போச்சு என்பதைப் போல. இந்தத் தற்செயல்களை விதி என்பேனோ,

முன்வினைப் பயன் என்பேனோ, இறைவனின் சித்தம் என்பேனோ! எதுவாயினும் என்? கர்வத்துடன் நான் சொல்லிக் கொள்வது, என் சொந்த ஊர், பிறந்த ஊர் வீரநாராயணமங்கலம்.

இனி ஊர் எல்லை பேசுவேன். 'வடவேங்கடம் தென்குமரி ஆயிடைத் தமிழ் கூறும் நல்லுலகு' என்னுமாப் போல, வீரநாராயணமங்கலம் தேரேகால் பாலம் தாண்டிக் கிழக்கே ஒரு மைல் தூரத்தில் தாழக்குடி. தாழக்குடி பற்றி அறிய விரும்புவோர் 'தாழக்குடி சரிதமும் சயந்தீசுவரர் அழகம்மன் கோயிலும்' என்ற நானூற்றுக்கும் மேற்பட்ட பக்கங்கள் கொண்ட நூல் வாசிக்கலாம். நூலாசிரியர் ஆர். பத்மநாப பிள்ளை. முதற்பதிப்பு 1944. மறுபதிப்பு 2010. யோகி சுத்தானந்த பாரதி மதிப்புரை வழங்கிய நூல் அது.

தாழக்குடி அரசினர் உயர்நிலைப் பள்ளியில் ஒன்பதாம், பத்தாம், பதினொன்றாம் வகுப்புக்கள் படித்தேன். தாழக்குடி குடியிருப்பு ஒன்றில் ஏற்பட்ட தீ விபத்து ஒன்றைப் பார்வையிட அன்றைய முதலமைச்சர் காமராஜ் மற்றும் போலீஸ் மந்திரி கக்கன் ஆகியோரைப் பள்ளி வாசலில் நின்று ஆறடி தூரத்தில் தரிசித்தோம். அஃதே போல், பூதப்பாண்டி, தாழக்குடி என்று பாதயாத்திரையாகப் போன காஞ்சிப் பெரியவரை, ஓடிப்போய் நாச்சியார் புதுக்குளத்தின் மேலக்கரையில் இருந்த சாலையில் நின்று தரிசித்தோம்.

அரசு உயர்நிலைப் பள்ளிக்குப் போக வர கால்நடைதான். தாழக்குடி நுழையும்போதே இடக்கைப் பக்கம் பூதத்தான் கோயில், பேச்சியம்மன் கோயில், கள்ளர் மடம், பனந்தோப்பு. பனம்பழ பருவ காலத்தில், காற்றடித்து வீழும் பனம்பழம் பொறுக்க அதிகாலையில் ஓடிப்போவோம். பனம்பழத்தைத் தோலுரித்து அப்படியே தின்பது, சுட்டுத் தின்பது, பனம்பழக் காடி காய்ச்சி உண்பது.

வலப்பக்கம் நாச்சியார் புதுக்குளம். ஆடைக்கும் கோடைக்கும் வற்றாது. ஆம்பலும் தாமரையும் பூத்துப் பொலிந்து கிடக்கும். புத்தகப் பையைச் சாலையில் வைத்துவிட்டு, குளத்தில் குதித்து ஆம்பல் மலர் கொடியுடன் சேர்த்துப் பறித்து சக மாணவியருக்குக் கொடுப்போம். அல்லி, ஆம்பல், தாமரை மலர்களின் வேறுபாடு அறிந்தது அப்போது! குளம் வற்றினால், கரிய வண்டலில் புதைந்து கிடக்கும் நீர் முள்ளிக் கிழங்கு பிடுங்கி, முள் கையில் படாமல் கவனமாக உடைத்து, தோடு நீக்கித் தின்போம்.

வீரநாராயணமங்கலம் கிராமத்தில் இருந்து நடந்து போய்த் தாழக்குடியில் உயர்நிலைப் பள்ளி கல்வி பெற்றவன் பதினோராம் வகுப்பு பொதுத்தேர்வில் பள்ளியில் முதல் மதிப்பெண் வாங்கினேன். மாவட்டத்தில் இரண்டாவது என்றனர். திருவிதாங்கூர் சமஸ்தானவாசிகளான நாங்கள் 1956-ம் ஆண்டு நவம்பர் ஒன்றாம் தேதிக்குப் பிறகு மெட்ராஸ் மாகாணத்துடன் சேர்ந்து விட்டோம். பின்னர் அது சென்னை மாகாணமாகி, தற்போது தமிழ்நாடு ஆனது.

பழையாற்றில் இருந்து கிளை பிரிந்து, வீரநாராயணமங்கலத்தை வடக்கிலும் கிழக்கிலும் வளைத்து ஓடும் தேரேகாலின் மேலக்கரையான சாலையில் தெற்கு நோக்கி ஒன்றரை மைல் நடந்தால் திருப்பதிசாரம். வழியில் வலப்பக்கம் வீராணமங்கலம் என்று இன்று அழைக்கப்படுகிற காலனி. தாண்டி நடந்தால் கிருஷிப்பாலம். கிருஷிப்பாலத்தில் கிளைபிரியும் கிழக்கு நோக்கிப் போகும் சாலையில் நடந்தால் வீமநகரி. வீமநகரி போக்கு விட்டுத் தெற்கு நோக்கி நடந்தால் திருநெல்வேலி - நாகர்கோயில் நெடுஞ்சாலையை நாற்கால் மடம் எனும் புள்ளியில் தொடலாம்.

இன்று திருப்பதிசாரம் எனக் குறிக்கப்படும் ஊர் பண்டு திருவண்பரிசாரம் என அழைக்கப்பட்டது. திருப்பதிசாரம் கோயிலுக்கு முன்பு பெரிய தெப்பக்குளம். பழையாறு நீர் வழங்கி அலையடித்துக் கொண்டிருக்கும் கோயில் குளம். நூற்று எட்டு வைணவத் தலங்களில் ஒன்று. பெருமாள் பெயர் திருவாழ்மார்பன். பேச்சு வழக்கில் திருவாழிமார்பன் என்போம்.

உடைய நங்கை என்ற நம்மாழ்வாரின் தாயார் பிறந்த ஊர். திருப்பதிசாரம் குருகூர்ச் சடகோபன், காரிமாறன் என்றெல்லாம் அழைக்கப்பெற்ற நம்மாழ்வார் பாடல் ஒன்று திருவண்பரிசாரத்தையும் திருவாழ்மார்பனையும் பேசும்.

''வருவார், செல்வார், வண்பரிசாரத்து இருந்த என்
திருவாழ் மாற்வற்கு என் திறம் சொல்லார்; செய்வதென்''

என்பன அப்பாடல் வரிகள். நம்மாழ்வார் பாசுரங்கள் ஆக 1296.

ஏழுமுறை பம்பையில் குளித்து, எரிமேலியில் பேட்டை துள்ளி, கன்னி மூல கணபதி - நீலிமலை ஏற்றம் - அப்பாச்சி மேடு - சபரி பீடம் என்று நடந்து ஏறி, பதினெட்டாம் படி சமுண்டி, சபரிமலை ஐயப்ப சாஸ்தாவை

தரிசிக்க மாலை போட்டதும், போய்த் திரும்பி மாலை கழற்றியதும் திருப்பதிசாரம் தெப்பக்குளத்தில் நீராடி, நின்ற கோலத்தில் காட்சி தரும் திருவாழிமார்பன் சந்நிதியில் நின்றுதான்.

வீரநாராயணமங்கலத்தின் தெற்கெல்லை திருப்பதிசாரம் தாண்டினால் நெடுஞ்சாலையைச் சந்திக்கலாம். இடப்பக்கம் திரும்பினால் திருநெல்வேலிக்குப் போகலாம். வலப்பக்கம் திரும்பினால் நாகர்கோயில் - திருவனந்தபுரம் செல்லலாம். நாகர்கோயிலில் இருந்து தெற்கே திரும்பினால் இடலாக்குடி, சுசீந்திரம், கொட்டாரம் வழியாகக் கன்னியாகுமரி போகலாம். வடக்கே திரும்பினால் வடசேரி, புத்தேரி, இறச்சகுளம், நாவல்காடு, ஈசாந்திமங்கலம், துவரங்காடு, திட்டுவிளை, தெரிசனங்கோப்பு, அழகியபாண்டியபுரம் வழியாக வடக்கு மலையடிவாரம் சேரலாம். இறச்சகுளம் ஊரில் இருந்து கிழக்குத் திசையில் ஒரு மைல் நடந்தால், நொண்டிப்பாலம், பழையாறு கடந்து வீரநாராயணமங்கலம்.

அதாவது எங்கள் ஊருக்கு மேற்கில் சில நூறு அடிகள் நடந்தால் பழையாறு. வடக்குமலையில் உற்பத்தியாகி, தெரிசனங்கோப்பு, பூதப்பாண்டி, வீரநாராயணமங்கலம், திருப்பதிசாரம், ஒழுகினசேரி, இடலாக்குடி, சுசீந்திரம் வழியாக மணக்குடிகாயலில் சங்கமிப்பது.

பழையாற்றுப் பாலம் கடந்து, பழையாற்றின் கிளையாறு. அதன் குறுக்கே கட்டப்பட்டிருக்கும் நொண்டிப்பாலம் தாண்டி இறச்சகுளம் போகலாம். அங்கிருந்த அரசினர் நடுநிலைப்பள்ளியில்தான் ஆறு, ஏழு, எட்டு வகுப்புக்களில் பயின்றேன். 1958-1962 காலகட்டம். ஆரம்பப் பள்ளி, அரசினர் பாடசாலை வீரநாராயணமங்கலத்தில், 1953-1958 காலகட்டம். பதினோராம் வகுப்புவரை பயிற்றுமொழி தமிழ். மூன்றாம் வகுப்பு முதல் ஆங்கிலம் மொழிப்பாடம். ஆறாம் வகுப்பு முதல் பதினோராம் வகுப்புவரை இந்தியும் கற்றோம். இந்தி தேர்வு எழுத வேண்டும் ஆனால் தேர்ச்சி கட்டாயம் இல்லை. என்றாலும் பதினோராம் வகுப்பு பொதுத் தேர்வில் இந்தியிலும் நான் தேர்ச்சி பெற்றேன். 1960-61, எட்டாம் வகுப்பில் பயிலும்போது, இறச்சகுளம் நடுநிலைப் பள்ளி மாணவர் தலைவனாக பள்ளி வளாகத்தில் நான் நட்ட மருதமரமும், அரசமரமும் இன்று வளர்ந்தோங்கி நிற்கின்றன.

அன்று எமக்கு நேரடியாக ஒன்றாம் வகுப்பு. Play School, Pre K.G., L.K.G, U.K.G. நாங்கள் அறியாதவை. அஃதேபோல் ட்யூஷன் வகுப்புக்களும் கிடையாது. மருத்துவக் கல்லூரிக் கனவுகளும் இல்லை. இன்று வசதி படைத்தவர்கள் ஆறாம் வகுப்பில் இருந்தே ஆண்டுக்கு ஒன்றரை லட்சம் பணம் கட்டித் தம் மக்களை நீட் தேர்வுக்குத் தயாரிக்கிறார்கள். அப்படியும் இடம் கிடைக்காவிட்டால் மூன்றாம் மாடியில் இருந்து குதிக்கிறார்கள். எனக்கொரு கேள்வி உண்டு; மருத்துவர் ஆகாவிட்டால் என்ன? வாழ்க்கையின் சகல வாசல்களும் மூடிப்போய் விடுமா?

வீரநாராயணமங்கலம் - இறச்சகுளம் சாலையில், நொண்டிப்பாலத்தில் இருந்து கிளையாற்றின் கீழ்க்கரையோரம் நடந்தால் புத்தேரி நெடுங்குளம் வரும். தொடர்ந்து கீழப்புத்தேரியும் மேலப்புத்தேரியும். தேரூரில் பிறந்த கவிமணி தேசிக விநாயகம் பிள்ளை கடைசிக் காலத்தில் வாழ்ந்த ஊர் புத்தேரி. யோகீசுவரன் எனும் சித்தர் அடங்கிய தலம். ஆண்டுதோறும் வெகு விமரிசையாகக் குருபூஜையும் உண்டு. கவிமணி பார்த்திருப்பார். நானும் பார்த்திருக்கிறேன். எங்கள் அம்மைக்கு பன்னிரண்டு வயது மூத்த என் பெரியம்மை பகவதி அம்மை வாழ்க்கைப்பட்ட ஊர் அது. புத்தேரியில் அவள் பெயர் ஆரிய நாட்டு ஆச்சி. பெரியம்மைக்கு ஐந்தும் பெண்கள். மூவர் மூத்தவர், இருவர் எனக்கு இளையவர். அவர்களின் எல்லாச் சடங்குகளிலும் நானே சகோதரன்.

பாரதியை, பாரதிதாசனை, கண்ணதாசனை, வாலியை, வைரமுத்துவை அறிந்த அளவுக்குத் தமிழர் நாமக்கல் இராமலிங்கம்பிள்ளையை, கவிமணி தேசிக விநாயகம் பிள்ளையை அறிந்திருக்கிறார்களா என்பதறியேன். அதுபோன்றே கல்கியை, சாண்டில்யனை, சுஜாதாவைப் போன்று புதுமைப்பித்தனையும், ஜானகிராமனையும், எம்.வி.வி.யையும், லா.ச.ரா.வையும், சுந்தர ராமசாமியையும், நகுலனையும், ஆ. மாதவனையும், அசோகமித்திரனையும், சா. கந்தசாமியையும்!

கவிமணியின் பாடல்களை வாசித்தால் தெரியும் அவரது கவி ஆளுமை. மலரும் மாலையும், நாஞ்சில் நாட்டு மருமக்கள் வழி மான்மியம், ஆசிய ஜோதி, உமர்கய்யாம் பாடல்கள் முதலானவை அவரது கொடை.

'உள்ளத்தில் உள்ளானடி - அதை நீ

உணரவேண்டுமடி

உள்ளத்தில் காண்பாய் எனில் - கோயில்

உள்ளேயும் காண்பாயடி'

என்று பாடியவர்.

கிழக்கும் தெற்கும் மேற்குமென எங்களூரின் எல்லைகள் சொன்னேன். வடக்கு எல்லை பூதப்பாண்டி. பூதலிங்கேசுவரர் அல்லது பூதலிங்க சுவாமி கோயில் அமைந்த ஊர்.

பொதுவுடைமை இயக்கத்தின் மாசுமருவற்ற போராளி, எந்தக் கூட்டணியிலும் சீட்டுகளுக்கும் கோடிகளுக்கும் கையேந்தி நிற்காத தோழர், கவிஞர் - எழுத்தாளர் - இலக்கியச் சொற்பொழிவாளர், வறியவராகப் பிறந்து வறுமையில் வாடி இல்லாமையில் இறந்து போனவர் ப. ஜீவானந்தம் பிறந்த ஊர்.

அவர் இயற்பெயர் ப.சொரிமுத்துப் பிள்ளை (1907-1963) ஐம்பத்தேழு ஆண்டு கால வாழ்க்கையில் பத்து ஆண்டுகள் சிறையில் கழித்தார். வ.வே.சு. ஐயர் நடத்திய குருகுலத்தில் பணி ஏற்றவர். காரைக்குடி அருகே சிராவயல் எனும் ஊரில் காந்தி ஆசிரமம் நிறுவியவர். 1937-ல் 'ஜனசக்தி' நாளிதழையும், 1959-ல் 'தாமரை' இலக்கிய இதழையும் தொடங்கியவர்.

தோழர் ப.ஜீவானந்தம் அவர்களை நான் கண்டதில்லை. அஃதேபோல் மூத்த எழுத்தாளர், பூதப்பாண்டியில் வாழ்ந்த கிருஷ்ணன் நம்பி அவர்களையும். முன்னோடி எழுத்தாளர் கிருத்திகா வாழ்க்கைப்பட்ட ஊர். இசையமைப்பாளர் கே.வி.மகாதேவனின் குருநாதர் அருணாசல அண்ணாவியின் சொந்த ஊர். நண்பர், எழுத்தாளர், ஓவியர், திரை விமர்சகர் ஜீவா பிறந்த ஊர்.

பூதப்பாண்டி போக எமக்கு மூன்று வழிகள் உண்டு. தாழக்குடி தாண்டி வீரகேரளப் பேரேரியின் மேலக்கரை வழியாக கதிக்க நடந்து, சீதப்பால் கடந்து பழையாற்றின் குறுக்கே பாலம் ஏறி பூதலிங்கசாமி கோயில் வாசல் அடையலாம். அல்லது பழையாற்றின் மேற்குக்கரையில் இரண்டு மைல்

நடந்து, ஆண்டித்தோப்பு தாண்டி கோயிலை எதிர்கொள்ளலாம். ஆற்றங்கரை பூட்டப்பட்ட ஏர்மாடு போகும் அகலத்தில், சக்கடா வண்டி போகும் தரத்தில் சிலாபத்தாக இருந்தது ஒரு காலத்தில். இன்று சட்டம் ஒழுங்கு மேம்பட்டு ஒற்றையடிப் பாதையாகக் கிடக்கிறது.

மூன்றாவது பாதை - நொண்டிப்பாலம் கடந்து, வயல் வரப்பில் ஏறி இறச்சகுளம் கிராமத்தில் புகுந்து, ஊருக்குள் நுழைந்து நாகர்கோயில் - அழகியபாண்டியபுரம் சாலையில் ஏறலாம். நாவல்காடு, ஈசாந்திமங்கலம், கடந்து வலது பக்கம் போகும் சாலை பூதப்பாண்டி எல்லையில் கொண்டு சேர்க்கும். வலப்பக்கம் திரும்பாமல் நேரே திட்டுவிளை சந்திப்பு சேர்ந்து கிழக்கே திரும்பினால் அதுவும் சென்றடையும் ஊர் பூதப்பாண்டி.

ஊர் எல்லை பேசினோம். தொழில் விவசாயம். நெல் இரண்டு போகம் விளையும். கன்னிப்பூ, கும்பப் பூ என்போம். நெல் வகைகள் சம்பா, அறுவங் கொறுவா, அரிக்கிராவி, சடையாரி, வாசறுமிண்டான், தட்டார வெள்ளை, ஆனைக் கொம்பன், கல்மணல் வாரி முதலானவை. அடுத்த பயிர் வாழை. மொந்தன், பாளையங்கோடன், பேயன், சிங்கன், செந்துளுவன், வெள்ளைத் துளுவன், ரச கதலி... மூன்றாவது பயிர் தென்னை.

ஆங்காங்கே மனம் போன போக்கில் பனை மரங்கள். வயல் திரடுகளில் வெண்டை, கத்தரி, பாகல், புடலை, அவரை, சீனி அவரை, தடியன், பூசணி, பீர்க்கன்... கன்னிப்பூ அறுப்பு முடிந்ததும் இடைப்பயிராக உளுந்து, சிறுபயிறு, பெரும்பயிறு விதைப்பதுண்டு. அநேகமாக எல்லா வீடுகளிலும் இரண்டு தென்னை, ஒரு முருங்கை, ஒரு பப்பாளி, கறிவேப்பிலை, கொய்யா, அருநெல்லி, இரண்டு மூடு வாழை நிற்கும்.

தொழுத்தில் ஏர் மாடுகள் - காளைகள், எருமைக் கடாக்கள். பால் மாடுகள் - பசு, எருமை எனக் கிடக்கும். பெரும்பாலான வீடுகளில் கோழிக் கூடு உண்டு. கோழி என்றால் நாட்டுக் கோழிதான். 1960-க்குப் பிறகே வெள்ளை லகான் கோழிகளும், முர்ரா, சிந்தி, கராச்சி எருமைகளும் பசுக்களும் அறிமுகம்.

பத்துப் பன்னிரண்டு வயதில் கோழி முட்டையும் முருங்கைக்காயும் தெருத் தெருவாய்க் கூவி விற்றிருக்கிறேன். அத்துடன் நீச்சலும் கற்றுக் கொண்டாயிற்று. நாய்க்குப் பயமில்லை, பேய்க்குப் பயமில்லை,

வெள்ளத்துக்கும் பயமில்லை. நெருப்புக்கு அஞ்சியே ஆகவேண்டும், இன்றைய மக்கள், ஊழியத் தொழில் முனைவோர்க்கு அஞ்சுவது போல. ஒரேயொரு வேறுபாடு! தீ, நெருப்பு, எரி, அனல், கனல், அழல், தழல், அங்கி, அக்கினி என அழைக்கப்படும் Fire, நல்லதையும் கெட்டதையும் எரித்துப் பொசுக்கும். ஆனால் மக்கள் சேவைத் தொழில் செய்வோர் தீயனவற்றைப் பேணி நல்லதை எல்லாம் எரிப்பார்கள்.

தேரேகாலில் பழகிய நீச்சல் பழையாற்றுக்குக் கொண்டு சென்றது. நம்மாழ்வார் தேரேகாலில் குளித்திருக்க மாட்டார், ஏனெனில் அது தேரூர் குளத்துக்கு வெள்ளம் கொண்டு போக, திருவிதாங்கூர் மன்னர் ஒருவர் வெட்டியது. ஆனால் பழையாற்றில் நீந்தி நீராடி இருப்பார்.

இப்போது நினைத்துப் பார்க்கிறேன். பல வெளிநாடுகளில் நதிகள் பார்த்திருக்கிறேன். இரு கைகளிலும் கோரி முகத்தில் இறைத்ததில்லை, உச்சியில் தெளித்ததில்லை. ஆனால் வேலை நிமித்தம் இந்தியா முழுக்க அலைய வாய்த்ததால் இந்திய நதிகள் பலவற்றிலும் நீராடியிருக்கிறேன். அது பற்றித் தனியாக எழுதுவோம்.

திருப்பதிசாரத்தின் மேற்கே ஓடும் பழையாற்றின் கீழக்கரையில் சடையாரம் என்று அழைக்கப்பெறும் ஜடாயுபுரம். அஃதேபோல் தாழக்குடி தாண்டி பூதப்பாண்டியை நோக்கிச் செல்லும்போது கிழக்கில் சீதப்பால் எனப்படும் சீதைப்பால். சீதப்பால் இருப்பது தாடகைமலை அடிவாரத்தில். கன்னியாகுமரிப் பக்கம் மருந்துவாழ்மலை. யாவும் இராமாயணம் தொடர்புடைய பெயர்கள். புராணம் வேறு, வரலாறும் பூகோளமும் வேறு என்ற தெளிவு இருப்பது நல்லது.

‘தாடகை மலை அடிவாரத்தில் ஒருவன்’ என்பது எழுத்தாளர் நண்பர் ஜெயமோகன் என்னைப்பற்றி எழுதிய நூல். எனது அகவை அறுபது கொண்டாட்டத்தை முன்னிறுத்தி 2008 ஜனவரியில் தமிழினி வெளியீடாக வந்தது. நூலின் அன்றைய தலைப்பு ‘கமண்டல நதி!’

நாஞ்சில் நாட்டில், தோவாளை தாலுகாவில், தாழக்குடி பகுதியின் கீழ் வந்த கிராமம் வீரநாராயணமங்கலம். அன்றைய கணக்கில் 120 வீடுகள். அன்றெல்லாம் மறுவீட்டுப் பலகாரம், சீமந்தப் பலகாரம் வீடு வீடாக

விளம்பப் போகும் குழுவில் சிறுவனாக நானும் இருப்பேன். பித்தளைத் தட்டத்தில் இரண்டு முறுக்கு, இரண்டு தேன்குழல், இரண்டு முந்திரிக் கொத்து, இரண்டு பாளையங்கோடன் பழம் என்று இருப்பவற்றை வீடு வீடாகக் கொடுக்க வேண்டும். நாலைந்து சிறுவர்கள் இருப்போம். விளம்பியதற்கு சன்மானமாக எமக்கும் ஒரு தட்டம் பலகாரம் கிடைக்கும். ஆகவே வீடுகளின் கணக்கு எனக்குத் துல்லியமாகத் தெரியும்.

நாலு தெருக்களும் சில முடுக்குகளும். சுடுகாட்டையும் ஊரின் எல்லைகளையும் காக்கும் சுடலைமாடன், புலைமாடன், சுடலைப் பேய்ச்சி, புலை மாடத்தி. சில வீடுகளின் வளாகத்திலும் அவர்களுக்குப் பீடம் உண்டு.

ஊர் நடுவே வடக்குப் பார்த்து முத்தாரம்மன் கோயில். முத்தாரம்மனுக்கு அடுத்த சந்நிதிகள் சூலைப்பிடாரி, சந்தனமாரி. எதிரே பூதத்தான். காவல் தெய்வம் வைரவன், அரவணைப் போத்தி. ஐந்தாண்டுகளுக்கு ஒருமுறை, மாசிமாத செவ்வாய்க் கிழமையில் நடக்கும் அன்னக் கொடை. திங்கட்கிழமை குடி அழைப்பு, செவ்வாய் காலை பழையாற்றில் இருந்து மேளதாளத்துடன் அபிடேகத்துக்கு கோமரத்தாடிகள் பித்தளைக் குடத்தில் நீர் கொணர்தல். சாமி சிலைகளுக்கு நீராட்டு, ஆராதனை, அன்னக் கொடை. ஊராருக்கும் வருவோருக்கும் பந்திச் சாப்பாடு. இரவு பன்னிரண்டு மணிக்கு சாமிகளுக்குப் படப்புப் போடுதல், ஆராசனை, ஆடிப் பூ எடுத்தல், மான் வாகனத்தில் முத்தாரம்மன் பிற தெய்வங்களுடன் ஊர் சுற்றி வருதல், திசைபலிகள். புதன்கிழமை உச்சிக் கொடை, மாலையில் வாழி பாடுதல்.

கோயில் கொடைக்கு உட்கோயில் மேளம் உண்டு. நையாண்டி மேளமும் கும்பாட்டமும் உண்டு. என் சிறுபிராயத்தில் தோவாளை சுந்தரம் பிள்ளை, புன்னார்குளம் கோலப்ப பிள்ளை வில்லுப்பாட்டு பாடிக் கேட்டிருக் கிறேன். வரத்துப் பாடி, வில்லடித்து தெய்வங்கள் வந்திறங்கும். வரத்துப் பாடும்போது, எங்கள் தாத்தா வில்பாட்டுக்காரரின் பின்புறம் உட்கார்ந்து அம்மன் வரலாறு குறிப்புரைப்பார் என சொல்லிக் கேட்டிருக்கிறேன்.

பங்குனி, சித்திரை கோடை காலங்களில் தாத்தா வீட்டுப் படிப்புரையில் இருந்து இராமாயணம் சொல்வார் என்றும் பத்திருபது பேர் உட்கார்ந்து கேட்பார்கள் என்றும் கூறக் கேட்டிருக்கிறேன். தன்னை ஆதரித்து வாழ்வளித்த குலசேகரப் பெருமாள் பிள்ளையிடம் சோதிடம்

கற்றுக்கொண்டார். ஊரில் குழந்தைகளுக்கு ஓரடி நீளமும் ஒன்றரை அங்குல அகலமும் கொண்ட பருவமான பனையோலையில் சாதகம் எழுதிக் கொடுத்திருக்கிறார். நல்லப்பம் ஏர் கட்டுதல், நல்லப்பம் விதைத்தல், நாட்கதிர் கொள்ளுதல், புதுவீடு கட்ட கல் போடுதல், நிலைவிடுதல், பால்காய்ச்சும் நாள் பார்த்துக் கொடுத்திருக்கிறார். பிறந்த குழந்தைக்கு பெயரணிவிக்க, எழுத்துக்கு இருத்த, சமைந்த பெண் பிள்ளைக்கு சடங்கு நடத்த, கல்யாணம் பேசி உறைப்பிக்க, வெற்றிலை கைமாற, நிச்சயதார்த்தம் செய்ய, மாங்கல்ய தாரணம் செய்ய, நாலாம் நீர்ச் சடங்கு - ஏழாம் நீர்ச் சடங்கு செய்ய, உடன் மறுவீடு போக, மறுவீடு போக, சீமந்தம் நடத்தி பெண்ணை வீட்டுக்கு பேறு பார்க்கக் கூட்டிவர என அனைத்துச் சடங்குகளுக்கும் நாள் பார்த்துச் சொல்லி இருக்கிறார்.

எவரும் நோயிலோ, விபத்திலோ, மூப்பிலோ இறந்து போனால் அவரை எடுத்துச் சுடுவதற்கும், சாம்பல் கரைத்துக் காடேற்றுவதற்கும், பதினாறாம் நாள் கல்லடுப்பு சடங்குக்கும், ஆண்டு முடித்தபின் திவசம் கொடுக்கவும் நாள், நேரம் பார்த்துச் சொன்னார். அவரவர் வீடுகளில் காவல் தெய்வங்களாக வாழும் இருபத்தேழு வாதைகளில் ஒன்றுக்கோ இரண்டுக்கோ சிறப்புச் செய்யவோ, பொங்கல் இடவோ, கொடை கொடுக்கவோ நாள் குறித்தார்.

அவரிடம் இருந்து என் அப்பா கற்றுக் கொண்டார். தற்போது என் தம்பியொருவன் செய்கிறான். 1947ஆம் ஆண்டு, முப்பதாம் நாள், உதயாதி நாழிகை 59-க்கு மகம் நட்சத்திரத்தில் பிறந்த எனக்குத் தனது கையால் பனையோலையில் எழுதிய சாதகம் இன்னும் என் கைவசம் உண்டு. அதுபோலவே தாத்தாவும் அப்பாவும் பயன்படுத்திய எழுத்தாணியும். விஜயதசமி வழிபாட்டின்போது எம் பூசையில் அந்த எழுத்தாணி முன்னிலை வகிக்கும்.

ஈதென்ன மூட நம்பிக்கை எனப் பேசுவார் உளர். அதுபற்றித் தனியாக எழுதுவோம். நான் அரை நிக்கர் கூடப் போடாமல் அலைந்த காலத்திலேயே எங்கள் ஊரில் திராவிட இயக்கம் வேரூன்றி விட்டது. தொடர்ந்து தி.மு.க.வும். வயலை விற்று, தோப்பை விற்று கட்சி வளர்த்தவர்களை எனது பள்ளிப் பருவத்தில் நான் அறிவேன். நாஞ்சில் நாட்டில் இரண்டாவது கிளை

நாஞ்சில் நாடன் 143

திறக்கப்பட்டது எங்கள் ஊரில். பேராசிரியர் க. அன்பழகனும் நாஞ்சில் மனோகரனும் வந்து உரையாற்றி உள்ளனர். அன்றைய அறிவாலயம் திறக்க நடுமுடுக்குப் பெரியப்பா வீ.அ.கருணாகரன் சென்னை சென்று வந்திருக்கிறார். நான் பெரியப்பா என்றும் தாத்தா என்றும் மாமா என்றும் அழைக்கும் பலரும் இயக்கத்தில் இருந்தனர். கோயில் கொடையிலும் நிற்பார்கள், இயக்கக் கூட்டங்களுக்கும் போவார்கள்.

நான் பதினான்கு வயதிலேயே அனைத்து அரசியல் கட்சிப் பொதுக்கூட்டங்கள் போனதற்கும், பெரிய கோயில்களின் திருவிழாக்களின் போது நடத்தப் பெற்ற சங்கீதக் கச்சேரிகள் போனதற்கும், ஊரைச் சுற்றிய பிற ஊர்களில் எங்கு நம்பிரான் விளையாட்டு, ஊட்டு, கொடை, தேரோட்டம் நடந்தாலும் போனதற்கும் அவர்களே காரணமும் காவலும்.

அன்று அவர்கள் அரசியல் சார்பு காரணமாகக் கொணர்ந்த தடைகளும் மறுப்புக்களும் இன்று முற்றாகச் சிதைந்து போய்விட்டன. முத்தாரம்மன் அல்லாது ஊரின் மேற்கு எல்லையில் நீர்நிலை காவு கண்டன் சாஸ்தா கோயில். இயல்பாக சாத்தாங்கோயில் என்போம். சபரிமலை மணிகண்ட சாஸ்தா குடும்பத்தினரே தென்தமிழ் நாட்டின் நூற்றுக்கணக்கான சாஸ்தாக்களும். சாஸ்தாவுக்கு பங்குனி உத்திரம் அன்று கொடியேறி, ஆறாம் நாள் நம்பிரான் விளையாட்டு. மாலையில் நம்பிரான் விளையாட்டு என்றால் மதியம் சுடுகஞ்சியும் கூட்டுக்கறியும். அன்று காலை முடைந்த பச்சைப் பனையோலைப் பட்டைகளில்.

சாத்தாங்கோயிலை அடுத்து தெற்குத்தெரு தொடங்கும் இடத்தில் பிள்ளையார் கோயில். அதன் உள்ளே சிவனுக்கும் சந்நிதானம். வீரநாராயணமங்கலம் எனும் பெயரை ஆராய உட்புகுந்தால் இந்தப் பாரம்பரியம் அர்த்தமாகும் எவருக்கும்.

வேளாளர்கள் அதிகம் வாழும் ஊர். அவர்களுள் மூன்று பிரிவினர், எல்லா இனத்தவரிலும் உள்ள ஏற்ற தாழ்வுகளுடன். சைவ வேளாளர், மக்கள் வழி வேளாளர், மருமக்கள் வழி வேளாளர். அவர் பற்றிய புரிதலுக்கு, நான் இருபதாண்டுகள் முன்பு எழுதிய 'நாஞ்சில் நாட்டு வெள்ளாளர் வாழ்க்கை' வாசிக்கலாம். பல பதிப்புகள் கண்ட 'காலச்சுவடு' வெளியீடு.

வேளாளர் வீடுகள் தவிர, தெற்குத் தெருவில் யோகீசுவரர் அல்லது வைராவி என்றொரு இனம். பண்டாரம் இனத்தவர் நான்கு வீடுகள். தச்சு ஆசாரிகள் குடும்பம் இரண்டு. நாவிதர் குடும்பம் ஒன்று. ஊர்க்காவல் தேவர், பால்கறவைத் தேவர் என இரு குடும்பங்கள். அவர்கள் கள்ளரா, மறவரா, கனத்த அகமடியாரா என்பதறியேன்.

ஊரைச் சுற்றிலும் தென்னந் தோப்புகள், வாழைத் தோட்டங்கள், வயற்காடு. வயற்காட்டை நாங்கள் பத்து என்போம். வடக்குப் பத்து, கீழப்பத்து, தெற்குப் பத்து, மேலப்பத்து, மடத்தாம்பத்து, படுவப்பத்து என்போம். வயல்களுக்கும் பேருண்டு. ஊரடி வயல், தோப்படி வயல், நந்தவனத்தடி வயல், முப்பது மரக்கால் பாதி, கரையாந்திரட்டு வயல், வேதக் கோயில் வயல் எனப்பல. வயலுக்குப் போகும்போது மண்வெட்டி கூட வேண்டாம். காலால் வெள்ளம் விலவலாம். 'உழுபடைக் கொழுமுனை தொடுமுனம் கூசி' என்பது பாடல்வரி.

இரண்டு போகம் நெல் விளையும். போகத்தை நாங்கள் பூ என்றோம். கன்னிப் பூ, கும்பப் பூ. கன்னிப்பூவில் சம்பா அல்லது அதன் உட்பிரிவுகள். கும்பப்பூவில் வாசறுமிண்டான் அல்லது அதன் கிளைகள். கன்னிப்பூவில் மண்ணின் பருவம் - ஈரப் பதம் பார்த்து தரிசடித்து, மறுத்து, முச்சால் வைத்து, மரம் அடித்து விதைப்பார்கள். 'சித்திரை பத்தாம் உதயத்தில் வித்து விழவேண்டும்' என்பது சொலவம். கும்பப்பூவில் நாற்றுப் பாவி வைத்திருந்து பிடுங்கி நடுவது. இந்தப் பருவத்தில் தொழி உழவு. மரமடித்து மொழுக்கி, பொழித் தட்டுப் பலகையால் சீர் பார்த்துப் பிறகு நடவு. நடவுக்கு, களைபறிப்புக்கான கூலியைக் கொத்து என்றனர். நடவு கொத்து, களைபறிக் கொத்து, அறுப்புக் கொத்து, அடிப்புக் கொத்து என.

நல்லப்பம் ஏர் பூட்டி, நல்லப்பம் உழுது, நல்லப்பம் விதைத்து, நல்லப்பம் நாற்றுப் பறித்து நட்டு, நாட்கதிர் கொண்டு, கதிர் நிறைத்து, புத்தரிசி பொங்கிக் களித்திருந்தோம். வறுமையும் வாட்டமும் இருந்தது, ஆனால் தாங்கவும் ஆள் இருந்தது. பிள்ளைக்குச் சோறும், பிள்ளைக்குப் பசும்பாலும் மறுக்கப்பட்டதே இல்லை. பசித்திருந்தவனுக்கு பழஞ்சித் தண்ணியோ, சோறுவடித்த கஞ்சித் தண்ணியோ கிடைத்தது. கடித்துக் கொள்ள, நெல்லிக்காய் ஊறுகாயோ, பனங்கருப்பட்டித் துண்டோ வாய்த்தது.

உள்ளூரில் அரசினர் ஆரம்பப் பாடசாலை இருந்தது. நீளமான, கொல்லம் ஓடு வேய்ந்த கூரையின் கீழிருந்த கூடத்தில் ஐந்து வகுப்புகள். இடையே தடுப்புக் கிடையாது. ஐந்து ஆசிரியர்கள். அன்று பயின்ற ஆத்திசூடியும், கொன்றை வேந்தனும், பன்னிரண்டாம் வாய்ப்பாடும் பதினாறாம் வாய்ப்பாடும் இன்றும் நினைவில் உண்டு.

பள்ளிக்குச் செல்வது, படிப்பது, வீட்டுப்பாடம் செய்வது மட்டுமே அல்ல எங்கள் பள்ளிப் பருவத்து வாழ்க்கை.

தொழுத்துச் சாணம் வழிக்க வேண்டும்.

ஆற்றுக்குப் பத்திக்கொண்டு போய் மாடு குளிப்பாட்ட வேண்டும்.

மாடுகளுக்குப் புல்லறுக்க வேண்டும்.

ஓரேர் உழவனான சம்சாரித் தகப்பனுக்கு வயலுக்குக் கஞ்சி கொண்டுபோக வேண்டும்.

கஞ்சி குடிக்கும் நேரத்தில் அவர் கை ஏர் பிடிக்க வேண்டும்.

அடுப்பெரிக்க சுள்ளி, ஓலைமடல், மட்டை பொறுக்க வேண்டும்.

அதிகாலை எழுந்து போய் புன்னைக்காய் பொறுக்க வேண்டும்.

புளியம்பழம், வேப்பமுத்து பொறுக்க வேண்டும்.

முதல் பொடி உழவில் ஏர் பின்னால் நடந்து குழைக்கம்பு பொறுக்க வேண்டும்.

வயல் அறுத்துக் கதிர் வாரும்போது தப்புக்கதிர் பொறுக்க வேண்டும்.

அறுவடையான வயல் அறக் காய்ந்தபின் தாள் பொறுக்கிச் சுட வேண்டும். சாலையோரத்தில் இருந்து வயலுக்கு செம்மண் சுமக்க வேண்டும். வண்டல்மண், உரம் சுமக்க வேண்டும்.

நெல் அறுத்துச் சூடடிக்கும்போது பிணையல் அடித்து அரை ஆள் கொத்து வாங்கவேண்டும்.

இதுதான் ஐயா! இதுவேதான் ஐயா, எங்கள் ஊர்!

வடக்கில் இருந்து ஓடிவரும் பழையாறு, எங்களூர்ப் பாறைகளில் முட்டி மோதி கிழக்கே திரும்பி மேலும் தெற்குப் பார்த்தே பாயும். நாங்கள் அதனைப் பாறையாறு என்றோம். உயரத்தில் இருந்து தடுப்பணை தாண்டி கிழக்கே விழும் இடத்தில் நிலைக்காத ஆழம். அதனைக் கசம் என்றோம். கயம்தான் கசம் ஆனது. குயவர் குசவர் ஆனதும், வயம் வசம் ஆனதும், நேயம் நேசமானதும் போல.

கயத்தில் ஆழம் அதிகம். அதிலும் மூச்சுப் பிடித்து, முக்குளி போட்டு, கையில் மண் எடுத்து வருவோம். ஆழம் நிலைக்காமல் சிலர் 'கொக்குப் பிடித்ததும்' உண்டு. இரண்டு வேளை தீவனம் கிடைத்தாலும் கிடைக்காமற் போனாலும், இரண்டு வேளையும் ஆற்றில் குளியல் உண்டு. குளிப்பது என்பதே எமக்குத் தலை குளிப்பதுதான். உடம்புக்கு ஊற்றிக் கொள்வது அல்ல.

பெருவெள்ள காலத்து, ஆற்றங்கரைகளில் வளர்ந்து சாய்ந்து நின்ற ஆலமரம், புன்னைமரம் கிளைகளில் ஏறி ஆற்றில் குதித்தோம். குளித்துக் கரையேறும்போது மொந்தைக் கள் குடித்தவன் போல் கண்கள் சிவந்திருக்கும். கைவிரல்கள் வெளிறிச் சுருங்கி இருக்கும்.

பழையாறு பற்றியதோர் கட்டுரை எழுதினால், அதில் நீராடியவர்கள் என ப.ஜீவானந்தம், கிருஷ்ணன் நம்பி, கிருத்திகா, கவிமணி, சுந்தர ராமசாமி, செய்குத்தம்பி பாவலர், தொண்டர் குழாம் ஆறுமுகம் பிள்ளை, 'கன்னியாகுமரி' ஆசிரியர் P.S.மணி, பேராசிரியர் தாயம்மாள் அறவாணன், 'நாஞ்சில் மலர்' ஆசிரியர் கி.தானப்பன், பேராசிரியர் மா.இளைய பெருமாள், எம்.சிவசுப்பிரமணியன், குமரித்துறைவன், மா.அரங்கநாதன், ஸ்ரீ சாரதா ஆயுர்வேத வைத்தியசாலை மருத்துவர் இல.மகாதேவன் எனப்பலரைக் குறிக்கலாம்.

எங்கள் ஊரைப்பற்றி எனக்கு எத்தனை எழுதினாலும் தீராது. நாவல்களில், சிறுகதைகளில் நிறையப் பேசி இருக்கிறேன். என்றாலும் நிறைய மாட்டேன் என்கிறது. சந்தைவிளைப் பனங்காட்டில் இருந்து காலையில் தாயர் தலைச்சுமட்டில் மண்குடத்தில் கொண்டுவரும் பதனீரைச் சொல்லவா; அதைப் பருக முடைந்து தரும் பனங்குருத்துப் பட்டையைச் சொல்லவா; தலையெடுத்த பிறகு சேக்காளிகளுடன் நடந்துபோய், பனை

மூட்டில் நின்று மாலைப் பதனீரில் நுங்கு வெட்டிப் போட்டுக் குடித்ததைச் சொல்லவா; தாழக்குடி சுடுகாட்டுச் சுடலைக்கு ஆடு வெட்டி அதனை உரித்துச் சமைத்து, ஆற்றங்கரையில் அமர்ந்து வாழை இலை போட்டு நள்ளிரவு இரண்டு மணிக்குப் பொங்கிய சூடு பச்சரிசிச் சோற்றில் ஆட்டு இறைச்சிக்கறி ஊற்றிப் பிசைந்து தின்றதைச் சொல்லவா; முத்தாரம்மன் கோயில் கொடைக்கு மட்டுமே கிடைக்கும் படப்புச் சோற்றைச் சொல்லவா; கல்யாணம் நடந்த மறுநாள் மீந்துபோன கறிகளை எல்லாம் சேர்த்து வெண்கல உருளியில் போட்டுச் சூடாக்கி, மீந்துபோன சோற்றில் நீரூற்றி வைத்திருந்த பழையதுடன் சேர்த்து உண்ட பழங்கறியைச் சொல்லவா; திருமாங்கல்யக் காடியைச் சொல்லவா; இரவு ஔவையாரம்மனுக்கு விரதம் இருந்து அவித்த விரதக் கொழுக்கட்டைகளை மறுநாள் அதிகாலை அம்மா பித்தளைச் சருவத்தில் கொணர்ந்த சுவையைச் சொல்லவா?

முனைஞ்சிப்பட்டியில் இருந்து பஞ்சம் பிழைக்க பால்யத்தில் வந்தடைந்த தாத்தா வீடு ஊரின் ஈசான மூலையில் இருந்தது. இன்னும் இருக்கிறது. முத்தாரம்மன் கோயிலுக்கு முதன் முறையாகக் கொடைக்கு வரி எழுத முனைந்தபோது, முதல் வரி எங்கிருந்து தொடங்குவது என ஊர்க்கூட்டத்தில் சலசலப்பு எழுந்தது. ஈசான மூலையில் இருந்து வரி எழுதத் தொடங்க உத்தரவு கிடைத்ததன் காரணமாக தாத்தா முதல்வரி. அவர் காலத்துக்குப் பிறகு அப்பா முதல்வரி. அப்பாவுக்குப் பிறகு, 1974இல் இருந்து நானே முதல் வரி.

ஊத்துக்காடு வேங்கட கவி எழுதிய காபி ராகப் பாடல், ‘என்ன தவம் செய்தனை?’ என்று தொடங்கும். பலர் பாடி இருக்கிறார்கள். எனக்கு சுதா ரகுநாதன் பாடல் பிடிக்கும். அவர் இசைமேதை எம்.எல்.வசந்தகுமாரி அவர்களின் சீடர். எனக்கு நானே சொல்லிக் கொள்கிறேன் - வீரநாராயணமங்கலம் ஊரில் பிறந்து வளர்ந்து படித்து ஆளாகி வாழ என்ன தவம் செய்தேன் என்று!

1953 ஜூன் முதல் 1958 மார்ச் வரை, ஒன்று முதல் ஐந்தாம் வகுப்புவரை நான் பயின்ற வீரநாராயணமங்கலம் ஆரம்பப் பாடசாலை எனக்குத் தொடக்கப் பள்ளி அல்ல பல்கலைக்கழகம். நல்ல மணி அடித்தால் வீட்டுக்குச் சாப்பிடப் போகலாம். கள்ளமணி அடித்தால் ஒன்றுக்குப்

போகலாம். ஆற்றில் இறங்கி நீர் பருகலாம். போத்தலில் பள்ளிக்குத் தண்ணீர் சுமந்த கோலம் இல்லை. சென்ற ஆண்டு, நான் பயின்ற பள்ளிக்கு மேல்நிலை தண்ணீர்த் தொட்டி அமைத்து வழங்கினார் எனது இலக்கிய குருக்கன்மாரில் ஒருவரான சுந்தர ராமசாமியின் துணைவியார் கமலா அம்மா, தனது எண்பதாவது அகவை நிறைவின்போது. விழாவுக்கு அவரும், அவர்கள் மகன் காலச்சுவடு கண்ணனும் சென்றிருந்தனர்.

இன்று கூகுளில் போய் எவரும் வீரநாராயணமங்கலம் என்று தட்டச்சு செய்தால் உடனே நாஞ்சில் நாடன் பெயர் தோன்றுவது எனக்குப் பெருமை அன்றி வேறென்ன?

புறநானூற்றின் கோப்பெருஞ்சேரன் பாடல் வரி கூறும் -

"யானை வேட்டுவன் யானையும் பெறுமே;
குறும்பூழ் வேட்டுவன் வறுங்கையும் வருமே"

என்று. யான் எனை யானை வேட்டுவனாக உணர்பவன். காரணம் முன்வினைப் பயனோ, இறையருள் நிமித்தமோ, எனக்கமைந்த சொந்த ஊர் வீரநாராயணமங்கலமோ!

ஆவநாழி, நவம்பர் 2023

12

பழமும் கனியும்

பொதுவாக நாட்டு வழக்கில் பழம் எனில் அது வாழைப்பழம். வாழைக்கு இலக்கியச் சொல் கதலி. இன்று நாம் கதலி என்று எழுதினால் ஏதோ இந்தி சினிமா நாயகி எனத் தீர்மானிப்பான் தமிழன். சபரிமலை ஐயப்பனுக்கு விரதம் இருந்து மலையேறும்போது, மலையாளிகளின் சரண கோஷம் -

'இருமுடிக் கட்டும் சாமிக்கே!
கதலிப் பழமும் சாமிக்கே!'

என்பதாகும். வாழை மரம் போல, ஒரேயொரு முறை ஈன்றவளைக் குறிக்க கதலி மலடு என்றொரு வசைச் சொல் இருந்திருக்கிறது. பண்டு நாஞ்சில் நாட்டில் கதலி என்றால் வாழை இனங்களில் ஒரு வகை. அவற்றுள்ளும் ரச கதலி, நெய்க்கதலி, தேன்கதலி என மூன்று பிரிவு உண்டு. பண்டு செய்யுள் அமைதிகளுள் ஒன்றினைக் குறிக்க கதலீ பாகம் என்றனர். நானறிய சங்க இலக்கியம் கதலி எனும் சொல்லைப் பயன்படுத்தவில்லை.

'நெல்லு' என்றொரு மலையாள சினிமா, 1974-ல் வெளியானது, அதில் லதா மங்கேஷ்கர் பாடிய பாடலின் முதல் வரி - 'கதலி கண்கதலி செங்கதலிப் பூவேணோ?' என வரும். இங்கு கதலி என்பதோர் மலரைக் குறித்தது, அச்சொல்.

அன்றாட உரையாடலில் பழம் எனும் சொல் பரக்கக் கையாளப்படுகிறது.

'சாப்பிட்டதும் ஒரு பழம் சாப்பிடணும்'

'கடையிலே போய் ரெண்டு பழம் வாங்கீட்டு வாலே!'

'புதுமாப்பிள்ளை - புதுப்பெண்ணுக்கு பாலும் பழமும் கொடுங்க'

'அவன் ஒரு விரிசம் பழம்லா!'

'பழம் திண்ணு கொட்டையும் போட்டவன்லா!'

'பழம் நழுவிப் பாலில் விழுந்தது போல'

'கோயிலுக்கு தேங்கா பழம் வாங்கீட்டுப் போகணும்'

'அவனை வெற்றிலை பாக்கு தேங்கா பழம் வச்சுத்தான் அழைக்கணுமா?'

'பழம் ஏன் நஞ்சு போய் இருக்கு?'

என்ற உரையாடல்களில் வரும் பழம் எனும் சொல் வாழைப்பழத்தையே குறிக்கும். வாழைப்பழத்தை வாளைப்பளம், வாயப் பயம் என்றெல்லாம் வழங்குவது அவரவர் தமிழ்.

மற்ற பழங்களைப் பெயர் சுட்டிப் பேசுவார்கள். மாம்பழம், சக்கைப்பழம் அல்லது பலாப்பழம், பனம்பழம், அன்னாசிப் பழம் அல்லது புருத்திச் சக்கைப் பழம், கொய்யாப் பழம், நாவல் பழம், காராம்பழம், கொல்லாம்பழம் அல்லது முந்திரிப்பழம், பூலாத்திப்பழம், உண்ணிப் பழம், பேரீச்சம் பழம், ஈந்தம்பழம், எலுமிச்சம் பழம், வெள்ளரிப் பழம், மாதுளம் பழம், ஆலம்பழம், அத்திப்பழம், விளாம்பழம், புளியம்பழம், பப்பாளிப் பழம், முலாம்பழம், ஆரஞ்சுப் பழம் எனவாங்கு. தேங்காயைத் தெங்கம்பழம் என்றோம். 'நாய் பெற்ற தெங்கம்பழம்' என்பது எனதோர் கட்டுரைத் தலைப்பு.

திருவள்ளுவர் நெருஞ்சி முள்ளைக் கூடப் பழம் என்பார். சிறு நெருஞ்சி, பெரு நெருஞ்சி என இரண்டறிவோம் யாம். காமத்துப்பாலில், நலம் புனைந்துரைத்தல் அதிகாரத்தில் -

'அனிச்சமும் அன்னத்தின் தூவியும் மாதர்
அடிக்கு நெருஞ்சிப் பழம்'

என்பார் குறளாசான்.

முக்கனிகளைப் பேசும்போது மா, பலா, வாழை என்று மூன்றாவது இடத்தில் வைத்துப் பேசுவது ஒழிய, பொதுவாக வாழைக்கனி எனக் குறிப்பதில்லை. என்றாலும் அகநானூற்றில் கபிலரின் குறிஞ்சித் திணைப் பாடல் வரிகள் -

'கோழிலை வாழைக் கோள்மிகு பெருங்குலை
ஊழுறு தீம் கனி'

என்கிறது. வாட்டசாட்டமான இலைகளைக் கொண்ட வாழைமரம் பெரிய குலைகளைத் தள்ளி முதிர்ந்த கனிகளைத் தந்தது என்று பொருள்.

பழம் எனும் சொல்லுக்குப் பேரகராதி தரும் பொருள் ஐந்து.

1. Fruit, Ripe fruit. கனி.

   தொல்காப்பியத்தில் பொருளதிகாரத்தின் மரபியல் நூற்பா மரவகை உறுப்புக்கள் பேசுமிடத்து - 'காயே பழமே தோலே செதிளே' என்கிறது.

2. Very Aged Person.

   வயது முதிர்ந்தோன். பழுத்த பழம் அல்லது பழுத்த கிழம் என்பர் வழக்கில்.

3. Fruitfulness, Success. அனுகூலம்.

   'காயா பழமா?' என்பர் மக்கள் ஒரு காரியம் வெற்றியா தோல்வியா என்பதறிய.

4. Winning Points. ஆட்டக் கெலிப்பு.

5. Three quarters. முக்கால்.

பழம் எனில் கனி என்பதைக் கடந்து, பழமை, தொன்மை, நீண்ட காலம் கடந்த எனும் பொருள்களும் உண்டு. அதுகுறித்த பழமொழிகளும்

உண்டு. 'அவன் ஒரு பழம் பெருச்சாளியில்லா!' என்பது ஒரு மனிதனைப் பற்றிய மதிப்பீடு. 'மரத்தை வைத்து வளர்த்துப் பின் பழத்தைக் கோர வேண்டும்' என்பது பழம் எனும் கனி குறித்த பழமொழி.

1. பசித்தவன் பழங்கணக்குப் பார்ப்பது போல
2. பசிக்காமல் இருக்க வரம் தருவேன்; ஆனால் பழங்கஞ்சி இருந்தால் தாரும்
3. ஆடிமாதம் பழஞ்சோறும் ஆதண்டங்காய் வற்றலும் தேடித் தின்றவனுக்கு தெய்வலோகம் கிடைக்கும்.

போன்ற பழமொழிகளின் பழம் காலம் குறித்த சொல். எடுத்துக்காட்டுக்கு பழமொழி எனும் சொல்லையும் கூறலாம்.

பழம் பகை, பழம் பஞ்சாரம், பழம் பெருச்சாளி, என்பனவும் உதாரணங்கள். பழவினை எனும் சொல்லை, முன்வினை எனும் பொருளில் திருவாசகம் ஆண்டுள்ளது. பழமனை எனில் இடிந்துபோன வீடு என்கிறது யாழ்ப்பாண அகராதி.

பழங்கணக்கு, பழங்கதை, பழங்குடி, பழஞ்சரக்கு, பழஞ்சோறு, பழஞ்சி, பழையது, பழஞ்சொல் என்பன பழமை எனும் பொருள் தரும் சொற்கள்.

திருக்குறள் ஒரேயொரு குறளில் பழம் பேசும். மற்றொரு குறளில் பழங்குடி பேசுகிறார். பொருட்பாலின் குடிமை அதிகாரத்துப் பாடல் -

'வழங்குவதுள் வீழ்ந்தக் கண்ணும் பழங்குடி
பண்பில் தலைப்பிரிதல் இன்று'

கொடை வழங்கும் வசதி குன்றிப் போனாலும் பழம் பெருமை வாய்ந்த குடியினர் தம் கொடைப் பண்பைத் துறவார் என்பது பொருள்.

பழம் எனும்சொல்லை, வாழைப்பழம் எனும் பொருளில் பொதுவாகக் கையாண்டாலும், வாழைப்பழத்தில் பல்வேறு வகைகள் உண்டு. தோலின் தன்மை, தோலின் நிறம், இனிப்புக்கூறு, மாவுத்தன்மை, வாசனை, உருவம், அளவு எனப் பாகுபாடு கொண்டவை. கன்னியாகுமரி மாவட்டத்தின் சில வாழைப்பழ வகைகளைத் தருவேன்.

மட்டி, சிங்கன், பேயன், மொந்தன், துளுவன், செந்துளுவன், வெள்ளைத் துளுவன், பாளையங்கோட்டன், ஏத்தன், தேன்கதலி, நெய்க்கதலி, ரசகதலி, அண்ணன், பூவன் எனச்சில இன்னும் என் நினைவில். எந்த வெற்றிலை பாக்குக் கடையிலும் இன்றும் இவற்றுள் ஆறேழு தினுசுகள் குலை குலையாகத் தொங்கிக் கிடப்பதைக் காணலாம்.

பழம் எனும் சொல் தொல்லிலக்கியங்கள் பலவற்றிலும் ஆளப் பெற்றுள்ளது. வடமொழியில் கேலா என்றால் வாழைப்பழம். ஃபல் என்றால் பழம் அல்லது கனி. ஆம் எனில் மா. ஃபனஸ் எனில் பலா. பல வடமாநிலங்களிலும் மாமரங்கள் உண்டு. ஆனால் வாழையும் பலாவும் சில மாநிலங்களில் மட்டுமே.

புறநானூற்றில் சோழன் நலங்கிள்ளியை ஆலந்தூர் கிழார் கையறு நிலையில் பாடிய பாடல் ஒன்றில் -

'தலையோர் நுங்கின் தீம் சேறு மிசைய
இடையோர் பழத்தின் பைங்கனி மாந்தக்
கடையோர் விடுவாய்ப் பிசிரொடு சுடு கிழங்கு நுகர'

என்று வரும்.

சோழன் நலங்கிள்ளியின் படையினர், முதலணியில் வருவோர் பனை நுங்கின் இனிய கலவையை அருந்துவர். அடுத்து வரும் அணியினர் பனம் பழத்தினை உண்பர். இறுதி அணியினர் தோலுடன் கூடிய சுட்ட பனங்கிழங்கினைத் தின்பார்கள் - இது பொருள். அஃதாவது முழுப்படை யணிகளும் ஒரு இடத்தைக் கடந்து செல்லும்போது பனை நுங்கு விளைந்து காயாகிக் கனிந்து உதிர்ந்து, பனங்கொட்டைகள் முளைத்துக் கிழங்கு ஆகிவிடுமாம். அத்தனை நீண்ட படை அணிகள்.

அகநானூற்றின் மருதத் திணையின் நக்கீரர் பாடல் - 'பழஞ் செந்நெல்' என்கிறது. பழைய செந்நெல் என்பது பொருள். அஞ்சியத்தை மகள் நாகையார் பாடிய குறிஞ்சித்திணைப் பாடல், 'முடவு முதிர் பலவின் குடம் மருள் பெரும் பழம்' என்னும். வளைந்த பலா மரத்தின் குடம் போன்று முதிர்ந்த பெரும் பழம் என்பது பொருள்.

புறநானூற்றின் 61-வது பாடல், 'தெங்கு படு வியன்பழம்' என்கிறது. தெங்கு என்றால் தென்னை, வியன்பழம் எனில் நெற்றுத் தேங்காய். பதினோராம் நூற்றாண்டில்தான் தென்னை எனும் தாவரம் இந்தியாவுக்குள் நுழைந்தது என ஆய்வடங்கல் எழுதும் பல்கலைக்கழகத் தமிழ்த்துறைத் தலைவர்களைக் கொண்டாடும் அறிவுஜீவிகளையும் அரசுகளையும் தமிழன்னை காக்க!

குமண வள்ளலைப் பாடிய பெருஞ்சித்திரனார் பாடல் ஒன்று மிகச் சிறப்பானது. ஒன்பது அடிகள் கொண்ட முழுப் பாடலையும் தரலாம். குமணனைக் கண்டு பாடிப் பரிசில் பெற்று வந்த பெருஞ்சித்திரனார் மனையாட்டிக்கு சொன்னது பாடலின் சம்பவம்.

'நின் நயந்து உறைநர்க்கும், நீ நயந்து உறைநர்க்கும்
பல் மாண் கற்பின் நின் கிளை முதலோர்க்கும்,
கடும்பின் கடும்பசி தீர யாழ நின்
நெடுங்குறி எதிர்ப்பை நல்கி யோர்க்கும்
இன்னோர்க்கு என்னாது, என்னொடும் சூழாது,
வல்லாங்கு வாழ்தும் என்னாது, நீயும்
எல்லோர்க்கும் கொடுமதி மனை கிழவோயே!
பழம் தூங்கு முதிரத்துக் கிழவன்
திருந்து வேல் குமணன் நல்கிய வளனே'

என்பது முழுப்பாடல்.

பரிசில் பெறுவதற்கு முன் மனையாட்டியின் நிலைமை, வேறொரு பாடலில், பெருஞ்சித்திரனார் சொற்களில் -

'பாஅல் இன்மையின் தோலொடு திரங்கி
இல்லி தூர்ந்த பொல்லா வறுமுலை'

அத்தகைய வறுமைச் சூழலில் பேசுகிறார் புலவர் - மனையறம் காக்கும் உரிமைப் பெண்ணே! பல்வகை மரங்கள் காய்த்துப் பழங்கள்

பழுத்துத் தொங்கும் முதிர மலைத் தலைவனும், செவ்விய வேலை உடையவனுமாகிய குமண வள்ளலிடம் யாம் பெற்று வந்த கொடைப் பொருள் அனைத்தையும்,

    உன்னை விரும்பி இருப்பவர்க்கும்

    நீ விரும்பியவர்களுக்கும்

    சிறந்த கற்பமைந்த சுற்றத்தார்க்கும்

    நம் பசி தீர்க்க தம் அன்பினால் கைம்மாறாகக் கொடுத்தவர்க்கும்

    இன்னார் இனியார் என்று கருதாமலும்

    என் அனுமதி பெற்றே கொடுக்க வேண்டும் என்று கருதாமலும்

    இப்பொருள் காத்து வைத்து நெடுங்காலம் வாழ்வோம் என்று நினையாமல்

    எல்லோருக்கும் கொடுப்பாயாக!

மேற்சொன்ன பாடலுக்கு எனது உரை.

பாடிப் பரிசில் பெற்றதைப் பகிர்ந்தளிக்கச் சொல்கிறார், 'ஆடு நனி மறந்த கோடு உயர் அடுப்பின் ஆம்பி பூப்ப' எனும் வறுமையில் வாடிய புலவர். இன்றோ தரகுப் பணத்தை வெளிநாட்டு வங்கிகளில் பதுக்குகிறார்கள் மக்களை உய்விக்க வந்த உத்தம மாண்புகள்.

பெரும் பதுமனார் பாடல், 'கடவுள் ஆலத்துத் தடவு சினைப் பல்பழம்' என்கிறது. தெய்வம் உறையும் ஆலமரத்தின் பெருங் கிளைகளில் பழுத்த பழங்கள், என்பது பொருள்.

    'தெள்ளிய ஆலின் சிறு பழத்து ஒருவிதை

    தெள்நீர்க் கயத்துச் சிறுமீன் சினையினும்

    நுண்ணிதே ஆயினும், அண்ணல் யானை

    அணிதேர் புரவி ஆள்பெரும் படையொடு

    மன்னர்க்கு இருக்க நிழல் ஆகும்மே'

என்பது வெற்றிவேற்கை நூலின் பாடல், அதிவீரராம பாண்டியர் யாத்தது.

புறநானூற்றில், மதுரை நக்கீரர், சோழ நாட்டுப் பிடவூர்க் கிழான் மகன் பெருஞ்சாத்தனைப் பாடிய பாடலில், 'பழஞ்சோறு' பேசுகிறார். ஐயூர் முடவனார், தாமான் தோன்றிக் கோனைப் பாடிய பாடலிலும் பழஞ்சோறு பேசுகிறார்.

குறுந்தொகையில் கபிலர் பாடல், 'சிறு கோட்டுப் பெரும்பழம் தூங்கி யாங்கு' என்று பலா மரத்தின் சிறு கிளைகளில் பெரிய பலாப்பழங்கள் தொங்கியது போன்று என்று உவமை சொல்கிறார். 'இவள் உயிர் தவச் சிறிது காமமோ பெரிதே' என்று பேசும் கட்டத்தில். அஃதாவது சிறிய கிளைகளில் பெரிய பலாப்பழங்கள் தொங்குதல் போல, இவளுடைய உயிரோ சிறியது, ஆனால் அது தாங்கும் காமமோ பெரிதே என்பது பொருள்.

பரணர் பாடல், தலைவியின் பிரிவுத்துயர் குறித்துப் பேசும்போது, அவள் மனம், 'எழு குளிறு மிதித்த ஒரு பழம் போல' என்பார். எழு குளிறு எனில் ஏழு நண்டுகள் என்று பொருள்.

இவ்வாறு சங்க இலக்கியங்களான பாட்டும் தொகையும் பகிர்ந்தளிக்கும் பழங்களை விவரித்துக் கொண்டே போனால் அது முனைவர் பட்ட ஆய்வேடு ஆகிவிடும். எழுதிக் கொடுக்க இன்றைய சந்தை மதிப்பு ஐந்து இலக்கம் பணம் எனக் கேள்வி.

மறுபடியும் குறுந்தொகையில் அள்ளூர் நன்முல்லை 'வேப்ப ஒண்பழம்' என்பார் வேம்பின் கனியை. நம்மில் எத்தனைபேர் வேம்பின் பழம் உதப்பித் தின்று வேப்பங் கொட்டையை உமிழ்ந்திருக்கிறோம்? அதே நூலில் பெயரறியாப் புலவர் ஒருவர் பழைய குழியைக் குறிக்க 'பழங்குழி' எனும் சொல்லை ஆள்கிறார். பாடல் எண் 379. அவர் இன்றைய குறுக்குச் சாலைகளில் நடந்து பார்த்தால் பழங்கிணறு என்பாரோ என்னவோ!

நற்றிணையில் கயமனார் பாடல் விளாம்பழத்தை, விளம்பழம் என்கிறது. 'விட்டதடி ஆசை விளாம்பழத்து ஓட்டோடு' என்பதும் 'யானை உண்ட விளாம்பழம்' என்பதும் நம் பழைய பழமொழிகள். ஓரம்போகியார் பாடல் நாட்பட்ட காமத்தைப் 'பழம்பிணி' என்கிறது. அம்மூவனார் பாடலில் உதிர்ந்து கிடந்த நாவற் பழங்களை வண்டுகள் தம் இனம் என்று மொய்த்த காட்சி பேசப்படுகிறது. காவன் முல்லைப் பூதனார் பாடல் பழங்களை உதிர்க்கும்

குமிழ் மரங்களைக் குறிப்பிடுகிறது. பரணர் பாடல் மாமரம் எனும் மரத்துக்கு கொக்கு எனும் சொல் கையாண்டு அதிலிருந்து பழங்களைப் பேசுகிறது.

'தேய்புரிப் பழங்கயிறு' எனும் உவமை ஆண்டு அதனாலேயே 'தேய்புரிப் பழங் கயிற்றினார்' என்று குறிக்கப் பெற்ற புலவரும் உண்டு ஈண்டு. பழங்கயிறு எனும் சொல்லும் பதிவாயிற்று. பழமையின், பழமொழி, போன்ற சொற்களை அகநானூறு கையாண்டுள்ளது.

பழம் எனும் சொல்லின் மாற்றுச் சொல் கனி. கனி எனும் சொல்லுக்குப் பேரகராதி தரும் பொருள் ஆறு.

1. Ripeness, Maturity. கனிவு.

ஐம்பெருங் காப்பியங்களில் ஒன்றான, திருத்தக்க தேவர் இயற்றிய, பதின்மூன்று இலம்பகங்களாகப் பிரிக்கப்பட்ட, 3145 பாடல்கள் அடங்கிய சீவக சிந்தாமணி எனும் நூலின் இரண்டாவது இலம்பகம் கோவிந்தையார் இலம்பகம். அதன் ஒரு பாடலின் முதலிரு அடிகள்

'கனி வளர் கிளவி காமர் சிறு நுதல் புருவம் காமன்
குனிவளர் சிலையைக் கொன்ற! குவளைக்கண் கயலைக் கொன்ற'

என்பனவாகும். கனித்தன்மை தோற்றுகின்ற தன்மையை உடையாளின் நுதலும் புருவமும் மன்மதனின் சிலையைத் தோற்கடித்தன! அவளது குவளை மலர் போன்ற கண்கள் கயலை வென்றன - என்பது பொருள்.

2. Fruit, Ripe, Mellow fruit. பழம்.
3. Sweetness. இனிமை (சூடாமணி நிகண்டு)

கனிமொழி என்றால் இனிமையான மொழிதலை உடையவள் என்பதாம்.

4. Essence. சாரம்.
5. கனிச்சீர்.
6. மூவசைச் சீரின் இறுதியிலுள்ள நிரையசை.
தேமாங்கனி, புளிமாங்கனி.

கனி எனும் சொல்லுக்கு பொன் முதலாய உலோகத் தாதுக்கள் எடுக்கும் சுரங்கம் என்றும் பொருள். கனிமம், கனிமத்தாது, கனிம வளம், கனிமக் கொள்ளை எனும் சொற்களையும் நினைவுகூரலாம்.

கனிதல் எனும் சொல்லுக்கு எட்டுப் பொருள் பட்டியல் இடப்பட்டுள்ளது பேரகராதியில்.

1. To ripen as fruits. To turn to mellow luscious. Sweet. பழுத்தல். கம்ப ராமாயணம், அயோத்தியா காண்டம், வனம்புகு படலம் பாடலில்:

    'காலம் இன்றியும் கனிந்தன கனி; நெடுங்கந்த
    மூலம் இன்றியும் முகிழ்த்தன நிலன் உற முழுதும்'
    என்பான் கம்பன்.

2. To be over ripe. அளிதல்.

3. To become complete, Perfect. முதிர்தல்.

    பரிபாடலில் வையையைப் பாடும் நல்லந்துவனார், 'கன்னிமை கனியாக் கைக்கிளைக் காமம்' என்பார். கன்னிமை முதிராத, ஒரு தலைக் காமம் தருகின்ற தலைவி இடத்து என்பது பொருள்.

4. To melt, grow tender, become soft, as the heart by affection, love, devotion. மனம் முதலியன இளகுதல்.

5. To be mellifluous, To be full of sweetness. இனித்தல்.

6. To be red&hot, To glow. தழல் மிகுதல். நெருப்பு கனிந்தது.

7. To become red&hot as metal. பழுக்கக் காய்தல். கனிய வெந்த இரும்பு.

8. To get suddenly angry. To be irritate. முன்கோபம் அடைதல் (சூடாமணி நிகண்டு).

கனித்தல் என்றொரு சொல்லும் கண்பட்டது. பொருள் - To melt, Soften. இளகச் செய்தல். கனிதல் என்றால் பழுத்தல் என்பது முதற்பொருள்.

பிற பொருள்கள், To burry, conceal, Hide, புதைத்தல் (பிங்கல நிகண்டு) என்பன பிற பொருள்கள். கனிக்காய் எனில் Unripe fruit in the process of ripening. பழுக்கும் நிலையிலுள்ள காய். நாங்கள் செங்காய் என்போம். வேறு சில சொற்கள்.

கனிக்காழ்	-	Seedling. Seed of a fruit. பழத்தின் விதை அல்லது கொட்டை (திவாகரம்)
கனிகாலம்	-	Fruit Season. பழுக்கும் காலம்
கனிச்சீர்	-	கனி எனும் வாய்பாடு கொண்ட அசையை இறுதியில் உடைய வஞ்சி உரிச்சீர்.
கனிட்டன்	-	1. Last born Son. கடைசிப் பிள்ளை, கடைக்குட்டி. 2. Younger brother, தம்பி. 3. Base, Vibe, low person. கீழ்மகன் (திவாகரம்) 4. கனிஷ்டன்
கனிட்டை	-	1. Last born daughter. கடைசி மகள். 2.Younger sister. தங்கை 3. The little finger. சிறுவிரல் 4. கனிஷ்டை
கனிட்டிகை	-	கனிட்டை
கனிந்த பாடம்	-	தெளிந்த பாடம்
கனிப்பு	-	இனிமை
கனிய	-	முற்ற
கனிலாமணக்கு	-	பப்பாளி
கனிவாழை	-	வாழை இனம்
கனிவு	-	1. Ripening. முதிர்தல். 2. Love, Compassion. அன்பு. 3. இரக்கம்

கனிகரம் என்றுமோர் சொல் கண்டேன். Affection, love, அன்பு என்று பொருள். காமம், காதல், நேசம், ப்யார், லவ், மொஹபத் எனும்

சொற்களுக்கு மாற்றாக இனிமேல் கனிகரம் எனும் சொல் பயன்படுத்தலாம். அதனைத் தமிழன் செய்யத் தொடங்க வேண்டுமானால் எவனோ ஒரு மெகா நடிகன் தன் படத்தில் ஒரேயொரு முறை பயன்படுத்தினால் போதும். மற்றபடி எந்தத் தெய்வம் பிரத்யட்சமாக வந்து கட்டளை இட்டாலும் நம்ம ஆள் கூட்டாக்க மாட்டான்.

முன்பு திருமண அழைப்பிதழ்களில் மணமக்களைக் குறிக்க கனிஷ்ட குமாரன் அல்லது கனிஷ்ட குமாரத்தி என்று அச்சடிப்பார்கள். ஜேஷ்ட குமாரன் அல்லது ஜேஷ்ட குமாரத்தி என்றும்.

பழம் என்ற சொல்லை ஒருமுறை பயன்படுத்தி, அதனை நெருஞ்சிமுள்ளை குறிக்கப் பயன்படுத்திய திருவள்ளுவர், கனி எனில் கனியக் கனியப் பேசுகிறார்.

அறத்துப் பாலில் இனியவை கூறல் அதிகாரத்தில்

'இனிய உளவாக இன்னாத கூறல்
கனி இருப்பக் காய் கவர்ந்தற்று'

என்கிறார். இந்தக் குறளுக்குப் பொருள் கூறப் புகுந்தால், அது இந்தக் கட்டுரையை வாசிப்பவர்களை அவமதிப்பதாகும்.

காமத்துப்பாலில் தனிப்படர் மிகுதி அதிகாரத்தில் ஒரு பாடல்:

'தாம் வீழ்வார் தம் வீழப் பெற்றவர் பெற்றாரே
காமத்துக் காழில் கனி'

என்பதாகும். நம்மால் காதலிக்கப்படுபவரால் நாமும் காதலிக்கப்பெறும் பேறு பெற்றால் அந்தக் காமம் - காதல் - நேசம் - அன்பு - கனிகரம், விதையே இல்லாத கனியைப் பெற்றதைப் போன்றது என்பது பொருள். காழ் எனில் விதை, கொட்டை. இன்னொரு பொருள் மரத்தின் வயிரம்.

தொல்காப்பியம், பொருளதிகாரம், மரபியல் நூற்பா -

'புறக் காழ் அனவே புல் என மொழிப
அகக் காழ் அனவே மரம் என மொழிப'

என்னும். புறத்தே வயிரமுடைய பனை, தென்னை போன்றவை புல் வகையைச் சாரும் என்றும் உள்ளே வயிரமுடைய தேக்கு, மருது, வேம்பு, வாகை போன்றவை மரம் வகையைச் சாரும் என்பதும் பாடல் வரிகளின் பொருள்.

காழில் கனி என்றால் - புரியும் படியாகச் சொன்னால் - Seedless Fruit. யாவற்றையும் Seedless ஆக்கும் முயற்சியில் தற்போது முயற்சிகள் நடைபெறுகின்றன. திராட்சை, கொய்யா, பப்பாளி, மா என. மனிதனும் விரைவில் ஆகிவிடுவான் Seedless போலும்.

காமத்துப்பாலில் புலவி அதிகாரத்துக் குறள் பேசுகிறது -

'துனியும் புலவியும் இல்லாயிற் காமம்

கனியும் கருக்காயும் அற்று'

என்று. பெரிய மன முறிவு ஏற்பட்டு விடாமல் காத்தால் காமம் இனிமையான கனியாகும். சிறிய பிணக்கு - ஊடல் - புலவி கூட நேராமற் போனால் காமம் துவர்க்கின்ற பிஞ்சு ஆகிவிடும் - என்பது உரை.

பழம் போன்றே, கனி எனும் சொல்லும் பத்துப்பாட்டு, எட்டுத்தொகை நூல்களில் அறுபதுக்கும் மேற்பட்ட பாடல்களில் ஆளப்பெற்றுள்ளது. புறநானூற்றில் ஔவையார், அதியமான் நெடுமான் அஞ்சியைப் பாடும்போது, 'சிறியிலை நெல்லித் தீம்கனி' என்பார். ஐயூர் முடவனார், தாமான் தோன்றிக்கோனைப் பாடுமிடத்து, 'ஓங்கு சினைமாவின் தீம்கனி நறும்புளி' என்று மாம்பழப் புளிசேரி பற்றிக் குறிப்பிடுகிறார்.

திரிகூட ராசப்பக் கவிராயர் எழுதிய குற்றாலக் குறவஞ்சியில் இரு பாடல் வரிகள் -

'வானரங்கள் கனி கொடுத்து மந்தியொடு கொஞ்சும்

மந்தி சிந்து கனிகளுக்கு

வான்கவிகள் கெஞ்சும்'

என்று நீளும். வானரம் - ஆண்குரங்கு, மந்தி - பெண்குரங்கு, வான்கவிகள் - வானுலக மாந்தர்.

புரட்சிக் கவிஞர் பாரதிதாசன் -

'கனியிடை ஏறிய சுவையும் - முற்றல்

கழையிடை ஏறிய சாறும்

பனிமலர் ஏறிய தேனும் - காய்ச்சுப்

பாகிடை ஏறிய சுவையும்

நனிபசு பொழியும் பாலும் - தென்னை

நல்கிய குளிரிள நீரும்

இனியன என்பேன் எனினும் - தமிழை

என்னுயிர் என்பேன் கண்டீர்!'

என்பார்.

தாயுமானவர் பாடல்களில் ஒன்று -

'கனியேனும் வறிய செங்காயேனும்

உதிர் சருகு கந்த மூலங்களேனும்

கனல்வாதை வந்தெய்தின் அள்ளிப்

புசித்து நான் கண்மூடி மௌனியாகித்

தனியே இருப்பதற்கு எண்ணினேன்

எண்ணமிது சாமி நீ அறியாததோ'

என்று நீளும்.

பழங்காலத்தில் இருந்தே, நாம் பழங்குடிகளாக வாழத் தலைப்பட்ட காலம் தொட்டே, பழம் பாரதத்தின் பழந்தமிழ் நாட்டில் கனி எனும் சொல்லை விடப் பழம் எனும் சொல்லே அதிகம் புழங்குகிறது மக்கள் மத்தியில். பெயர் பூணும்போது நம்மிடம் தங்கப்பழம் உண்டு, செல்வக்கனியும் உண்டு. முருகனின் அறுபடை வீடுகளில் ஒன்றான குன்றத்தின் பெயர் பழனி - பழநி - பழம் நீ. பழனி, பழனியப்பன், பழனிச்சாமி, பழனிவேலு, பழனித்துரை, பழனி நாதன், பழனி அம்மாள், பழனியாச்சி எனப்பல பெயர்கள். பழம் எனும் சொல்லுக்குக் கனி எனவோ பழமை எனவோ பொருள் கொள்ளலாம்.

'தெவிட்டாத கனி - பிள்ளை, தெவிட்டாத பானம் - தண்ணீர்' என்பதோர் பழமொழி. 'தானாகக் கனியாததைத் தடி கொண்டு தல்லிப் பழுக்க வைக்கலாமா?' என்பதுவும் பழமொழிதான்.

பழமானாலும் காயானாலும் கல் வைத்துப் பழுக்க வைப்பதும், இரசாயன ஊசிகள் ஏற்றுவதும், கெமிக்கல் பொடிகள் தூவுவதும், இரசாயனங்கள் கரைத்த நீரில் முழுக்காட்டி எடுப்பதும் வணிக நோக்கங்கள், பாவக் கூறுகள், குற்றச் செயல்கள். வாங்கித் தின்பவருக்கு எந்நோய் பெருகினால் என்ன, புற்று வைத்தால் என்ன, தன் பக்கறை நிரம்பினால் போதும் என்பது வணிகச் செம்மல்களின் பக்தி மனம்.

'கடவுளுக்குப் பொதுவா நடந்துக்கோ' என்பது மரபின் மனோபாவம். 'கடவுள் கெடக்கான், காசு சம்பாதிக்கப்பட்ட வழியைப் பாரு' என்பது புரட்சி மனோபாவம்.

சமூக அறம் என்பதே அழுகல் பழம், நொந்த கனி என்றாயிற்று. யாரை நொந்து என்ன காரியம்?

தாய்வீடு, டிசம்பர் 2023

13

தேவர் அனையர் கயவர்

எவர் தோப்பிலோ விழுந்த தேங்காயைச் சத்தம் கேட்டு ஓடிப்போய் பொறுக்குகிறவனை, பறித்துப் போட்ட முருங்கைக்காய் பொறுக்குபவனை, விழுந்த பனம்பழம், உதிர்ந்த புன்னங்கொட்டை, வேப்பம்பழம், புளியம்பழம், நாவல்பழம் எனப் பொறுக்கும் எவரையும் பொறுக்கி என்பதில்லை. வயல் அறுத்துக் கட்டும்போது உதிரும் நெற்கதிர்களைப் பொறுக்குபவனையும், அறுவடையாகிக் காய்ந்த வயலில் குற்றியாக நிற்கும் தாள் பொறுக்கிக் குவித்துச் சுடுபவனையும், பொடி உழவில் வயலைத் தரிசடிக்கும்போது, ஏருக்குப் பின்னால் நடந்து முந்திய பூவில் தொழியில் போட்டுச் சமுண்டிச் செமித்த குழைக்கம்பு எரிப்பதற்காகப் பொறுக்குபவனையும் முற்படுத்தப்பட்ட சமூகமோ பிற்படுத்தப்பட்ட சமூகமோ பொறுக்கி என்று பெயரிட்டு விளித்ததில்லை. பழுத்து அடர்ந்து வீழும் தென்னை மடல், குண்டி மட்டை, பாளை, கோஞ்சாட்டை பொறுக்குபவனையும் பொறுக்கி என்றாரில்லை.

அரிசியில், உளுந்தில், பயற்றில், காணத்தில், பருப்பில், அவலில் கல், நெல் பொறுக்குகிற குடும்பப் பெண்டிரையும் பொறுக்கி என்பதில்லை. எனில் இந்தப் பொறுக்கி எனும் பெயரில் அழைக்கப்படுபவர் எவர்?

பேருந்து நிலையங்களில், கோயில் வாசலில், சினிமாக் கொட்டகை முகப்பில் இரந்து நிற்பவர் எல்லாம் பொறுக்கிகளா? இரவலர்கள் பொறுக்கிகள் இல்லை, ஆனால் புரவலர்களில் பலர் பொறுக்கிகள். தெருப் பொறுக்கி, பொம்பளைப் பொறுக்கி, எச்சில் பொறுக்கி, ஊர்ப்பொறுக்கி என இன்று இழிவான பொருளில் கையாளப்படும் பொறுக்கி எனும் சொல்லின் சிறப்புப் பொருள் என்ன?

நான் இன்றுவரை எழுதியுள்ள 165 சிறுகதைகளில் முப்பத்து மூன்றாவது சிறுகதையின் தலைப்பு 'வாக்குப் பொறுக்கிகள்!' 1981ஆம் ஆண்டில் 'கணையாழி' வெளியிட்டது. 'வாக்குப் பொறுக்கிகள்' என்ற தலைப்பில் எனது இரண்டாவது சிறுகதைத் தொகுப்பு 'அன்னம்' வெளியீடாக வந்தது. விதந்து பேசப்பட்ட சிறுகதைகளில் ஒன்று அது. நாற்பதாண்டு களுக்கு முன்பே அப்படித் தலைப்பு வைக்கும் நெஞ்சுரம் இருந்தது எமக்கு. அரசாங்கத்தின் எந்தத் துறையிலும் சிறப்புப் பதவிகள் பெற்று வவுச்சர் எழுதும் திட்டம் அன்றே எம்மிடம் இல்லை. 'கள்ள மௌனம்' என்பது போல, 'வாக்குப் பொறுக்கிகள்' என்ற சொல்லும் எமது தமிழ்க்கொடை. வாக்குப் பொறுக்கிகள் எனும் சொல்லுக்கு உரை எழுதச் சொல்லமாட்டீர்கள்தானே!

பொறுக்குதல் எனும் சொல்லுக்குப் பேரகராதி - To pickup here and there; To pick out from mass; select எனப் பொருள் தரும். அங்குமிங்கும் சிதறிய பொருளைத் தேர்ந்தெடுத்தல் என்பது தெளிவான பொருள். பண்டு பாராளுமன்றம் Select Committee நியமிப்பார்கள். அதனைத் தமிழில் பொறுக்குக் குழு என்றனர். இறைவனே முன்னின்று உருவாக்கி அளித்த தேவபாடையில் என்ன சொல் என்பதறியேன். இவற்றுள் இழிவான பொருள் என்ன கண்டீர்!

பொறுக்கித் தின்னி எனும் சொல்லுக்கு Tamil Lexicon தரும் பொருள்கள்:

1. One who picks up, gathers, gets his food here and there. One who is dispically poor. இங்கும் அங்குமாகப் பொறுக்கித் தின்னும் வறியவர்.
2. Niggardly person; உலோபி.

பேரகராதி பொறுக்கி எனும் சொல்லையும் பதிவிட்டு, அச்சொல் பொறுக்குதல் எனும் சொல்லின் பிறப்பு என்கிறது. பொறுக்கித் தின்னி எனும் சொல்லையும் பார்க்கச் சொல்கிறது. ஆனால் மேற்சொன்ன பொருளில் இன்று எவரையும் பொறுக்கி என்றால் இமயம் குலுங்கும், பேராழி நீர் இனிக்கும், முப்பது நாளிலும் வெள்ளுவா துலங்கும்.

எனில் இன்றைய அன்றாட வாழ்க்கையில் பொறுக்கி எனும் சொல் தரும் பொருள் என்ன? வயிற்றுப் பசி ஆற்ற பொறுக்கித் தின்றவனைப் பொறுக்கி என்றழைத்த காலம் போக, இன்று எத்தைச் செய்தும் சொத்தைத் தேடும் கனவான்களை ஏன் பொறுக்கி என்கிறது சமூகம்?

எனது பம்பாய் நாட்களில் நெருங்கிய நண்பர், இன்று உச்ச நீதிமன்ற வழக்கறிஞர், வெளிப்படையாகப் பேசக்கூடியவரிடம் கேட்டேன். மராத்தியில் குறிப்பிட்ட அரசியல் தொழில் செய்யும் ஒருவரின் பெயர் சொல்லி -

"பாய் சாப்! மேற்படியான் எப்படி?"

அவர் உத்தரம் உரைத்தார், "அரே மதராசி! விரிவாகச் சொல்லவா? ஒரு வார்த்தையில் சொல்லவா?"

"ஒரு சொல்லில் சொல்லுங்க தோஸ்த்!"

அவர் உரைத்த சொல்லின் முன்னொட்டைத் தவிர்த்து விட்டு, அச்சொல்லுக்குப் பொருள் உரைத்தால், 'பொறுக்கி' எனப் பொருள் தரும்.

அவர் சொன்னதை உங்களில் பலரும் சொல்லக்கூடும் அந்தரங்க உரையாடலின் போது. பொதுவெளியில் சொன்னால் நமக்குக் கொள்ளி வைத்து, காடேற்றி, கல்லெடுப்பும் நடத்தி விடுவார்கள்.

எனது உசாவல், பொறுக்குதல் செய்யும் எவருக்கும் வழங்கப் பெறாத பொறுக்கி எனும் இந்தச் சொல், கேவலமான பொருள் பெற்றதன் காரணம் என்ன?

சங்க இலக்கியங்களான பாட்டும் தொகையுமான பதினெட்டு நூல்களிலும் பொறுக்கி எனும் சொல் இல்லை.

'பொறுக்கலாம்' என்கிறது கலித்தொகை.

'பொறுக்கல்லேன்' என்கிறது குறுந்தொகை.

'பொறுக்குநர்' என்கிறது புறநானூறு.

மேலும் சில சொற்கள் உண்டு. அவை அனைத்துமே பொறை, பொறுத்தல், தாங்குதல் எனும் பொருளில் ஆளப் பெற்றுள்ளன. எனினும் நாமின்று அன்றாடம் புழங்கும் பொறுக்கி இல்லை.

திருக்குறளிலும் பொறுக்கி இல்லை. எனில் என்று, எச்சூழலில் இச்சொல் மொழிக்குள் வந்து புகுந்திருக்கும்? எவரேனும் தமிழ்நாட்டின் பல பல்கலைக்கழகங்களில் ஏதோ ஒன்றில் பொறுக்கி எனும் தலைப்பில் முதுமுனைவர் பட்ட ஆய்வு முயலலாம். அல்லது ஐந்து இலட்சம் பணம் கொடுத்து தக்காரிடம் எழுதியும் வாங்கலாம். உயர் தனிச் செம்மொழியில் இவையொன்றும் விலக்கப்பட்ட கனிகள் அல்ல. ஆய்வடங்கல்கள் மூலம், இன்று மக்கள் மொழிக்குள் புழங்கும் 'பொறுக்கி' எனும் சொல் மொழிக்குள் என்று வந்து புழங்கலாயிற்று என்பதனை அறிதலும் கூடும். எங்கோ ஒரு முனகலும் கேட்கிறது எமக்கு, 'பொறுக்ஷ' எனும் வடசொல்லின் தமிழாக்கமே பொறுக்கி என்றும்.

எல்லாம் நேர்தான். பொறுக்கி எனும் சொல் அகராதிகளில் இல்லை என்பதால், பொறுக்கித்தனம் அன்று இல்லை என்று பொருள் கொள்ளக்கூடுமா? 1920-க்குப் பிறகு பதிப்புக் கண்ட லெக்சிகன் உடலுறவு எனும் சொல்லைப் பதிவிடவில்லை என்பதால், தமிழன் அதற்குமுன் உடலுறவு கொண்டதில்லை என்று ஆகுமா? வேறு சொற்கள் இருந்தன அல்லவா - புணர்ச்சி, கலவி, முயக்கம், உவப்பு, காமம் துய்த்தல் என!

எனவே பொறுக்கிக்கு மாற்றாகக் கீழ்மகன், இழிகுணத்தான், குணக்கேடன், குடிகேடன், சமூக விரோதி, அற்பன், பதடி, பதர், தெண்டி, தீயவன், தீயன், திருடன், தெம்மாடி, கெட்டவன், கேடு கெட்டவன், லோஃபர், லுச்சா, வெம்போக்கி, வெறும்பய, நாதாரி, கயவன் என! தேடினால் அகராதி தயாரிக்கும் அளவுக்கு சொற்கள் கிடைக்கலாம்.

இன்று பொறுக்கி எனும் விருதினை யார்யாருக்கு மக்கள் வழங்கு கிறார்கள் எனவும் பட்டியலிடலாம். ஆனால் பட்டியல் தயாரிக்கும் எவர் உயிருக்கும் உத்திரவாதம் இல்லை. அங்ஙனமோர் எரிபுகுதலுக்கு எவர் தயாராவார் நாயன்மாரே!

பொறுக்கி எனும் சொல் உணர்த்தும் உருவத்தை, பரட்டைத் தலை, கிழிந்த அழுக்கான பொருந்தாத முரட்டு உடை, சவரமில்லா முகம், கொச்சை ஆபாச மொழி, அடாவடித்தனமான உடல்மொழி, எவரையும் துச்சமாக மதிக்கும் பண்பு, கோர ரசனை என்று கற்பனை செய்தல் வேண்டா! 'மக்களே போல்வர் கயவர்' என்பார் குறளாசான்.

சமூகத்தின் உயர் அடுக்கில் வாழலாம், அதிகார பலம் இருக்கலாம், செல்வச் செழிப்பு வாய்த்திருக்கும், சொகுசு வாகனங்கள் தோட்டங்கள் பங்களாக்கள் இருக்கலாம், விலை உயர்ந்த ஆடை அணிகலன்கள் பூண்டிருப்பர், ஆடம்பரமான பக்தி காட்டுவார், தோற்றப் பொலிவிருக்கும், கொடுத்துச் சிவந்த - வாங்கிச் சிவந்த கரங்கள் இருக்கும் - இவர் எவருள்ளும் அச்சொல் கரந்து உறையலாம் கண்டீர்!

திருக்குறளில் பொருட்பாலின் இறுதி அதிகாரம் கயமை. பல இடங்களில் கயவர் பேசுகிறார்.

1. **மக்களே போல்வர் கயவர்** - பாடல் எண் 1071
2. **தேவர் அனையர் கயவர்** - பாடல் எண் 1073
3. **அறை பறை அன்னர் கயவர்** - பாடல் எண் 1076
   பேரோசை எழுப்பும் பறை போன்றவர் கயவர் என்று பொருள்.
4. **நன்று அறிவாரில் கயவர் திருவுடையர்**
   நெஞ்சத்து அவலம் இலர் - பாடல் எண் 1072
   பொருள் - அறிவில் சிறந்தவர்களை விடக் கயவர் திருவுடையவர்கள். காரணம் கயவருக்கு நெஞ்சத்து அவலம் இல்லை.
5. **ஈர்ங்கை விதிரார் கயவர் கொடிறு உடைக்கும்**
   கூன்கையர் அல்லா தவர்க்கு - பாடல் எண் 1077

பொருள் - அறைந்து பல் உடைக்கும் கொடிய கைகள் உடையவர்க்கு அன்றி கயவர் ஈரக்கையைக் கூட உதற மாட்டார்கள்.

6. எற்றிற் குரியர் கயவர் ஒன்று உற்றக்கால்
   விற்றற் குரியர் விரைந்து   - பாடல் எண் 1080

பொருள் - கயவர் எதற்குத் தகுதி உடையவர் ஆவர்? வாய்ப்புக் கிடைத்தால் தம்மையே விலைபேசி விற்கும் தீயவர் அவர்கள். அதாவது அடிமைகளாக வாழவும் கயவர் அஞ்சமாட்டார்.

தீவினை செய்யக் கயவர் அஞ்ச மாட்டார்கள் என்று மேலும் பேசுகிறார் வள்ளுவர்.

"தீவினையார் அஞ்சார் விழுமியார் அஞ்சுவர்
தீவினை என்னும் செருக்கு"   - பாடல் எண். 201

பொருள் - தீச்செயல்கள் மேற்கொள்ளும் ஆணவத்தை, அச்செயலில் பழகிப்போன கயவர்கள் தயக்கமின்றி ஏற்பார்கள். நல்லோர் அப்பண்புடையவர்கள் அல்லர்.

பசிக்குத் திருடுகிறவன் தீர ஆலோசிக்காமல் தவறு இழைக்கிறவன். சிலர் சந்தர்ப்ப சூழ்நிலைகளால் ஒழுக்கம் கெடுவார்கள். கணநேர மனச் சஞ்சலத்தால் தீங்கு விளைவிப்பாரும் உண்டு. ஆனால் அவர்கள் எவரும் பொறுக்கி எனும் சொல்லுக்கு உகந்தவரோ, தகுந்தவரோ ஆகமாட்டார். பொறுக்கி எனப்படுபவர் - ஆம்! அவர் வேற லெவல்.

எனவே பொறுக்கி எனும் சொல் ஒப்பும் மிகையும் அற்ற சொல் போலும்! எப்படியானாலும் பொறுக்கி என்பவன் பொறுக்கிதானே! நாட்டார் வழக்கொன்று கூறுவதைப் போல -

'செத்தவன் சூத்து கிழக்கே இருந்தால் என்ன,
மேற்கே இருந்தால் என்ன?'

என்றாலும் பொறுக்கி என்று அறியப்படுகிற சிலரை சமூகம் கடவுள் என்றும் கொண்டாடுகிறது! கும்பிட்ட கோயில் தலைமேல் இடித்து விழுந்ததுபோல் இருக்கிறது நமக்கு!

நற்றிணையில் காமக் கணிப்பசலையர் பாடல் வரி ஒன்று, 'கவறு பெயர்த்து அன்ன நில்லா வாழ்க்கை' என்று பேசும். சூதாடும் கருவி மாறி விழுவதைப் போல நிலையில்லாத பொருளை ஈட்டும் வாழ்க்கை என்பது பொருள். காலன் வரும் முன்னே, கண்பஞ்சடையும் முன்னே, ஊரார் செத்த பிணம் என்று பெயர் மாற்றும் முன்னே, ஊர்வலமாய்க் கொண்டு சென்று சுடும் முன்னே எந்தப் பொறுக்கிக்காவது அது பொருட்டாகுமா?

ஆவநாழி, சனவரி 2024

14

எம்மையும் இரங்கி அருளும்!

கம்ப ராமாயணத்தில் ஆரணிய காண்டத்தில் அகத்தியப் படலத்தில் மாதவ முனிவர் கூற்றாகக் கம்பன் கூறுவான்:

"இரக்கம் என்று ஒரு பொருள் இலாத நெஞ்சினர்,
அரக்கர் என்று உளர் சிலர், அறத்தின் நீங்கினார்"

என்று. இன்றைய சூழலில் உருவ அடிப்படையில் அரக்கர் என்பதோர் மானுட குலப் பிரிவினர் அல்லர். ஆனால் இரக்கம் என்ற ஒரு பொருள் மனத்தில் இலாதவர் யாவருமே அரக்கர்தாம், அவர் எவ்வகைச் சமூகத் தட்டில் இருந்தாலும். அறச் செயல்பாடுகளில் இருந்து வெகு தொலைவு நீங்கி நிற்பவர் எவராயினும் அவர் மானுட உருவெடுத்த அரக்கரே!

கருணை, தயை, நெஞ்சத்து ஈரம், சக உயிர்கள் பால் நேயம் இலாதவர் எவராயினும் அவர் அரக்கரே!

புறநானூற்றில் தொடித்தலை விழுத்தண்டினார் எனும் புலவர், ஒல்லையூர் கிழான் மகன் பெருஞ்சாத்தனைக் கையறு நிலையில் 'இனி நினைந்து இரக்கம் ஆகின்று' என்று பாடுவார். இழந்து போன இளமையை நினைத்து, முதியவராக நின்று பாடும் இடம் அது. 'இப்போது எண்ணிப் பார்த்தால் வருந்தத்தக்கதாக இருக்கிறது' என்பது பாடல் வரியின் பொருள்.

இங்கு இரக்கம் எனும் சொல்லுக்கு வருத்தம் என்பது பொருள். இரக்கம் என்பதே பிறர் உறும் துயர் நினைந்து வருந்துவதுதானே! இரக்கம் என்பது ஆள் தராதரம் பார்த்து ஏற்படுவதில்லை. இன்று பாலஸ்தீனியரின் துயர் எண்ணி இரங்குபவர் அன்று ஏன் ஈழத்தமிழர் துயர் நினைந்து இரங்கவில்லை என்பதும் கேள்விதானே!

ஒரு மரணத்தில் ஆத்மார்த்தமாகப் பலருக்கும் இரக்கம் உண்டா? அல்லது சடங்கும் சம்பிரதாயமும் பாசாங்குமா? இரங்கற்பா, இரங்கல் செய்திகள், இரங்கல் கட்டுரைகள், இரங்கல் கூட்டங்கள், அதைச் சொல்பவரின் உள்வயமான மனநிலை பெரும்பாலும் இரங்குதல்தானா? 'எந்த நாள் காண்போம் இனி?', 'ஈடு செய்ய முடியாத இழப்பு', 'சாவே உனக்கு ஒரு சாவு வர மாட்டாதா?', என எத்தனை வசனங்கள். திருமூலர் பாடுவார், 'நீரினில் மூழ்கி நினைப்பு ஒழிந்தார்களே!' என்று. இருபத்தெட்டு வயதில் தகப்பனை சாகக்கொடுத்த நான் இரக்கம் அறிவேன்.

யாக்கை நிலையாமை அதிகாரத்தில் நாலடியார் உரைப்பார் -

"மலைமிசைத் தோன்றும் மதியம் போல் யானைத்
தலைமிசைக் கொண்ட குடையர் - நிலமிசைத்
துஞ்சினார் என்றெடுத்துத் தூற்றப் பட்டார் அல்லால்
எஞ்சினார் இவ்வுலகத்து இல்"

என்று. மலைமேல் தோன்றும் நிலவைப் போல, யானையின் தலைமீது கொண்ட வெண்கொற்றக் குடை கொண்ட மன்னரே ஆனாலும் நிலத்தில் இறந்து போனால் அவரை எடுத்துச் சுட்டு சாம்பலைத் தூற்றினார்களே ஒழிய இங்கு எஞ்சியவர் எவருண்டு? - இது எனது உரை. அந்நியோன்னியமான சில உறவுகளுக்கு, நட்புக்கு இரக்கம் இருக்கும். மற்றெல்லாம் அபிநயம் தானே?

திருக்குறளில் இரக்கம் என்ற சொல் இல்லை.

பேரகராதி, இரக்கக் குறிப்பு எனும் சொல்லுக்கு - Interjection expressive of pity or of grief என்கிறது. அதாவது பரிதாபம், துயரம் இவற்றைக் குறிக்கும் மொழி. எனில் அதுவே இரங்கல் குறிப்பு. Anote on sad demise.

இரக்கம் எனும் சொல்லுக்குப் பேரகராதி தரும் பொருள் நான்கு.

1. Mercy, Grace, Commisseration, தயை
2. Pity, Compassion. melting of heart as of a mother at the sight of her child in distress, or a cow for her calf. மன உருக்கம்.

'நன்றே வருகுவர் நம் தாயர்' எனக் கன்றுகள் உருகி நிற்பதைக் கண்ட தாய்ப்பசுவின் பரிதவிப்பு.

3. Regret, Sorrow, மன வருத்தம்
4. Sound; squall as of a pig. ஒலி

மேற்கோள் - 'பன்றி வாய் விடும் இரக்கமும்' என்ற திருவிளையாடற் புராணம், பரி நரியான படலத்துப் பாடல் வரி.

தொல்காப்பியப் பொருளதிகாரப் பொருளியல் நூற்பா கூறுகிறது -

"வருத்த மிகுதி சுட்டும் காலை
உரித்தென மொழிப வாழ்க்கையுள் இரக்கம்"

என்று. வருத்தம் மிகுதியாக இருக்கும்போது, வாழ்க்கையில் இரக்க உணர்வு தோன்றும் என்பது பொருள்.

இரக்கத்துடன் தொடர்புடையதோர் சொல் தயை. அதாவது தயவு. 'தயையும் கொடையும் பிறவிக் குணம்' என்பார் ஔவையார். எனில் கொலையும் கொள்ளையும் வன்புணர்வும் பிறவிக்குணம் என்றால் தகுமா?

Please எனுமோர் ஆங்கிலச் சொல்லுக்கு 'தயவு செய்து' என்கிறோம். 'அருள் கூர்ந்து' எனவும் சொல்வதுண்டு. ஆனால் ஆங்கு கெஞ்சி நயத்தல் தொனி பெறப்பட்டு விடுகிறது. இந்தியில் அதனையே 'மெஹர்பானி' என்பர்.

அப்படித் தயவு செய்வது அல்ல தயை என்பது.

திருக்குறளில் தயை எனும் சொல் இல்லை. பாட்டும் தொகையுமான சங்க இலக்கிய நூல்கள் பதினெட்டிலும் தயை எனும் சொல் இல்லை. அதற்காக தயை எனும் குணம் இல்லை என்று ஆகிவிடாது. பெய்ங்கன்

எனும் சொல் தமிழில் இல்லை என்பதால் கத்தரிக்காயும் வழுதுணங்காயும் தமிழ்நாட்டில் இல்லை என ஆகிவிடுமா? கால பைரவர்தான் பெய்ங்கன் எனும் காய் கண்டுபிடித்து தேவர்களுக்கு அருளினார் எனும் கதைதான் எடுபடுமா?

பேரகராதி தயவு என்றால் அருள், அன்பு, பக்தி என்று மூன்று பொருள் சொல்கிறது. தயா என்றாலும் தயைதான். 'தாயிற் பெரிதும் தயவுடைய தம்பெருமான்' என்பார் மாணிக்கவாசகர். மகவு மேல் தாய் கொள்ளும் அன்பே தயை. தயாகரன் எனில் கிருபாகரன். தயா சமுத்திரம் என்றால் கிருபா சமுத்திரம். தயாசீலன் எனில் கிருபை உள்ளவன். தயா தர்மம் எனில் அருளாகிய அறம். தயாநிதி எனில் தயாகரன். தயாபரன் என்பவன் இறைவன். 'தானே ஆகிய தயாபரன் எம் இறை' என்னும் திருவாசகம். தயாவம் என்றாலும் தயைதான். தயாவிருத்தி என்றால் பதினான்கு அருளுடன் கூடிய பதினான்கு வகைச் செயல்கள். புத்தனைத் தயாவீரன் என்றனர்.

தயாவு என்றாலும் தயவே! தயாளன், தயாளு என்பவை தயை தொடர்புடைய பெயர்ச் சொற்கள். தயை எனும் சொல்லுக்கும் தயவு என்பதே பொருள். அயற்சொல் அகராதி தயா, தயவு, தயா எனத் தொடங்கும் சொற்கள் யாவுமே சமற்கிருதச் சொற்பிறப்பு என்கிறது.

இரக்கம், தயை, அருள் எனத் தொடர்ந்து வரும் இன்னொரு சொல் கருணை. இச்சொல்லுக்குப் பேரகராதி நான்கு பொருள் பட்டியலிடும்.

1. Compassion, Grace, Mercy, Benignity கிருபை.
   'மாதிற் கூறுடைய மாபெருங் கருணையன்' என்கிறது திருவாசகம்.
2. நவரசங்களில் ஒன்றாகிய அவலச் சுவை (திவாகர நிகண்டு)
   Sentiment of Compassion.
3. கரணை - Elephant yam. காறு கருணை.
   காறாக் கருணை (பதார்த்த குண சிந்தாமணி)
4. கருணைப் பலா - காறாக் கருணை.
   கருணை எனும் சொல்லின் பொருள் நான்கெனில், கருணா எனும் சொல்லுக்கு மூன்று.

1. கருணா மூர்த்தி
2. Grace. பாவனை ஐந்தனுள் ஒன்றான அருள்.

   மணிமேகலை தவத்திறம் பூண்டு தருமம் கேட்ட காதையில், அறவண அடிகள் மங்கல மொழி பேசும் இடத்து 'கருணா' என்ற சொல் பயன்படுத்தப்பட்டுள்ளது.
3. ஒருவகைத் தோல் வாத்தியம்.

   கருணை சார்பான பல சொற்கள் பேரகராதியில் உண்டு. சிலவற்றைத் தருவோம்.

கருணி	-	1. Hill, Mountain மலை
		2. Cave, Cavern, குகை (சதுரகராதி)
கருணம்	-	Ear, காது
கருணன்	-	1. Karna, கன்னன், கர்ணன்
		2. கும்பகர்ணன்
கருணா கடாட்சம்	-	Gracious look. கருணையுடன் கூடிய கடைக்கண் பார்வை
கருணாகரன்	-	God as the store house of Grace. கருணைக்கு இருப்பிடமான கடவுள். திருவாசகம், 'நஞ்சு அமுது செய்தாய் கருணாகரனே' என்று பேசும். 1939ஆம் ஆண்டு வெளிவந்த தமிழ்த் திரைப்படம், திருநீலகண்டர். 'திருநீல கண்டத்துக் குயவனார்க்கு அடியேன்' என சுந்தரமூர்த்தி நாயனாரால் திருத்தொண்டத் தொகைப் பகுதியில் பாடப்பெற்றவர் திருநீலகண்டர். பெரிய புராணம் பேசும் 63 நாயன்மாரில் ஒருவர். அவர் பெயரில் வந்த திரைப்படத்தில் திருநீலகண்டராக நடித்தவர் எம்.கே.தியாகராஜ பாகவதர். அவர் அபிநயித்துப் பாடிய பாடல்

மிகப் பிரபலமானது அக்காலத்தில். 'தீன கருணாகரனே நடராஜா நீலகண்டனே நின்னருள் புகழ்ந்து பணியும் என்னையும் இரங்கி அருளும் மௌன குருவே கரனே எனையாண்ட நீலகண்டனே!' என்று வளர்வது. பாபநாசம் சிவன் எழுதி இசையமைத்த பாடல். யமுன கல்யாணி ராகத்தில் முதலில் பாடப் பெற்றது. பல புகழ்பெற்ற சங்கீத வித்வான்கள் பாடிய பாடல் இது. 'என்னையும் இரங்கி அருளும்' எனும் தொடர் இக்கட்டுரைக்கு பொருள் சேர்ப்பது.

கருணாடகம்	-	1. கன்னடம் 2. A Melody Type. கர்நாடக சங்கீதம்
கருணாநிதி	-	God as the highest repository of Grace. அருளுக்கு இருப்பிடமானவன். (அச்சம் காரணமாக சில சொற்றொடர்களைத் தவிர்க்கிறேன்).
கருணாமூர்த்தி	-	அருள் உருவானவன்
கருணாலயன்	-	அருளுக்கு நிலைக்களமானவன் 'கடைப் பட்டோனை ஆண்டு கொண்ட கருணாலயனை' என்றுரைக்கும் திருவாசகம்.
கருணிகை	-	தாமரைப் பொகுட்டு
கருணீகம்	-	கிராமக் கணக்கு வேலை
கருணி	-	1. Hill, Mountain மலை 2. Cave, Cavern, குகை (சதுரகராதி)
கருணீகர்	-	1. கிராமக் கணக்கன் 2. கணக்கு வேலை பார்க்கும் வேளாள இனப்பிரிவு
கருணைப்பலா	-	காறாக் கருணை

கருணை மறம்	-	Reformative punishment, as an act of divine grace. கருணையால் செய்யும் நிக்கிரகம்
கருணைக் கொலை	-	கருணையின் அடிப்படையில், ஒருவர் படும் துன்பம் தாங்காமல் செய்யும் உயிர்க்கொலை.
காறு கருணை	-	கருணைக் கிழங்கு காண்க: பதார்த்த குண சிந்தாமணி, பாடல் எண்.415 Elephant yam. சேனைக் கிழங்கு

ஆனால் கருணை எனும் சொல்லைத் திருக்குறளோ, பாட்டும் தொகையும் நூல்களோ கையாளவில்லை.

கரணை எனுமோர் சொல்லும் கண்டேன். பொருள்:

1. கரண்டி
2. கொத்துக் கரண்டி
3. கரும்பு முதலாயவற்றின் துண்டு
4. வீணைத் தண்டு
5. புண் வடு
6. Elephant yam. காறு கருணை

எமக்கு கருணைக் கிழங்கு வேறு, சேனைக் கிழங்கு வேறு. கரிய நிறத்தில் கைப்பிடிக் கொழுக்கட்டை அளவில் இருப்பதைக் கருணைக்கிழங்கு என்போம். தீயல் வைக்கவும் மசியல் செய்யவும் ஆகும். ஊரல் தன்மை கொண்டது. புளிவிட்டு வேக வைப்போம் காறல் மாற்ற. சேனைக்கிழங்கு யானையின் பாதம் போல் பெரிய அளவில் இருப்பது. ஒன்றரைக் கிலோ முதல் பத்துப் பன்னிரண்டு கிலோ வரை எடை வரும் அளவுக்கு வலியது. சேனைக்கிழங்கு இல்லாமல் அவியல் இல்லை. பருப்புக் குழம்பு, தீயல், பொரியல், எரிசேரி, புளிசேரி வைக்க உதவுவது.

ஊரில் ஒரு பழஞ்சொல் உண்டு 'வாய் சர்க்கரை, கை கருணைக் கிழங்கு' என்று. அதாவது இனிக்க இனிக்கப் பேசுவார்களாம், ஆனால் கை ஊரல் தன்மை கொண்ட கருணைக்கிழங்கு போன்றதாம்.

கருணைக் கிழங்கு என்பதையே கரணைக் கிழங்கு, கர்ணக்கிழங்கு என்பார்கள். கிழங்கு வகைகள் இருக்கட்டும். கருணைக் கிழங்கு லேகியமும் நிற்கட்டும். கருணை என்பதோர் அற்புதமான மன உணர்ச்சி. அருள், தயை, இரக்கம், கருணை எனும் எச்சொல்லால் குறிக்கப்பெற்றாலும், மனத்தின் ஈரத்தை வெளிப்படுத்தும் உணர்ச்சி அது.

'தயா எனும் ஈரம்' என்பான் கம்பன் சுந்தர காண்டத்தில். மறைந்து நின்று தன் நெஞ்சில் பகழி எய்த இராமனை, வாலி 'இரக்கம் எங்கு உகுத்தாய்?' என்பான், வாலி வதைப் படலத்தில். யுத்த காண்டத்தில் கம்பன், 'அறத்தைத் தின்று, அருங் கருணையைப் பருகி, வேறமைந்த மறத்தைப் பூண்டு' என்பான். கருணை சார்ந்து கம்பன் பயன்படுத்தும் சொற்கள் - கருணாகரன், கருணாலயன், கருணை, கருணைக் கடல், கருணைக்கெல்லாம் நிலையம், கருணைக் கொண்டல், கருணைச் செல்வம், கருணைத்து, கருணை நோக்கம், கருணையங் கடல், கருணையங் கோயில், கருணையான், கருணையில்லோன், கருணையின் கடலனையர், கருணையின் நலிதல், கருணையின் நிலைய மன்னன், கருணையைப் பருகுதல், கருணையோர், கருணையோர் கடன்மை, கருணை வள்ளல், எனப் பற்பல.

உதவும் தன்மை உடையவர், உதவும் நிலையில் உள்ளவர், செல்வந்தர், அதிகாரத்தில் இருப்போர், ஆட்சியில் இருப்போரிடம் அவசியம் இருக்க வேண்டிய அடிப்படையான உணர்ச்சி கருணை. கருணை என்பது இலாப நட்டக் கண்ணோட்டத்துடன், தன்னாள் - வேற்றாள் பார்த்து, முற்போக்கு - சமூக நீதி - சநாதனம் கண்ணோட்டத்துப் பிறப்பதல்ல. பிரதிபலன் எதிர்பார்த்துச் செய்வது வணிகம்.

வாக்குகளைக் குறிவைத்துச் செயல்படுத்தப்படும் திட்டங்களின் வரைவுகள் கருணையினால் அல்ல. 'நீ என்னுடன் படு, உனக்குப் பத்தாயிரம் பணம் தருவேன்!' என்று மொழிவது கருணையினாலா? மேலும் மக்களிடம் வரிப்பணம் வசூலித்து, திட்டங்கள் தீட்டி, அதில் தரகும் கமிசனும் ஒதுக்கி மாற்றி, செய்து கொடுப்பது எங்ஙனம் கருணையாகும்?

ஆனால், அருட்பெருஞ்சோதி, தனிப்பெருங் கருணை, இராமலிங்க வள்ளலார், ‘வாடிய பயிரைக் கண்டபோதெலாம் வாடினேன், வீடுதோறிரந்து பசியறாது அயர்ந்த வெற்றரைக் கண்டுளம் பதைத்தேன்’ என்று பாடியவர் சொன்னார் - ‘கருணை இலா ஆட்சி கடுகி ஒழிக!’ என்று. ஒன்று தோன்றுகிறது, கருணையை, காரக்குழம்பு செய்யப் பயன்படும் கிழங்கு என்று அறிந்து வைத்திருப்பவர்கள், கருணை என்பது மாண்புமிகு மானுட மன உணர்ச்சி என்பதை அறியாதவர்கள், ஆட்சியாளர்களாக இருக்கவும் வாய்ப்பு உண்டு என்பதனை வள்ளலார் அறிந்திருந்தார் என்பதே மகத்துவமான செய்தி.

சிலப்பதிகாரம், மதுரைக் காண்டம், வழக்குரை காதை பாடல் வரிகள் -

‘‘தாழ்ந்த குடையன் தளர்ந்த செங்கோலன்
பொன்செய் கொல்லன் தன் சொற் கேட்ட
யானோ அரசன் யானே கள்வன்
மன்பதை காக்கும் தென்புலங் காவல்
என் முதல் பிழைத்தது கெடுக என் ஆயுள் என
மன்னவன் மயங்கி வீழ்ந்தனனே’’

என்று வளரும்.

தனது தட்டகத்தின் நிலப்பரப்பைத் தனது முதல் என நினைத்தான் பாண்டியன் நெடுஞ்செழியன். இன்றும் அமைச்சர் பெருமக்கள் அப்படித்தானே கருதுகிறார்கள், மாநிலத்தை தமது முதல் என்று என அருள்கூர்ந்து வினவாதீர்!

நற்றிணையில் மிளை கிழான் நல் வேட்டனார் பாடல் வரி பேசும் -

‘‘நெடிய மொழிதலும் கடிய ஊர்தலும்
செல்வம் அன்று; தன் செய்வினைப் பயனே,
சான்றோர் செல்வம் என்பது, சேர்ந்தோர்
புன்கண் அஞ்சும் பண்பின்
மென்கண் செல்வம் செல்வம் என்பதுவே!’’

என்று.

பட்டி மண்டபப் பேச்சாளர் போல நீட்டி நீட்டிப் பேசுவதும், அதிவிரைவாகச் செல்லும் வாகனங்களில் ஏறிப் பறப்பதுவும் செல்வம் அன்று. அவை தாம் செய்த வினைப் பயனால் விளைவன. சான்றோரின் செல்வம் என்பது, தம்மைச் சார்ந்தோரது வருத்தம் கண்டு அஞ்சி இரங்கும் அருட்செல்வமே ஆகும் - என்பது பாடல் வரிகளின் பொருள்.

ஞானி மடம் என்றால் யோனி மடம் என்பாரிடம் என்ன பேசி என்ன பயன் நாயன்மாரே!

உயிர் எழுத்து, சனவரி 2024

15

நடலை

நடலை எனும் இந்தக் கட்டுரைத் தலைப்புச் சொல் நிச்சயமாக கடலை, புடலை, விடலை, சுடலை போன்ற சொற்களின் எழுத்துப் பிழை அல்ல. பலகாலமாகச் செவிப்பட்டுக் கொண்டிருக்கும், திருநாவுக்கரசர் அருளிய திருத்தாண்டகம் பாடல் வரியின் சொல் அது. பாடலில் வரும் நடலை எனும் சொல்லை உத்தேசமாகப் பொருள் கொண்டு உணர்ந்து கடந்திருக்கிறேன். இன்று நடலை மனப் பரவசத்தில் கால்கொண்டு விட்டதால் இந்தக் கட்டுரை.

முழுப் பாடலையும் முதலில் சொல்வோம்.

''நாமார்க்கும் குடியல்லோம் நமனை அஞ்சோம்
நரகத்தில் இடர்ப்படோம் நடலை இல்லோம்
ஏமாப்போம் பிணி அறியோம் பணிவோம் அல்லோம்
இன்பமே எந்நாளும் துன்பம் இல்லை
தாமார்க்கும் குடியல்லாத் தன்மையான சங்கரன்
நற்சங்க வெண்குழை ஓர் காதில்
கோமாற்கே நாம் என்றும் மீளா ஆளாய்க்
கொய்மலர்ச் சேவடி இணையே குறுகினோமே!''

மிகவும் கம்பீர உணர்வை, மிடுக்கை, செருக்கை, நெஞ்சத்து நிமிர்வைத் தரும் பாடல் இது. பாடலின் முதலிரண்டு அடிகள் எச்சமயத்தாராலும் ஏற்றுக்கொள்ளத் தகுதியானவை. சமய வரம்பு அற்றது. செம்மை மாந்தர் தலை நிமிர்ந்து சொல்வதற்கு உரியது. உண்மையில் இந்தப் பாடலை எனக்கு அண்மையில் நினைவூட்டியவர் கத்தோலிக்கத் திருச்சபையின் பிரிவான கிளாரெட் சபையின் அருட்தந்தை திருமிகு ஜெயபாலன் அவர்கள்.

நாள் - 29 அக்டோபர் 2023. இடம் - கிளாரெட் பவன், கருமாத்தூர், மதுரை - தேனி சாலை, மதுரை மாவட்டம். சந்தர்ப்பம் - வாசிப்பை நேசிப்பது குறித்து அருள் திருமடத்தில் உரையாற்றச் சென்றிருந்தபோது. அவையோர் - அருட்பணி மாணாக்கர், அருட் சகோதரியர், அருட் தந்தையர் என இருநூறு பேர்.

கிளாரெட் சபை, புனித அந்தோணி மரிய கிளாரெட் (1807-1870) என்ற ஸ்பானியரால் நிறுவப் பெற்றது. ஜெர்மனியில் இருந்து கிளாரெட் சபையை இந்தியாவுக்குக் கொணர்ந்தவர், புனித பிரான்சிஸ் சேவியர் டிரின்பெர்கர் என்ற புனிதர். இவர் ஹிட்லர் படையில் போர்வீரராக இருந்திருக்கிறார். 1993இல் இறந்த இவரது கல்லறை கருமாத்தூர் கிளாரெட் பவன் வளாகத்தில் வாசலை ஒட்டி அமர்ந்துள்ளது. திருமடத்தில் நான் தங்கியிருந்த நான்கு நாட்களிலும் அவர் கல்லறையை மரியாதையுடன் கடந்திருக்கிறேன்.

அருட் தந்தையருக்கும் அருட் சகோதரியருக்கும் இறைப்பணி மாணவருக்கும் எனது உரையின்போது திருநாவுக்கரசர், திருமூலர், பட்டினத்தடிகள், காரைக்கால் அம்மை, சிவவாக்கியர் பாடல்கள் சில சொன்னேன். முத்தாய்ப்பாக நான் சொன்ன வாசகம் ஸ்ரீ நாராயண குரு மலையாளத்தில் சொன்னது 'மதம் ஏதாயால் எந்தா? மனுஷ்யர் நன்னாவணும்!'

அந்த சந்தர்ப்பத்தில் நான் சொன்ன அப்பர் தேவாரப் பாடல்தான் தொடக்கத்தில் நீங்கள் கண்டது. நாம் எடுத்துரைத்த அந்தப் பாடலின் பொருள் என்ன?

'எவர்க்கும் அடிமைக் குடியாய் இருந்தறியாத் தன்மையன்; உயிர்க்கெலாம் இன்பம் செய்பவன்; வெண் சங்கினால் செய்த குழையை ஒரு காதில் அணிந்தவன்; அரசர்க்கெல்லாம் அரசனாகிய சங்கரன். புதிதாய்க்

கொய்த மலர்போல் சிவந்த இணையடிக் கொண்ட அவன் பாதங்களை, இனி எக்காலமும் மீள முடியாதபடி வந்து அடைந்து விட்ட காரணத்தால் -

> நாம் யார்க்கும் அடிமைக் குடி அல்லோம்!
> கூற்றுவனை அஞ்ச மாட்டோம்!
> நரகம் சென்று இடர்ப்பட மாட்டோம்!
> அல்லற்பட மாட்டோம்!
> அரண் உடையவராக இருப்போம்!
> நோயுற்று உழல மாட்டோம்!
> எவர்க்கும் பணிய மாட்டோம்!
> எந்நாளும் இனி இன்பமே, துன்பம் என்பதில்லை!

எத்தனை நம்பிக்கையும் உறுதியும் செம்மாப்பும் கொண்ட கூற்று. இப்பாடலில் இரண்டு சொற்களில் இடறி நின்றதுண்டு. ஒன்று ஏமாப்போம்; இரண்டு நடலை.

ஏமாப்பு எனும் சொல்லுக்குப் பேரகராதி தரும் முதற்பொருள் Security, Safe guard, அரணாளுகை. மேற்கோள் அடக்கமுடைமை அதிகாரத்துத் திருக்குறள்.

> 'ஒருமையுள் ஆமைபோல் ஐந்தடக்கல் ஆற்றின்
> எழுமையும் ஏமாப்பு உடைத்து'

ஐந்து உறுப்புகளையும் ஒரே ஓட்டிற்குள் அடக்கும் ஆமைபோல், ஐம்பொறிகளையும் அடக்க முடியுமானால், ஏழேழ் பிறவிக்கும் அது அரணாகும் - இது பொருள்.

ஏமாப்புக்கு இரண்டாவது பொருள் - Support, Stay, வலியாகை. இதற்கும் மேற்கோள் நடுவு நிலைமை அதிகாரத்துத் திருக்குறள்.

> 'செப்பம் உடையவர் ஆக்கம் சிதைவின்றி
> எச்சத்திற்கு ஏமாப்பு உடைத்து'

நடுவு நிலைமை உடையவரின் செல்வமும் சிறப்பும் சேதம் எதுவுமின்றி அவரது வழிவருபவருக்கும் வலிமை உடையதாக, ஆதரவாக இருக்கும் - இது பொருள்.

மூன்றாவது பொருள் - Pride, இறுமாப்பு.

நான்காவதுபொருள் - Object, Intention, Purpose, கருத்து (திவாகர நிகண்டு).

ஆக, அப்பர் சுவாமிகள் 'ஏமாப்போம்' எனச் சொல்லவிழைவது, 'நாம் மிகுந்த பாதுகாப்பு உடையவர்களாக இருப்போம்' என்பது.

அடுத்த சொல் நடலை. 'நரகத்தில் இடர்ப்படோம் நடலை இல்லோம்' என்பது பாடல் வரி. நடலை எனும் சொல்லுக்குப் பேரகராதி தரும் பொருள்கள்:

1. Guile, வஞ்சனை
2. Deception, Illusion, பொய்ம்மை
3. Pretence, Affectation, பாசாங்கு
4. Distress, Suffering, Affliction, துன்பம் (பிங்கல நிகண்டு)
5. Trembling, Shaking, அசைவு (சூடாமணி நிகண்டு)

எனவே திருநாவுக்கரசர் உரைக்கும் 'நடலை இல்லோம்' எனும் சொற்றொடருக்கு - வஞ்சனை இல்லோம், பொய்ம்மை இல்லோம், பாசாங்கு இல்லோம், துன்பம் இல்லோம், நடுக்கம் இல்லோம் - என எப்பொருளும் கொள்ளலாம்.

பேரகராதியில் நடலமடித்தல் என்றும் சொல்லொன்று உண்டு. பொருள் - To Pretend, பாசாங்கு செய்தல். நடலம் என்ற சொல்லுக்கு - செருக்கு, வீணாகச் செலவிடுதல், இகழ்ச்சி, பாசாங்கு, அதி நாகரிகம் காட்டுதல் எனப் பொருள் தரப்பட்டுள்ளன. யாழ் அகராதிப்படி நடலம் பண்ணுதல் என்றால் அதி நாகரிகம் காட்டுதல். அதாவது டாம்பீகம், பகட்டுக் காட்டுதல்.

கலித்தொகையில் மருதக்கலி பாடிய மருதன் இளநாகனார் பாடல் வரி -

"விடலை நீ நீத்தலின், நோய் பெரிது ஏய்க்கும்;
நடலைப் பட்டு, எல்லா நின் பூழ்"

என்கிறது. இங்கு விடலை என்றால் இளையவன் என்றும், நடலை என்றால் நடிப்பு என்றும் பொருள் தருகிறார் பாரத்துவாசி நச்சினார்க்கினியர்.

அப்பர் தேவாரத்தில் ஒரு பாடல் -

''நடலை வாழ்வு கொண்டு என் செய்திர் நாண் இலீர்
சுடலை சேர்வது சொற்பிரமாணமே
கடலின் நஞ்சு அமுது உண்டவர் கைவிட்டால்
உடலினார் கிடந்தூர் முனி வண்டமே''

என்கிறது.

நாணம் இலாதோரே! துன்பம் தரும் இவ்வாழ்வில் நீங்கள் அடைந்ததென்ன? சுடுகாடு சேர்வது தவிர்க்க இயலாதது என்பது சான்றோர் வாக்கு. பாற்கடல் கடைந்தபோது பொங்கி வந்த நஞ்சு உண்ட சிவபெருமான் கைவிட்டால், நமது உடலானது அனைவரும் கைவிட்ட பாழ்ப் பண்டமாகிவிடும் என்றவாறு.

திருத்தக்கத் தேவரின் சீவக சிந்தாமணி காப்பியத்தின் எட்டாவது இலம்பகம் - விமலையார் இலம்பகம். அதன் பாடல் வரியொன்று - நடலையுள் அடிகள் வைக - என்கிறது. வருத்தத்தினுள் அடிகள் (விசையை) தங்க என்று உரை சொல்கிறார் நச்சினார்க்கினியர்.

திருவாசகத்தில், பெரிய புராணத்தில், நாலடியாரில், திருக்குறளில் நடலை எனும் சொல் ஆளப்பெறவில்லை. சங்க இலக்கியங்களில், பாட்டும் தொகையும் நூல்களில் கலித்தொகை நீங்கலாக வேறு எங்குமே நடலை இல்லை. நாலாயிரத் திவ்யப் பிரபந்தத்தில் உண்டா என ஓய்வாகத் தேட வேண்டும். அறிந்தோர் இருந்தால் அறிவுறுத்துங்கள்.

'நாமார்க்கும் குடியல்லோம்' எனும் தேவாரப் பாடல் போல், திருநாவுக்கரசரின் இன்னொரு பாடலின் முதலிரு அடிகள் -

''அல்லல் என் செயும் அருவினை என் செயும்
தொல்லை வல்வினைத் தொந்தம்தான் என் செயும்?''

என்பன. ஆன்ம பலம் தரும் பாடல் வரிகள். இங்கு தொல்லை எனும் சொல்லின் பொருள் தொந்தரவு என்பதல்ல. பழமையான, தொன்மையான என்பது. தொல்லியல் துறை, தொல்குடி என்பது போல. 'தொல்லை வல்வினைத் தொந்தம்தான் என் செயும்?' என்றால் தொன்மையான வல்வினைகளின் தொடர்ச்சிதான் என்ன செய்யும் என்று பொருள்.

திருநாவுக்கரசருக்குப் பல நூற்றாண்டுகள் பிற்பட்டவரான அருணகிரிநாதரின் கந்தர் அலங்காரப் பாடல் வரிகளும் இவ்விதமே மனத்திட்பம் தரும்.

"நாள் என் செயும்? வினைதான் என் செயும்?
எனை நாடி வந்த
கோள் என் செயும்? கொடுங்கூற்று என் செயும்?"

என்பார் அவர். நாள், நட்சத்திரம் என்னதான் செய்துவிடும்? நல்வினை தீவினை எனப்படுபவை என்ன செய்து விடும்? என்னை நாடித் தேடி வந்த கோள் - கிரகங்கள் என்ன செய்யும்? தென் திசைக் கிழவன், நீலக்காலன், யமதர்மன், கொடுங்கூற்றுவன் என்ன செய்து விடுவான்? என்று வினவும் பாடல் வரிகள். சமகால சினிமாத் தமிழில் சொன்னால் - எதுவும் எவனும் எந்த ஆணியையும் புடுங்க முடியாது!

மிக மோசமான மனச்சோர்வில் இருக்கும் காலங்களிலும் மனதுக்கு ஊக்கம் தருவன இதுபோன்ற பாடல்கள். கிளாரெட் பவனில் என் உரையில் இந்தப் பாடல் வரிகளையும் சொன்னேன். உரையரங்கு முடிந்து மதிய உணவுக்குச் செல்லும் முன்பு சில அருட்சகோதரிகளும் அருட்தந்தையரும் என்னிடம் வந்து தங்கள் மகிழ்ச்சியைப் பகிர்ந்து கொண்டனர். ஒல்லியான, கருமை நிறமுடைய, மூத்த அருட்சகோதரி வந்து, - "தம்பி, அக்கா உங்களுக்காக இன்று இரவு பிரார்த்தனை செய்வேன்" என்றார். எனக்குக் கண்கள் நிறைந்தன.

நடலை என்றால் வஞ்சனையோ, பொய்ம்மையோ, பாசாங்கோ, துன்பமோ, நடுக்கமோ, அவற்றுள் ஒன்றிரண்டோ அல்லது அனைத்துமேயோ இன்று எந்தெந்த வடிவத்தில் வந்து நம்மை வதைக்கக் காத்திருக்கிறது

என்று நான் சொல்லி நீங்கள் அறிந்து கொள்ளும் நிலையில் இல்லை. ஆனால் அழுத்தம் திருத்தமாக மனதில் என்னுள் பதிந்து நிற்பன தேவார வரிகள்.

> நாமார்க்கும் குடி அல்லோம்
> நமனை அஞ்சோம்
> நரகத்தில் இடர்ப்படோம்
> நடலை இல்லோம்
> ஏமாப்போம் பிணி அறியோம்
> பணிவோம் அல்லோம்
> இன்பமே எந்நாளும் துன்பமில்லை!

நடுகல், சனவரி 2024

16

கள்ளம் கரவு திருட்டு மோசணம்

மூத்தோர் மொழிந்தனர் ‘களவும் கற்று மற’ என. களவு எனில் திருட்டு, கரவு, மோஷணம், சோரி. மோஷணம் மலையாளத்திலும் சோரி இந்தியிலும் புழங்கும் சொற்கள். சோரி எனில் கம்பனுக்குக் குருதி. சோரை எனில் மலையாளிக்கு இரத்தம். ஆண்பெண் ஒழுக்கத்திலும் கற்பொழுக்கம் களவொழுக்கம் உண்டு. சுருக்கமாகக் கற்பு, களவு என்பார்கள். சில சமயம் தோன்றும் எனக்கு - எதற்காக வேலை மெனக்கெட்டு களவைக் கற்க வேண்டும், பிறகு அதை மறக்க வேண்டும் என. என்றாலும் ஆன்றோர் கூற்று, அலட்சியப்படுத்தல் ஆகா!

களவு குறித்தும் திருட்டு பற்றியும் நம்மிடம் ஏராளம் சொலவம் - சொலவடை - பழஞ்சொல் - பழமொழி உண்டு மக்கள் வழக்கில். அவை எவையுமே ஆராயாமல் மொழியப்பட்டவை அல்ல. ஆனால் கழுதை தேய்ந்து கட்டெறும்பும் ஆகும். துரும்பும் தூணாகும், தூண் தாடகைமலையும் ஆகும்.

‘கடுகு களவும் களவுதான், கற்பூரக் களவும் களவுதான்’ என்பதொன்று. அந்தக் கணக்கில் யாமும் கள்வனே கொலாம்! சிறியதாயினும் வலியதானாலும் களவு எனும் தத்துவத்தின் பார்வையில் களவுதானே! கறி தாளிக்கக் கடுகு இல்லாமற்போய் களவாண்டாலும், இறை வழிபாட்டுக்கான கற்பூரமே ஆனாலும் இரண்டும் களவுதானே கூத்தாண்டவரே!

சாலைச் சந்திப்பில் சீருடையில் நின்று கடந்து போகும் சரக்கு லாரிக்காரரிடம் கைநீட்டிக் கையேந்தி வாங்குவதும் களவுதான். நறவக் குப்பிக்குப் பத்து ரூபாய் சேர்த்து விற்றுப் பன்னூறு கோடிகள் மாதம் எற்றிச் சேர்ப்பதூஉம் களவுதான். தகப்பன் என்றும், போராளி என்றும், தியாகி என்றும், இறைத்தூதர் என்றும் ஏற்றிப் போற்றும் முன்னாள் தலைவர்க் கெல்லாம் இது உடன்பாடுதானா?

'உளவில்லாமல் களவில்லை' என்பது இரண்டாவது சொலவம். களவுக்கு முன்கூறு உளவு. 'லேய்! சோணாசலம் பண்ணையாரு தோப்புல மாங்கா காச்சுக் கெடக்கு பாத்துக்கோ!' என்று அச்சாரம் கொடுப்பதுவே உளவு. அது அலவலாதி மாங்காய், நெல்லிக்காய், கொய்யா, பப்பாளி திருட்டுக்கு, வயிற்றுத் தீ தணிக்க. ஆனால் தொழில் முறையாக எவர் வீட்டில் நகைப்பெட்டி, நோட்டுக்கட்டுக்கள் அடைப்பட்ட கோணிகள் இருக்கிறது, எவர் வீட்டைப் பூட்டிக் கொண்டு வெளியூர் சென்றுள்ளனர், எந்த வீட்டில் மூத்து நரைத்து சாவு காத்திருக்கும் கிழங்கள் வாழ்கிறார்கள் எனத் தகவல் சொல்வது உளவு. சுத்தத் தமிழில் உளவு எனில் வேவு, ஒற்றாடல்.

ஒற்றாடல் அதிகாரத்துத் திருக்குறள் உரைக்கும் -

''ஒற்றொற்றித் தந்த பொருளையும் மற்றுமோர்
ஒற்றினால் ஒற்றிக் கொளல்''

என்று. ஒரே குறளில் நான்கு ஒற்று. ஒரே அரசவையில் அமைச்சாகப் பன்னிரு கள்வர் என்பது போல. ஒரு ஒற்றன் திரட்டித் தரும் தகவலை அப்படியே ஏற்றுக் கொள்ளாமல் வேறோர் ஒற்றாடல் செய்து தெளிவதே ஒற்றாடலின் சிறப்பு என்பது உரை.

'கும்பிடும் கள்ளர், குழைத்திடும் கள்ளர்' என்பது மூன்றாம் சொலவம். திருடுபவர் ஆழ்ந்து தோய்ந்து இறைவன் சந்நிதியில் நின்று வணங்கவும் செய்வர், விபூதி குழைத்தோ சந்தனம் அரைத்தோ பயபக்தியுடன் அணியவும் செய்வர் என்பது பொருள். பெருந்தனக்காரப் பக்தர் பலரை எண்ணிப் பகர்ந்ததோ? இன்று மேலும் சொல்லலாம் - உள்ளேயும் அவர்கள், வெளியேயும் அவர்கள் என்று.

சாபம் போலச் சொல்வது நான்காம் சொலவடை. ‘பாம்பாட்டிக்குப் பாம்பிலே சாவு, கள்ளனுக்குக் களவிலே சாவு’ என்பது. ‘அரவம் ஆடேல்’ என்பது ஆத்திசூடி. ‘அரவம் ஆட்டேல்’ என்றும் பாட பேதம் உண்டு. நாகப்பாம்பைச் சீண்டிப் படம் எடுக்கத் தூண்டி விளையாட்டுக் காட்டிப் பிழைப்பவனுக்கு பாம்பினால்தான் சாவு என்பது ஒன்று. களவாடப் போகிறவனுக்கு நடுநிசி இருட்டில் தடுமாறிக் கை தவறி வீழ்ந்தோ, பிடிபட்டு மக்களிடம் தர்ம அடி வாங்கியோ, காவல் நிலையங்களில் சரியாகப் பங்கிடப்படாத காரணத்தால் மிதிபட்டோதான் சாவு என்பது இரண்டு.

‘வெள்ளைக்கு இல்லை கள்ளச் சிந்தை’ என்பதுவுமோர் பழமொழி. வெள்ளை என்றால் வெள்ளை நிறம் கொண்டவர் என்பதல்ல பொருள். வெள்ளையுள்ளம் கொண்டவர், வெள்ளந்தி மாந்தர், வெள்ளைச் சோளம், அப்புராணி மக்களுக்கு கள்ளத்தனமான சிந்தனை இருக்காது என்பது பொருள்.

‘கள்ளன் பிள்ளைக்கும் கள்ளப் புத்தி’ என்பதுவும் ஒரு பழஞ்சொல். ‘அப்பனுக்குப் பிள்ளை தப்பாமப் பிறந்திருக்கு’ என்பது போல. கண்டு, கேட்டு, பயன்களைத் துய்த்து வளரும் பிள்ளைகள் அந்தத் தொழிலுக்கு இலகுவில் ஈர்க்கப்படுவார்கள் என்பது சொலவத்தின் பொதுப்புரிதல். அரசியல்வாதிகளின் மக்கள், அரசியல்வாதியாகத்தானே முனைகிறார்கள் என்று எடுத்துக்காட்டும் சொல்லலாம். ஆனால் சேற்றில் முளைத்த செந்தாமரையும், சிப்பியின் வயிற்றில் முத்தும், கள்ளியில் விளைந்த கனியும் எனப் பலவற்றையும் நாம் கணக்கில் எடுத்துக்கொள்ள வேண்டும். எதையும் பொதுமைப்படுத்த இயலாது. ஐந்தாம் வகுப்பில் தோற்ற அப்பனின் மகனாக நானிதைச் சொல்ல உரிமை உண்டு.

மிகச் சுவாரசியமானதோர் சொல்லாடல், ‘அவுசாரி என்று ஆனைமேல் ஏறலாம், திருடி என்று தெருவில் வரலாமா?’ என்பது. இதை இருபாலருக்குமே துணிந்து கூற இயலும். உலகம் அறியப் பரத்தமைத் தொழில் செய்து பேரும் புகழும் செல்வமும் ஈட்டியவர்கள் செல்வாக்குப் பெற்று பெரும் பதவிகளை அடைந்து கம்பீரமாக ஆனை, குதிரை, சொகுசுக்கார், கப்பல், விமானம் எனப் பவனி வரலாம். இன்றும் நாம் பல எடுத்துக்காட்டுக்கள் தர இயலும். ஆனால் திருடி எனப் பரசியமாக அறியப்பட்டவள் தெருவில் இறங்கி

நடமாட ஒக்குமா என்பது கேள்வி. ஆனால் இன்று அனைத்து அரசியல் தலைமைப் பிரமுகர் பாசறைகளிலும் இரு சாராரும் இருக்கிறார்கள்.

மற்றுமோர் சொலவம் -

'தான் திருடி அசல் வீட்டை நம்பான்
கூத்திக் கள்ளன் பெண்சாதியை நம்பான்'

என்பது. திருடனாகத் தொழில் செய்து பிழைப்பவன், அண்டை வீட்டுக்காரனை நம்ப மாட்டான். கூத்தியார் வைத்துக் காமம் துய்ப்பவன் சொந்தப் பொண்டாட்டியை நம்ப மாட்டான் என்பது பொருள்.

'கையை அறுத்து விட்டாலும் அகப்பை கட்டிக் கொண்டு திருடுவான்' என்றும் ஒரு பழமொழி. இங்கு அகப்பை என்பது சிரட்டைத் தவி, மர அகப்பை, கல்லகப்பை, வெண்கல - பித்தளை - ஈயம் - இரும்பு - அலுமினிய அகப்பை எதுவானாலும். திருடுகிற கையைக் காயப்படுத்தி விட்டாலும் கூட, திருட்டுத் தொழில் நுட்பம் பயின்றவன், கையில் அகப்பையைச் சுற்றிக் கட்டிக் கொண்டு திருட முயல்வான் என்று பொருள். இன்று சட்டங்களின் கடுமை என்பது திருடனுக்கு கையை அறுத்து விடுவதுதான். குற்ற வழக்குகளும், தண்டனைகளும் அவ்வாறே! என்றாலும் மாற்று உபாயங்களைக் கையாண்டு கொள்ளைக்காரன், கடத்தல்காரன், அதிகாரி, அரசியல்வாதி திருடுவான் என்றும் பொருள் கொள்ளலாம்.

'அதிகாரி வீட்டிலே திருடி, தலையாரி வீட்டிலே வைத்தது போல' என்பதும் ஒரு பழமொழி. அதிகாரம் இருப்பவன் வீட்டில் திருடிய செல்வத்தை அவன் கீழ் ஊழியம் செய்யும் நம்பிக்கைக்குப் பாத்திரமான ஏவலாளி வீட்டில் மறைத்து வைப்பதுபோல் என்பது பொருள். அதிகாரி, தலைவர் எனப்படுபவர் தாமே திருடி சொந்தக்கார, நட்புப் பூண்ட அடிமை பினாமி பெயரில் சொத்து வாங்கி வைப்பது போல் என்று திரித்தும் பொருள் கொள்ளலாம்.

'கண்ட இடத்தில் திருடன் கண் போகும்' என்பதும் ஒரு பழமொழி. அது தொழில்நுட்பம் சார்ந்தது. யாவருமே ஒரு சம்பவத்துக்கு சாட்சியாக நின்றாலும், படைப்பாளியின் கண்ணோட்டம் வேறுபட்டு இருப்பதைப் போல், நம் பார்வை பொதுப்பார்வை. திருடன் பார்வை திருட்டுப் பார்வை. 'கள்ளக் கண்ணு போட்டுப் பாக்கான்' என்பார் ஊரில்.

இதுபோல் நூற்றுக்கணக்கான பழமொழிகள் ஒவ்வொரு மொழிக்குள்ளும், பிரதேச வாரியாக 'கள்ளன் பெரிசா, காப்பான் பெரிசா?'

கள்ளம் எனும் சொல்லை முன்னொட்டாகக் கொண்ட எண்ணிறந்த பிரயோகங்கள் உண்டு. அகராதிகளில் தேடியதும், மக்கள் வழக்கில் நின்றும் நினைவுபடுத்தியதுமாக ஒரு பட்டியலே தரலாம்.

கள்ள மௌனம்	-	ஈழப்போர் தீவிரமாக நடந்தபோது கொலையும், பெண் சிதைப்பும், காணாமற் போக்குவதும், அறமற்ற அண்டை நாட்டுக் கள்ளமும் இருந்தபோது, அறம் பேசும் நம் அறிவுலகவாதிகளும், இலக்கியப் போராளிகளும், தமிழ் மொழியைத் தாய்மொழியாகக் கொண்டு அதற்கு மாற்றாந்தாய் இடம் தரும் மனோபாவம் உடையவர்களும் கனத்த மௌனம் சாதித்தனர். அந்த மௌனத்தைச் சுட்ட, முதன்முதலில் நான் பயன்படுத்திய சொல், கள்ள மௌனம்.
கள்ளச் சாராயம்	-	அரசாங்கத்துக்குத் தெரியாமல், வரிசெலுத்தாமல் அதிகாரிகளுக்கும் அரசியல்வாதிகளுக்கும் காவல்துறைக்கும் மாமூல் செலுத்தாமல் வாற்றி விற்கப்படும் சாராயம். இதில் சாராயத்தின் பிழை என்ன கள்ளச் சாராயம் என தூற்றப்பட?
கள்ளக் கடத்தல்	-	கடத்தல் என்பதே சட்ட விரோதமாகச் செய்வதுதான். இதில் கள்ளக் கடத்தல் என்ன? மணல் கடத்தல், மலை உடைத்துக் கடத்தல், சந்தனமரம், செம்மரம், யானைத் தந்தம் கடத்தல். ரேஷன் அரிசி கடத்தல், தங்கம், வெள்ளி, நவமணிகள், சாமி சிலைகள் கடத்தல், சாராயம் கடத்தல் என்பன சில. கடவுளே கண்ணை மூடிக்கொண்டால் காவலர் செய்வதென்ன?

நாஞ்சில் நாடன்

கள்ளக் காதல்	-	காதல் என்பது மறைத்தும் ஒளித்தும் செய்யப்படுவது. ஆண் பெண் ஒழுக்கத்தைக் களவு கற்பு என இருவகைப்படுத்தும் இலக்கியம். அங்கும் கைக்கிளை, பெருந்திணை உண்டு. வன்புணர்ச்சியும் இருந்திருக்கலாம். பொதுவாக இன்று திருமணமான பெண்ணொருத்தி வேற்று ஆடவனுடன் கலவி செய்வதையும் அதன் மறுதலையையும் கள்ளக்காதல் எனக் குறிக்கிறார்கள். ஊடகங்கள் இன்று அதிகம் பயன்படுத்தும் சொல் இது.
கள்ளத் தேங்காய்	-	திருட்டுத்தனமாக அடுத்தவன் தோப்பில் பறிக்கப்படும் தேங்காய். மற்றபடி தேங்காய்க்கு கள்ளத்தனம் கிடையாது.
கள்ளக் காக்கா	-	குழந்தை கைமுறுக்கு, சன்னலில் இருக்கும் தேங்காய் முறி, காயப் போடப்பட்டிருக்கும் வற்றல் வடகம் எனத் தூக்கிப் பறந்து போகும் காகத்தைக் கள்ளக் காக்கா என்றனர். காகம் தனக்கு உணவு எனப் பட்டதைத் தின்ன எடுத்துப் போகும். களவு எனும் கொள்கை அதன் மனதில் இல்லை. களவு மானுட மனோபாவம். விலங்கும் பறவையும் மீனும் பூச்சி புழுக்களும் களவு அறியமாட்டா! உணவு அவ்வளவே! எந்தப் பறவையும் விலங்கும் தம் குடும்பத்துக்கு பல்லாயிரம் கோடிகள் பதுக்கி வைக்காது!
கள்ளப் பூனை	-	மேற்சொன்ன பத்தி இதற்கும் பொருந்தும். எடுத்துக்கொண்டு போகும் பட்டியலில் மீன், கருவாடு என சேர்த்துக் கொள்ளலாம்.
கள்ளக் கோழி பிடித்தல்	-	கொன்று தின்பதற்காக மேய்கின்றபோதோ, அடுத்தவன் கோழிக்கூட்டில் இருந்தோ

	மோட்டித்துக் கோழி பிடித்தல். இது நேர் பொருள். அடுத்தவன் பெண்டாட்டியை மறைவாகப் புணர்தல் என்பது குழூஉக்குறி.
கள்ள உழவு	- கலப்பை கட்டி ஏரோட்டும்போது, மேழியை அழுத்திப் பிடிக்காமல், மேனி அலுங்காமல் உழவு ஓட்டுவது. கலவி, உவப்பு, முயக்கம், புணர்ச்சி, உடலுறவு போன்ற சொற்களுக்கான இடக்கரடக்கல் உழவு. கள்ள உழவு எனில் களவுப் புணர்ச்சி.
கள்ள மம்பிட்டி	- மண்வெட்டி என்பதன் வட்டார வழக்கு மம்பிட்டி. விவசாயக் கருவி. வரப்பு வெட்டும்போதோ, கரை ஒதுக்கும்போதோ, தளை கொத்தி வைக்கும்போதோ, நேர்மையான வலுவுடன் மண்வெட்டி பயன்படுத்தாமல், மேனி அலுங்காமல் வெட்டுவது.
கள்ளக் கறண்டி	- பந்தியில் உணவு விளம்பும்போது, தன்னாள் - வேற்றாள் பார்த்து பச்சடியோ கிச்சடியோ அவியலோ எரிசேரியோ பிரதமனோ முழுக்கறண்டியும் அரைக்கறண்டியும் பரிமாறுவது.
கள்ளக் கணக்கு	- பொய்க்கணக்கு. வரி ஏய்ப்புக் கணக்கு. சினிமாக்காரர், தொழிலதிபர், வணிகர் அரசுக்குக் காட்டும் கணக்கு.
கள்ள அளவு	- ஔவையார் மொழியில் சொன்னால் 'அஃகம் சுருக்குவது'. மரக்கால் கொண்டு நெல் அளக்கும்போது இடதுகை விரல்களால் மரக்கால் விளிம்பில் தாங்கி அதிக நெல் வருமாறு அளப்பது. இதுபோன்ற கள்ளத் தராசு, கள்ள நாழி என அளவை, எடையைக் குறைத்தும் அளப்பது.

கள்ளச் சாவி	- பூட்டப்பட்டிருக்கும் கதவை, அலமாரியை திருட்டுத்தனமாக மாற்றுச் சாவி பயன்படுத்தித் திறப்பது.
கள்ள மாப்பிள்ளை	- உடல் சுகத்துக்கான இரகசியமான மாற்று ஆடவன். 'கள்ள ஆமக்கன்' என்பது நாஞ்சில் வழக்கு. ஆண்மகன் என்பதன் திரிபு. 'ஒனக்க அம்மைக்கு ஆமக்கனா அவன்?' என்பது வசவுச் சொற்றொடர்.
கள்ளப் பெண்டாட்டி	- இரகசியமான கலவிக்கான மாற்றுப் பெண்.
கள்ளக் கடவு	- கடவு எனில் வழி. கள்ளக் கடவு எனில் கள்ள வழி. திருட்டு வழி.
கள்ளக்கடை	- திருட்டுச் சாமான்கள் வாங்கும், விற்கும் கடை.
கள்ளக் கத்தி	- கைத்தடியின் உள்ளே மறைவாகக் கரந்து வைக்கப்பட்டுள்ள கத்தி.
கள்ள உருப்படி	- கள்ள ஆபரணம். திருட்டு நகை. நடத்தைக் கேடுள்ள பெண்ணுக்கான குழூஉக்குறி.
கள்ளக் கதவு	- Trap door. வேற்றாள் அறியாமல் செல்வதற்கான இரகசியமான கதவுள்ள வாயில்.
கள்ளக் கப்பல்	- Vessel of Pirates. கடற் கொள்ளைக்காரன் கப்பல்.
கள்ளக் கப்பல்காரன்	- Pirate. கடற் கொள்ளைக்காரன்.
கள்ளக் கயிறு	- அரையில் செருகும் பையின் சுருக்குக்கயிறு. தொங்கும் உறியின் சுருக்குக் கயிறு.
கள்ளக் கவறு	- False Dice. திருட்டுத்தனமான சூதாடும் கருவி. கவறு எனில் சூது. 'கள்ளுண்டு கவறாடும் இறை முறை பிழைத்த அரசு' - கம்பன்.

கள்ளக் கவி	-	பிறிதொருவன் பாடலைத் தனதென்று காட்டுபவன். கவி எனப் பாசாங்கு காட்டுபவன்.
கள்ளக் காசு	-	கள்ள நாணயம். கள்ள நோட்டு எனில் போலியாக அச்சடிக்கப்பட்ட கரன்சி.
கள்ளக் காமம்	-	காரியம் சாதிப்பதற்காக மேற்கொள்ளும் போலி - பாவனை - நடிப்புக் காமம்.
கள்ளக்காய் படுதல்	-	பழுக்க வைத்த காய் பழுக்காமற் போதல். பெண்களுக்கு ஏற்படும் கருச்சிதைவு.
கள்ளச் சொல்	-	பாசாங்குப் பேச்சு.
கள்ளக் கிடை	-	1. நோயாளி போல் பாசாங்காகப் படுத்துக் கிடத்தல் 2. மறைந்து பதுங்கிக் கிடத்தல்
கள்ளக் குணம்	-	1. திருட்டுப் புத்தி. 2. மாறான தோற்றம்
கள்ள ஞானம்	-	போலி அறிவு. ஞானம் என்றுரைப்போரில் பலரும் இன்று போலிதான்.
கள்ளடி மங்கன்	-	கல்லுள்ளி மங்கன்
கள்ளத்தனம்	-	திருட்டுத்தனம், கபடம்
கள்ளத்தாலி	-	தனக்கு முறையுள்ள பெண்ணை, பிறர் மணம் புரிவதைத் தடுக்க, அந்தரங்கமாகக் கட்டும் திருட்டுத் தாலி.
கள்ளத்துறை	-	ஏற்றுமதி இறக்குமதிகளைத் திருட்டுத்தன மாகச் செய்யும் துறைமுகம்
கள்ள உறக்கம்	-	பொய்யுறக்கம். உறங்குவது போன்ற நடிப்பு.
கள்ளத் தொழில்	-	கள்ள வேலை. ஏமாற்றிச் செய்யும் வேலை.
கள்ளத் தோணி	-	1. கடற்கொள்ளைக்காரர் படகு - தோணி - வள்ளம் 2. உரிய ஆவணங்கள் இன்றி

		சரக்குகளையும் மாந்தரையும் அடுத்த நாட்டுக்குக் கொண்டு சேர்க்கும் தோணி. 3. இலங்கைத் தமிழருக்கு எதிரான பழிச்சொல்.
கள்ள நடத்தை	-	களவொழுக்கம், பரத்தமை, சோரம் போதல்.
கள்ள நாடு	-	பாண்டி நாட்டில் கள்ளர் வகுப்பினர் வாழும் நாடு.
கள்ள நாணயம்	-	போலி நாணயம்
கள்ளப் பணம்	-	Black Money. கணக்கில் காட்டாத பணம். முந்நூறு கோடி படத்துக்குச் சம்பளம் வாங்கிக் கொண்டு, பதினேழு கோடி மட்டும் கணக்குக் காட்டி மிஞ்சும் பணம். இதைச் செய்பவர்களுக்கு அரசு கமல நளின அரவிந்த விருதுகள் வழங்கும். அணைக்கட்டுகளுக்கு அவர்கள் பெயர் சூட்டும்.
கள்ள நித்திரை	-	1. கள்ள உறக்கம் 2. யோக நித்திரை, அறிதுயில் 'நித்தம் நியமத் தொழிலராய் உத்தமர் உறங்கினார்கள், யோகியர் துயின்றார்' - கம்பன். 'வெள்ளை வெள்ளத்தின் மேலொரு பாம்பை மெத்தையாக விரித்து அதன் மேலே கள்ள நித்திரை கொள்கின்ற மார்க்கம் காணலாம் கொல் என்ற ஆசையினாலே'' - பெரியாழ்வார், ஐந்தாம் பத்து, வாக்குத் தூய்மை.
கள்ளக் கும்பிடு	-	Hypocritical Civility. வஞ்சனையாகச் செய்யும் வணக்கம். வணங்குவது போன்ற பாசாங்கு. 'தொழுத கையுளும் படை ஒடுங்கும்'.
கள்ளக் கையெழுத்து	-	Forged Signature. ஆள் மாறாட்டக் கைச்சாத்து.

கள்ளக் கோல் - False Balance. அளவைத் தவறாக நிறுத்துக் காட்டும் தராசு.

கள்ளங் கபடு - சூது வாது

கள்ளங்காய் படுதல் - 1. காயம் ஆறிவரும் சமயம், சொறிதல் முதலியவற்றால், புண் வீங்கிப் புடைத்தல். 2. காரியக்கேடு உண்டாதல்.

கள்ளச் சத்தியம் - பொய் சத்தியம். பொய்யாக ஆணையிடுதல்.

கள்ளச் சரக்கு - 1. கள்ளத்தனமாகக் கொண்டு வரப்பட்ட சரக்கு. 2. ஏமாற்றி விற்கப்படும் போலிச் சரக்கு.

கள்ள சாட்சி - 1. பொய் சாட்சி 2. பொய் சாட்சி சொல்வோன் 3. மன்றோராம் சொல்பவன். ‘வேதாளம் சேருமே வெள்ளெருக்கம் பூக்குமே பாதாள மூலி படருமே - மூதேவி சென்றிருந்து வாழ்வளே சேடன் குடிபுகுமே மன்றோரம் சொன்னார் மனை’ - ஔவையார், நல்வழி.

கள்ளச் சாதி - தமிழ்நாட்டின் தென் பகுதிகளில் வாழும் ஓரினம். கள்ளர், மறவர், தேவர், அகமுடையர் என்பது வரிசை.

கள்ளச் சாமம் - Dead of night. நள்ளிரவு (யாழ் அகராதி)

கள்ளச் சாவி - கள்ளத் திறவுகோல், கள்ளத் தாழ்க்கோல்.

கள்ளச்சி - கள்ளர் இனப் பெண். வெள்ளாடிச்சி, மறத்தி, இடைச்சி, குயத்தி, செட்டிச்சி, கவுண்டச்சி, பறச்சி, நாடாத்தி, கம்மாடிச்சி, பார்ப்பனத்தி என்பது போல.

கள்ளச் சிரிப்பு - நயவஞ்சகமான நகை.

கள்ளச் சீட்டு - பொய்ப் பத்திரம், பொய்ப் பிரமாணம், பொய் ஆவணம்.

கள்ள சுரம்	-	உள் மறைவான காய்ச்சல்.
கள்ள நீர்	-	புண் ஆறாமல் வடியும் நீர்
கள்ள நேரம்	-	1. களவு நடத்தத் தோதான நேரம் 2. கன்னி இருட்டு வேளை.
கள்ள நோக்கம்	-	1. கள்ளப் பார்வை 2. கள்ள நோட்டம் 3. வஞ்சக நோக்கம்
கள்ள நோக்கு	-	கள்ள நோக்கம்
கள்ளப் பசி	-	பொய்ப்பசி, இளம் பசி
கள்ளப் பசு	-	பால் சுரந்து கொடுக்காமல் அடக்கிக் கொள்ளும் கறவைப் பசு.
கள்ளப் படுதல்	-	பொய்யாகிப் போதல். கள்ளப்பட்டுப் போதல். திருவாசகத்தில், திருக்கோத்தும்பி பகுதியில் ஒரு பாடல் - ''உள்ளப்படாத திருவுருவை உள்ளுதலும் கள்ளப் படாத களிவந்த வான்கருணை வெள்ளப் பிரான் எம்பிரான் என்னை வேறே ஆட் கொள்ளப் பிரானுக்கே சென்று ஊதாய் கோத்தும்பீ'' என்று கள்ளப்படுதல் பேசும்.
கள்ளப் பாடம்	-	ஆசிரியரை ஏமாற்றி ஒப்புவிக்கும் பாடம். எம் பள்ளித் தோழர் சிலர் இந்திப் பாடத்தில் இந்திச் சொற்களுக்கு மேல் தமிழில் எழுதி வைத்துத் தளபாடமாக வாசிப்பார்கள்.
கள்ளப் பார்வை	-	1. வஞ்சகப் பார்வை 2. காம இச்சையுடன் பார்க்கும் பார்வை 'அவன்ற ஒரு கள்ள நோட்டம்!' - மலையாளம்
கள்ளப் பாரை	-	கடல் மீன் வகை. தந்திரம் கொண்ட மீன்.
கள்ளப் பிள்ளை	-	சோரத்தில் பெற்ற பிள்ளை. 'சோரத்தில் கொண்டதில்லை!' - பாரதி, பாஞ்சாலி சபதம்

கள்ளப் புணர்ச்சி	-	எவரும் அறியாமல் தலைமகனும் தலைவியும் கூடும் களவொழுக்கம். சங்க இலக்கியப் பாடல் பலவுண்டு எடுத்துக் காட்ட.
கள்ளப் புத்தி	-	வஞ்சகப் புத்தி
கள்ளப் புருஷன்	-	சோர நாயகன்
கள்ளப் பூட்டு	-	எளிதில் எவரும் திறக்க முடியாத தந்திரமான பூட்டு
கள்ளப் பூமி	-	பகைவரை அகப்படுத்த, உள்ளிடம் படுகுழியாய், மேலிடம் தரைபோல் அமைக்கப்பட்ட நிலம்.
கள்ளப் பேச்சு	-	வஞ்சகச் சொல்
கள்ளம் பண்ணுதல்	-	1. வேலை செய்யாமல் திருட்டுத்தனம் செய்தல் 2. வேலை செய்யச் சோம்புதல் வேலைக்கள்ளன் - நாஞ்சில் வழக்கு 3. வஞ்சகம் செய்தல்
கள்ள மடை	-	ஒரு வயலில் இருந்து, பள்ளத்தில் இருக்கும் பக்கத்து வயலுக்குப் போடு வைத்து வெள்ளம் பாய்ச்சும் மடை.
கள்ள மயிர்	-	பொய் மயிர்
கள்ள மாடு	-	1. பட்டி மாடு 2. சண்டி மாடு 3. திருடப்பட்ட மாடு
கள்ள மார்க்கம்	-	1. இரகசிய வழி 2. போலிச் சமயம்
கள்ள முத்திரை	-	போலி முத்திரை
கள்ளர் தடி	-	கள்ளர் எறியும் வளை தடி
கள்ளர் பற்று	-	கள்ளர் வசிக்கும் ஊர்
கள்ளல்	-	திருடுதல்
கள்ள வழி	-	திருட்டுப் பாதை

கள்ள அறை	-	1. பிறர் அறியமுடியாதபடி அமைக்கப்பட்ட அறை 2. பெட்டியில் பிறர் அறிய முடியாதபடி அமைக்கப்பட்ட அறை
கள்ள வாசல்	-	1. இரகசிய வழி 2. திட்டி வாசல்
கள்ள ஆசாரம்	-	பொய்யொழுக்கம்
கள்ள விலை	-	1. அற்ப விலை 2. திருடிய பொருள்களுக்குக் கொடுக்கும் விலை
கள்ள வெட்டு	-	கள்ளத்தனம் (யாழ்ப்பாண அகராதி)
கள்ள வேடம்	-	வஞ்சிக்கும் பொருட்டு மேற்கொண்ட மாறுகோலம்
கள்ளாதாரம்	-	கள்ள+ஆதாரம். பொய்யாக உண்டாக்கிய பத்திரம்.

கள்ளம் எனும் சொல்லுக்குப் பேரகராதி தரும் முதற்பொருள் வஞ்சனை. திருக்குறள் காமத்துப்பாலில் பசப்புறு பருவரல் அதிகாரத்தின் குறள் ஒன்று -

"உள்ளுவன் மன் யான் உரைப்பது அவர் திறமால்
கள்ளம் பிறவோ பசப்பு"

என்கிறது. 'அவரையே நினைத்திருந்தேன். அவர் திறமே உரைக்கவும் செய்கின்றேன். பிறகேன் என் மேல் பசலை படர்கிறது? வஞ்சனையாலா, வேறு காரணத்தாலா?' என்பது பொருள்.

கள்ளம் எனும் சொல்லுக்குத் தரப்பட்டுள்ள இரண்டாவது பொருள் பொய். திருஆரூர் பதிகத்தில் திருஞான சம்பந்தர், 'கள்ள நெஞ்ச வஞ்சகக் கருத்தை' என்பார்.

கள்ளம் எனும் சொல்லுக்குக் களவு என்று நேரடியாகப் பொருள் சொல்கிறது சூடாமணி நிகண்டு. குற்றம் என்றும் ஒரு பொருள் உண்டு. ஐந்தாவது பொருள் அவிச்சை, Spritual Ignorance. ஆறாவது பொருள் புண்ணில் மறைந்திருக்கும் கசடு. ஏழாவது பொருள் பாதகம்.

கள்ளம் சார்ந்த மேலும் சில சொற்களும் பொருளும்.

கள்ளழகர்	-	அழகர் மலைத் திருமால்
கள்ளன்	-	1. திருடன் 2. வஞ்சகன் 3. கள்ளர் இனம்
கள்ளி	-	1. திருடி 2. கள்ளர் குலப் பெண் 3. வேலை செய்யாது உழப்புபவள் ‘வேலைக் கள்ளிக்குப் பிள்ளை சாக்கு’ என்பதோர் சொலவம்.
களவாணி	-	இருபாலருக்கும் ஆன பொதுச் சொல். திருடன் அல்லது திருடி.
கள்ளக் காக்கை	-	செம்போத்து, செம்பகம் எனும் பறவை. காகத்தை விடச் சற்றுப் பெரியது. கருடனை விடச் சிறியது. கருப்பு, சாம்பல், அரக்கு நிறக்கலவை.
கள்ளிக் குருவி	-	பன்றிக்குருவி

சென்னைப் பல்கலைக்கழகத்து லெக்சிகன் மேலும் சில சொற்கள் தரும். கள்தல் என்றொரு சொல் பட்டியலிடப்பட்டுள்ளது. கள்தல் - கள்+தல் = கட்டல். கட்டல் என்பது இன்று மலையாளத்தில் திருட்டைக் குறிக்கும் சொல். ‘கட்டோண்டு போயி’ என்றார் திருடிக் கொண்டு போனான் / போனாள் என்று பொருள்.

சமீபகாலமாக மலையாளத்தில் ஒரு பாடல் பிரபலமாயிற்று.

‘‘என்ற அம்மையுட ஜிமிக்கி கம்மல்
என்ற அப்பன் கட்டோண்டு போயி
என்ற அன்பன்ர பிராண்டிக் குப்பி
என்ற அம்மை குடிச்சுத் தீர்த்து’’

என்பது முதல் பத்தி. என் அம்மாவின் ஜிமிக்கியையும் கம்மலையும் என் தகப்பன் திருடிக்கொண்டு போனான். விற்ற அந்தக் காசில் வாங்கிய பிராந்திக் குப்பியை என் அம்மை குடித்துத் தீர்த்தாள் என்பது சாராம்சம். இந்தப் பாடல் வரிகளில் எனது பார்வை ‘கட்டோண்டு போயி’ எனும் சொற்றொடரில். பொருள் திருடிக்கொண்டு போனான் என்பது. அதாவது

கட்டுக் கொண்டு போயி. இவண் மலையாளத்தில் கட்டல் எனில் திருடுதல். கட்டல் எனும் தமிழ்ச்சொல் மலையாளத்தில் புழங்கும் விதம் வியப்பளிப்பது.

மோசணம் எனில் மலையாளத்தில் திருட்டு. மோட்டிச்சு எனில் திருடப்பட்டது என்பது பொருள். மோட்டிச்சு போயி எனில் கட்டோண்டு போயி, களவாண்டு போயி. 'கள்ளம் பறையாதே' என்றால் பொய் கூறாதே என்பது பொருள். 'கள்ள இபிலீசின்ற மோனே' என்பதோர் வசவு. வஞ்சகப் பிசாசின் மகன் என்று பொருள்.

கள்தல் எனும் சொல்லுக்கு லெக்சிகன் தரும் பொருள்:
1. கட்டல் (மலையாளம்)
2. களை பிடுங்குதல். To weed out.

திருக்குறள் பொருட்பாலில் உழவு அதிகாரத்தின் குறள் -

"ஏரினும் நன்றால் எருவிடுதல் கட்டபின்
நீரினும் நன்று அதன் காப்பு"

என்று பேசுவதன் பொருள் - ஏர் உழுதல், எரு விடுதல், களைபறித்தல், தண்ணீர் பாய்ச்சுதல், காவல் காத்தல் ஆகிய செயல்கள் உழவுத் தொழிலில் ஒன்றைவிட ஒன்று சிறந்ததாகும் - என்பது.

3. பறித்தல் (சூடாமணி நிகண்டு) To Pluck.
4. திருடுதல்.

சிலப்பதிகாரத்தில், புகார் காண்டத்தில், இந்திர விழா ஊரெடுத்த காதையில் -

'கடைமுக வாயிலும் கருந்தாழ்க் காவலும்
உடையோர் காவலும் ஒரீஇய வாகிக்
கட்போர் உளரெனில் கடுப்பத் தலையேற்றிக்
கொட்பினல்லது கொடுத்த லீயாது
உள்ளுநர்ப் பனிக்கும் வெள்ளிடை மன்றமும்'

என்று வெள்ளிடை மன்றம் பற்றிப் பாடுகிறார் இளங்கோவடிகள். இங்கு கட்போர் எனில் களவு செய்பவர் என்று பொருள்.

5. வஞ்சித்தல். To deceive.

கள் எனும் சொல்லின் பொருள் களவு என்கிறது சூடாமணி நிகண்டு. கள்வன் என்றால் யானை என்றும் பொருள் தரும் பிங்கல நிகண்டு. கள்வம் என்றால் திருட்டுச் செயல். நாலாயிரத் திவ்யப் பிரபந்தத்தில், நம்மாழ்வார் அருளிய திருவாய்மொழியில், ஒன்பதாம் பத்தின் ஆறாம் பிரிவான 'உருகுமால்' பகுதியின் ஐந்தாம்பாடல் -

'திருவருள் செய்பவன் போல் என்னுள் புகுந்து
உருவமும் ஆருயிரும் உடனே உண்டான்
திருவளர் சோலைத் தென்காட்கரை என்னப்பன்
கருவளர் மேனி என் கண்ணன் கள்வங்களே'

என்று பேசும். இங்கு கள்வங்களே என்றால் திருட்டுச் செயல்களே என்பது பொருள்.

கள்வன் எனும் சொல்லுக்கும் ஆறு பொருள் உண்டு.

1. திருடன்

திருஞான சம்பந்தர் தேவாரம், முதலாம் திருமுறை, திருத்தலம் - திருப் பிரம்மபுரம், நட்டபாடைப் பண்ணில் அமைந்த பாடல், பலரும் அறிந்தது, பின்வருமாறு:

'தோடுடைய செவியன்விடையேறி ஓர் தூவெண் மதிசூடிக்
காடுடைய சுடலைப் பொடிபூசி என் உள்ளங் கவர் கள்வன்
ஏடுடைய மலரான் முனைநாள் பணிந்தேத்த அருள்செய்த
பீடுடைய பிரமாபுரம் மேவிய பெம்மான் இவனன்றே'

இது முழுப்பாடல். இங்கு கள்வன் என்பதற்குத் திருடன் என்றே உரை எழுதுகிறார்கள்.

2. கரியவன் (பிங்கல நிகண்டு)
3. Mediator. நடுச் சொல்வோன் (பிங்கல நிகண்டு)
4. Lungoor. முசு (பிங்கல நிகண்டு)
5. நண்டு

எட்டுத்தொகை நூல்களில் ஒன்று ஐங்குறுநூறு, ஐந்நூறு பாடல்கள். மருதத் திணை - ஓரம் போகியார், நெய்தல் திணை - அம்மூவனார், குறிஞ்சித் திணை - கபிலர், பாலைத்திணை - ஓதலாந்தையார், முல்லைத்திணை - பேயனார் என ஐந்து புலவர்கள் பாடியது.

இவற்றுள் மருதத் திணையின் 21ஆம் பாடல் முதல் 30ஆம் பாடல் வரை கள்வன் பத்து என்றழைக்கப்படும். உரையாசிரியர், பெருமழைப் புலவர் பொ.வே. சோம சுந்தரனார் குறிப்பிடுவதாவது - ‘அஃதாவது, கள்வன் என்னும் சொல் பாடல் தோறும் பயின்றுவரும் பத்துச் செய்யுளின் தொகுதி என்றவாறு. கள்வன் - நண்டு ; நண்டு மருதக் கருப்பொருள்.

6. Cancer. கர்க்கடகம் (திவாகர நிகண்டு)

சங்க இலக்கியங்கள் மிகப்பரவலாக கள்வன், கள்வரை, கள்வர், கள்வனால், கள்வனை, கள்வி, கள்வியை, கள்ளர் எனும் சொற்களை ஆண்டுள்ளன.

குறுந்தொகையில் பாலை பாடிய பெருங்கடுங்கோ பாடல் -

‘உள்ளார் கொல்லோ தோழி! கள்வர்
பொன் புனை பகழி செப்பம் கொண்மார்,
உகிர் நுதி புரட்டும் ஓசை போலச்
செங்காற் பல்லி தன் துணை பயிரும்
அங்காற் கள்ளி அம் காடு இறந்தோரே!’

என்று பேசும்.

தோழி! வழிப்பறி செய்யும் ஆறலைக் கள்வர், இரும்பால் செய்த தமது அம்பைத் தீட்டி கூர்மை பரிசோதிப்பதற்கு நகத்தின் நுனியில் வைத்துப் புரட்டுவார்கள். அப்போது எழும் ஓசை போன்று, செங்கால் பல்லி தன் துணையான பெண்பல்லியை அழைக்க ஓசை எழுப்பும். அழகிய அடித்தூரைக் கொண்ட கள்ளிகள் சூழ்ந்த காட்டைக் கடந்து செல்லும் தலைவன், பல்லி எழுப்பும் ஓசையைக் கேட்டால் நம்மை நினைக்க மாட்டாரா! - என்பது பாடலின் பொருள். ஆக இங்கு கள்வர் என்றால் திருடர்.

நற்றிணையில் முதுகூத்தனார் பாடல், ‘கள்வர் போலக் கொடியன் மாதோ’ என்னும். அகநானூற்றில் கயமனார் பாடல், ‘அந்தக் கள்வர் ஆ தொழு அறுத்தென’ என்று பேசும். வேறு வழியற்ற திருடர்கள் பசுக்களைத் தொழுவில் இருந்து திருடிச் சென்றதைப் போன்று என்பது பொருள். அகநானூற்றில் பரணர் பாடல், ‘கடி இலம் புகூஉம் கள்வன் போல’ என்று உவமை கூறும். காவலுடைய இல்லத்தில் புகும் திருடன் போலத் தனது காலடி ஓசை கேட்காமல், அஞ்சி பையப்பைய நடந்து செல்லும் திருடன் போல - என்பது பொருள்.

குறுந்தொகையில் கபிலர் பாடல், குறிஞ்சித் திணை

‘‘யாரும் இல்லை; தானே கள்வன்;
தான் அது பொய்ப்பின், யான் எவன் செய்கோ?
தினைத் தாள் அன்ன சிறு பசுங்கால்
ஒழுகு நீர் ஆரல் பார்க்கும்
குருகும் உண்டு, தான் மணந்த ஞான்றே’’

என்பது முழுப்பாடல்.

தலைவன் என்னுடன் களவு மணம் செய்த நேரத்தில் எவரும் சாட்சி இல்லை. கள்வனாகிய அவன் மட்டுமே இருந்தான். அவன் பொய்யுரைத்தால் என்னால் ஏது செய்யக் கூடும்? என்னுடன் அவன் கலவி செய்தபோது தினைச் செடியின் தாள் போன்ற சிறிய பசிய கால்களை உடைய குருகு மட்டுமே ஒழுகும் ஓடை நீரில் ஆரல் மீனின் வரவு பார்த்திருந்தது - இது பொருள். இங்கு காமக் களவு செய்த திருடன் தலைவன்.

நற்றிணையில் கோண்மா நெடுங்கோட்டனார் பாடல் -

‘நள்ளென் கங்குல், கள்வன் போல
அகன் துறை ஊரனும் வந்தனன்’

என்று நீளும். நள்ளென்று ஒலிக்கும் யாமத்தில் கள்வனைப் போலக் கலவி செய்ய வந்தனன் அகன்ற நீர்த்துறையை உடைய தலைவன் - இது பொருள்.

கள்வி எனும் சொல்லைக் குறுந்தொகைப் பாடலில் கபிலர் பயன் படுத்தினார். 'இரண்டு அறி கள்வி நம் காதலோளே' என்பது பாடல் வரி. நம் காதலி இரண்டு விதமாகச் செயல்படும் கள்ளத்தனம் உடையவள் என்பது பொருள்.

திருக்குறள் களவு பேசுகிறது.

'களவினால் ஆகிய ஆக்கம் அளவிறந்தது
ஆவது போலக் கெடும்'

என்பது கள்ளாமை அதிகாரத்துக் குறள்.

பிறர் பொருளைக் கவர்ந்து, களவாண்டு, திருடி, மோட்டித்து உருவாக்கும் செல்வம் பெருகி வளர்வது போல் தோன்றும். ஆனால் விரைந்து அதே வேகத்தில் அழியும் என்கிறார் குறளாசான். கொடுங்கோன்மை அதிகாரத்துக் குறள் ஐயம் திரிபு அற ஆணியடித்தாற்போல் உரைக்கும் -

'அல்லற்பட்டு ஆற்றாது அழுத கண்ணீர் அன்றே
செல்வத்தைத் தேய்க்கும் படை'

என்று. திருவள்ளுவருக்குப் படம் வைத்தலோ, குறளைச் சுவரில் எழுதி வைப்பதோ, சிலை எடுப்பதோ புறத்தே காட்டும் நடலை. அகத்தே காவலன் காத்தல் வேண்டும்.

'வேலொடு நின்றான் இரு என்றது போலும்
கோலொடு நின்றான் இரவு'

என்பது அதே அதிகாரத்தின் குறள். மக்களிடம் எவ்விதத்திலேனும் பொருள் பறிக்கும் அரசன், கூர்வேல் கைக்கொண்டு கொள்ளைக்கு வருபவனைப் போன்றவன் - என்பது பொருள்.

கள்ளாமை என்ற சொல்லும் ஆள்கிறார் வள்ளுவர்.

'எள்ளாமை வேண்டுவான் என்பான் எனைத்தொன்றும்
கள்ளாமை காக்க தன் நெஞ்சு'

என்பது குறள். சமூகத்தால் இகழப்படாத வாழ்க்கையை விரும்புபவர் பிறர் பொருளை கவரக் கருதலாகாது என்பது பொருள். புறத்தே சமூக நீதியும் அகத்தே சமூக அநீதியுமாக இன்று வாழ்வாங்கு வாழ்கிறார்களே என்று என்னிடம் வினவிப் பயன் என்ன?

கள்ளத்தால் என்றும், களவின் கண் என்றும், களவறிந்தார் என்றும், களவல்ல என்றும், கள்வார்க்கு என்றும் சொற்கள் ஆண்ட குறட்பாக்கள் உண்டு.

நாலடியார் கள்ளம், கள்ளத்தால், கள்ளார் எனப் பேசுகிறது. திருவாசகத்தில் கள்வன், கள்வனே, கள்வனேனை, கள்ள, கள்ளத்து, கள்ளப்படாத, கள்ளமும், களவு எனும் சொற்கள் உண்டு. பெரியபுராணத்திலும் கள்வர், கள்வனேன், களவு போன்ற சொற்களைக் காணலாம்.

களவுக்கு இணையாக நாமின்று பயன்படுத்தும் சொல் திருட்டு. திருட்டு என்ற முன்னொட்டுக் கொண்ட அரசியல் வாசகம் ஒன்றுண்டு இன்று. அது நமக்கு வேலியில் போவதைப் பிடித்து வேட்டிக்குள் விடுவதைப் போன்றது. எனினும் பத்துப்பாட்டு எனப்படும் பத்து நூல்களும் எட்டுத்தொகை எனப்படும் எட்டு நூல்களும், சங்க இலக்கியங்கள், திருடன், திருட்டு, திருடி எனும் சொற்களை ஆளவில்லை.

திருக்குறளிலும் திருடன், திருட்டு, திருடி இல்லை. திருவாசகத்திலும் நாலடியாரிலும் இச்சொற்கள் இல்லை. ஏன் இல்லை என்பது பல்கலைக்கழக ஆய்வு மாணவர் கவலை. யாமோ நாயினம். பேரூரில் நொய்யல் நதி சிங்கிள் மால்ட் விஸ்கியாக ஓடினாலும் நக்கித்தான் குடிக்க இயலும்! என்றாலும் திருட்டு என்ற சொல்லுக்குக் கள்வன் என்று பிங்கல நிகண்டும் பொருள் உரைக்கும்.

திருடர், திருட்டு போன்ற சொற்களைப் பயன்படுத்திய இலக்கியச் சான்று ஏதும் மனப்பரப்பில் தென்படவில்லை. என்றாலும் பேரகராதியில் துழாய்ந்து நீராடியபோது சில சொற்கள் கிடைத்தன. அவற்றைத் தொகுத்துக் கீழே தருவேன்.

திருட்டு	-	1. Theft, Robbery. களவு (திவாகர நிகண்டு) 2. Fraud, Deception. வஞ்சகம்
திருட்டுக்கவி	-	1. Plagiarized Poem. சோர கவி. 2. A Poet who plagiarizes. பிறர் கவியைத் திருடி எழுதுகிறவன், பாடுகிறவன்.
திருட்டுச் சாவான்	-	Theivish rogue. கள்ளப் போக்கிரி

நாஞ்சில் நாடன்

திருட்டுடைமை	-	திருட்டுச் சொத்து அரசியல்வாதிகள் சேர்த்த செல்வம்.
திருட்டுப்பிள்ளை	-	சோரத்தில் பிறந்த பிள்ளை
திருட்டுப் போதல்	-	To be stolen. களவு போதல்
திருட்டுத்தனம்	-	1. Thieving. Slealthiness. கள்ளம் 2. Dishonesty. அயோக்கியத்தனம் 3. Craftiness. தந்திரம்
திருட்டு மட்டை	-	Thievish fellow. திருட்டுப்பயல்
திருட்டு வழி	-	1. கள்ள வாசல் 2. திட்டி வாசல்
திருடன்	-	1. கள்வன் 2. தந்திரக்காரன்
திருடா பத்தி	-	உண்மையான மனைவி (யாழ் அகராதி)
திருடி	-	1. திருடுபவள் 2. வஞ்சனைக்காரி
திருடுதல்	-	களவாடுதல்
திருடு	-	Theft, Robbery களவு

ஒருவேளை திருட்டு, திருடன் போன்றவை அயல்மொழிச் சொல்லாக இருக்கலாமோ என அயற்சொல் அகராதியில் தேடினேன். அயற்சொல் அகராதியில் அவ்வகைச் சொற்கள் இல்லை. எனவே இவை மாசு மறுவற்ற தமிழ்ச் சொற்கள் எனக் கொள்ளலாம். ஒருவேளை சில நூறு ஆண்டுகளுக்கு முன்பு தமிழில் சேர்ந்திருக்கலாம்.

களவுக்கு நிகரான பழந்தமிழ்ச் சொல் கரவு. 'இயல்வது கரவேல்' என்பது ஆத்திசூடி. 'கள்ளம் கரவு அறியாதவன்' என்பது மக்கள் வழக்கு. கரவு எனும் சொல்லுக்கு ஐந்து பொருள்.

1. Concealment. மறைத்தல்
2. Deceit. வஞ்சனை
3. Theft. களவு (திவாகர நிகண்டு)
4. False hood. பொய்
5. முதலை

என்பன அவை. கள்ளாமை அதிகாரத்துத் திருக்குறள் பேசும் -

'அளவறிந்தார் நெஞ்சத்து அறம்போல நிற்கும்
களவறிந்தார் நெஞ்சில் கரவு'

என்று. நெறியுடன் வாழ்வார் நெஞ்சத்தில் அறம் நிலைபெறும். களவு அறிந்தார் மனதில் வஞ்சகம் நிலைத்திருக்கும் - என்பது பொருள்.

கரவு எனும் சொற்பிறப்பில் மேலும் சில சொற்களைப் பேரகராதி தருகிறது.

கரவட நூல் - கரவடம் + நூல் களவைப் பற்றிக் கூறும் நூல். சமற்கிருத நூலின் தழுவல்.

கரவடம்	-	1. Act or practice of stealing. களவு (திவாகர நிகண்டு) 2. Deceit. வஞ்சகம்
கரவடர்	-	1. Thieves. திருடர் (திவாகர நிகண்டு) 2. Deceivers, Crafty persons. வஞ்சகர்
கரவர்	-	Thieves. கள்வர் (பிங்கல நிகண்டு) கரவு - கரத்தல் - கரவர்
கரவல்	-	Concealment, as of an article that should be given away. கொடாது மறைத்தல். கம்ப ராமாயணம், ஆரண்ய காண்டம், சடாயு காண் படலம் - தயரதன் இறப்பு கேட்டு அரற்றும் சடாயு: 'பரவல் அருங்கொடைக்கும், நின்தன் பனிக் குடைக்கும், பொறைக்கும், நெடும் பண்பு தோற்ற கரவல் அருங் கற்பகமும், உடு பதியும் கடல் இடமும், களித்து வாழ - புரவலர் தம் புரவலனே! பொய்ப்பகையே! மெய்க்கு அணியே! புகழின் வாழ்வே! - இரவலரும், நல் அறமும், யானும், இனி என்பட நீத்து ஏகினாயே?' என்பான்.
கரவாகம்	-	காகம். காக்கை. 'காகம் கரந்துண்ணும்' என்பது பாடல் வரி.

நாஞ்சில் நாடன்

சங்க இலக்கியம் பல பாடல்களில் கரவு பேசுகிறது. கரந்தானை என்கிறது கலித்தொகை. கரந்தான் என்றும் சொல்கிறது. கரப்பவன் என்றும், கரப்பன் என்றும், கரப்பென் என்றும், கரந்ததூ என்றும், கரந்தாங்கு என்றும், கரந்த என்றும், கரந்து என்றும் பேசுகிறது. கரந்து எனும் சொல்லை அகநானூறு, குறிஞ்சிப்பாட்டு, நற்றிணை, மதுரைக்காஞ்சி, மலைபடுகடாம் எனும் நூல்கள் ஆண்டுள்ளன.

கரப்ப எனும் சொல்லினை அகநானூறு, நற்றிணை, புறநானூறு, மதுரைக்காஞ்சி ஆண்டுள்ளன. கரப்பாடும் என்கிறது குறுந்தொகை. கரப்பார் என்கிறது பரிபாடல். கரப்பினும் எனப் பேசுகிறது புறநானூறு. கரவா என்கிறது பரிபாடல். கரவு என்னும் புறநானூறு. கரவாது என்கின்றன அகநானூறும் சிறுபாணாற்றுப்படையும் புறநானூறும். கரப்பு என்கின்றன நற்றிணை, புறநானூறு, பெரும்பாணாற்றுப்படை.

கரத்தல் அறிந்திருக்கின்றன அகநானூறும், நற்றிணையும். கரந்த எனும் சொல்லைப் பயன்படுத்தியுள்ளன அகநானூறு, நற்றிணை, பதிற்றுப்பத்து, பரிபாடல். கரந்தன்ன எனக் குறுந்தொகையும், கரந்தனம் என்று அகநானூறும், கரந்தார் என்று குறுந்தொகையும் பதிவு செய்துள்ளன.

கராஅம் என்றொரு சொல் கண்டேன். அகநானூறு, நற்றிணை, பட்டினப்பாலை, புறநானூறு ஆகிய நூல்கள் ஆண்டுள்ளன. அனைத்துப் பாடல்களிலும் கராஅம் என்றால் முதலை என்றே பொருள்.

கலித்தொகையில் முல்லைக்கலி பாடிய சோழன் நல்லுருத்திரன் - 'அரிமாவும் பரிமாவும் களிறும் கராமும்' என்பார்.

சிங்கமும் குதிரையும் யானையும் முதலையும் என்பது பொருள். கபிலரின் குறிஞ்சிப்பாட்டில், 'கொடுந்தாள் முதலையும் இடங்கரும் கராமும்' என்பார். இடங்கர், கராம் எனில் முதலையின் இனங்கள் எனப் பொருளுரைத்துள்ளனர்.

இன்று பொதுப்புத்தியில் பணமுதலைகள் போன்ற சொற்கள் செல்வாக்கில் உள்ளன. களவு செய்து, திருட்டுச் செயல் புரிந்து, கரவு செய்து, சேகரித்த காரணத்தால், கராம் - முதலை என்றார் போலும்.

எது எவ்வாறாயினும் களவு என்பது இன்று அங்கீகரிக்கப்பட்ட தொழிலாகிப் போனது போலும். அன்றேல் தலைவரும், அதிகாரியும், வணிகரும், கல்வித் தந்தையரும், மருத்துவத் தூதரும் செய்வதென்ன? அன்னாருக்கு ஓய்வூதியமும் அரசு வழங்கத்தானே செய்கிறது?

களவு கொடுத்தவனுக்கு இன்னல், துன்பம், வலி, இழப்பு. களவு எடுத்தவனுக்குக் கொண்டாட்டம், குதூகலம், செல்வாக்கு, பதவி, விழாக்கள், விருதுகள், விழுமியங்கள்.

ஒருவனிடம் களவு கொடுத்தாலும், கொடுத்தவன் வாய்ப்புக் கிடைக்கும்போது மற்றொருவனிடம் களவாடுகிறான். ஒருவரையொருவர் சுரண்டி, திருடி, வஞ்சித்து, கரந்து வாழும் சமூகமாகி விட்டோம் நாம்.

இன்றைய இந்த அவலத்தை எவரிடம் சென்றுரைப்போம்? சென்றுரைக்கப் போனால், உரைப்பதைக் கேட்பவரும் களவாணியாகத்தானே இருக்கிறார்.

விவிலிய வாசகம் ஒன்று நினைவுக்கு வருகிறது.

"God sent Noah the rainbow sign,
No more water, The Fire Next Time"

அதுவே நமது அச்சம்.

குடிமக்களில் பலருக்கும் இரத்தத்தில் களவும் கரந்து கட்டற்றுப் பாய்ந்தால் எவரிடம் சென்று முறையிடுவோம் யாம்?

சொல்வனம், சனவரி 2024

17

சாமியே சரணம்!

சில மாதங்கள் முன்பு ‘நெல் எது, களை எது ?’ என்றோர் கட்டுரை எழுதினேன். மொழிக்குள் அண்மைக் காலங்களில் ஆவேசமாகப் புழங்கும் செம, வாவ், காண்ட், வேற லெவல் போன்ற சொற்கள் குறித்து. வாசித்துப் பாராட்டிப் பல கருத்துகள் வந்தன. நண்பர் சிலர் மேலும் சில சொற்பிரயோகங்களை நினைவூட்டினர். அவற்றுள் சில சுவாரசியமானவை.

1. சான்சே இல்லை
2. அடிச்சுக்க முடியாது
3. டஃப் கொடுத்தல்
4. ஜொள் விடுதல்
5. கழுவிக் கழுவி ஊத்துதல்
6. அய்ய்ய்ய்ய்ய்யோ

என்பன அவற்றுள் அடங்கும். பத்துத் திருக்குறள் அறியாதிருப்பினும் பிழையில்லை. இவற்றை அறியாமல் தமிழ் கூறும் நல்லுலகில் எப்படி ‘குப்பை கொட்டுவது ?’

எனது கட்டுரையில் ரசிகாஸ், பக்தாஸ், பெரியவாஸ் என விளிப்பதை நையாண்டி செய்திருந்தேன். ஒரு ஒத்துத்தீர்ப்பாக போலீசார், கோர்ட்டார் எனும் சொற்களையும் சுட்டி இருந்தார்கள். அவை தமிழ்ப்படுத்தப்பட்ட ஆங்கிலச் சொற்கள். அவ்விதம் மொழிக்குள் ஆயிரக்கணக்கில் சொற்கள் உண்டு.

கற்றலுக்கு எல்லையும் வயது வரம்பும் பொருட்செலவும் இல்லை என்பதால் மேலும் சில சொற்களும் சொற்றொடர்களும் புத்தியுள் சென்று தங்கின. அவற்றுள் சில.

1. தத்துப்பித்து - அவனொரு தத்துப் பித்து. அவன் தத்துப்பித்துன்னு உளறுவான்
2. கெக்கபிக்க - என்னத்தை கெக்கேபிக்கேணு பேசுகான்? சும்மா கெக்கேபிக்கேணு உளறாதே!
3. பகபக - என் சிறுவயதில் வாசித்த வெகுசன எழுத்தாளர் பலரும், 'அவன் பகபகவென சிரித்தான்' என எழுதினார்கள்.
4. கபகப - தீ கபகபவெனப் பற்றிக் கொண்டது
5. தறதற - குழம்பு நல்லா தறதறண்ணு கொதிக்கணும்
6. தரதர - ரெண்டு அறை குடுத்துப் பயலைத் தரதரனு இழுத்துக்கிட்டு வந்தேன்.
7. தளதள - பொம்பிளை நல்லா தளதளனு இருப்பா! வென்னி தளதளணு கொதிக்கணும்
8. குய்யோ முறையோ - எங்கிட்ட வந்து குய்யோ முறையோண்ணு அழுதா
9. கொந்தாங் கொள்ளையா - சவத்தை வித்துத் தொலைக்கலாம்ணு பாத்தா கொந்தாங் கொள்ளையா கேக்கான்
10. நக்கா பிச்சா - அற்பமான எனும் பொருளில் வழங்கும் மராத்திய சொற்றொடர். மலையாளத்திலும் புழக்கம் உண்டு

11. அச்சுப் பிச்சு	-	இது நாஞ்சில் பிரயோகம் அல்ல. தஞ்சாவூர் வழக்கு எனலாம். 'அவனொரு அச்சுப் பிச்சு' என்று எழுதியதை வாசித்திருக்கிறேன்.
12. தட்டி முட்டி	-	தட்டி முட்டிப் பொறுக்கிக் காசு சேத்து அதை வாங்கினேன்.
13. தட்டு முட்டு	-	தட்டுமுட்டுச் சாமான்
14. மூசு மூசுண்ணு	-	உரல்லே நாலு உலக்கை போடுகதுக்கு முன்னாலேயே அவுளுக்கு மூசுமூசுண்ணு இளைக்கு! என்ன சொல்லீட்டேன்னு இப்பிடி மூசு மூசுண்ணு வாறா?
15. காச்சு மூச்சுண்ணு	-	சும்மா காச்சுமூச்சுண்ணு கத்தாதே!
16. அரக்கப் பரக்க	-	நேரமாச்சுண்ணு அரக்கப் பரக்க நாலுவாய் சோத்தை அள்ளிப் போட்டுக்கிட்டு வாறேன்.
17. அவதி அவதியா	-	நேரமாகிப் போச்சுதுண்ணு அவதி அவதியாப் பொறப்பட்டு வாறேன்
18. நெரி பிரி	-	ரேஷன் கடையிலே சினிமாத் தியேட்டர் போலக் கூட்டம் நெரிபிரியாக் கெடக்கு...
19. அரி பரி	-	இது பம்பாய் பக்கத்துப் பிரயோகம். Hurry burry என்பர் ஆங்கிலத்தில். பதற்றமாக எனும் பொருள்.
20. பப்பர பரபரண்ணு	-	என்ன கெட்டுப் போச்சுண்ணு இப்பம் இப்பிடி பப்பரபரபரண்ணு வாற?
21. பெப்பரப்பே	-	அலங்க மலங்க, ஒன்றும் புரியாமல். அவனொரு பெப்பரப்பேல்லா? சும்மா பெப்பரப்பேண்ணு பாத்துக்கிட்டு நிக்காத என்னா?
22. ஏப்பிராசி	-	தெலுங்கு மூலம். பேதை எனும் பொருள்.

23. சன்னஞ் சன்னமா	-	கொஞ்சம் கொஞ்சமாக. சன்னஞ்சன்னமா நிலையைக் கரையான் அரிச்சிற்று. சன்னஞ்சன்னமா வாங்கின கடன் மலைபோல சேந்திற்று.
24. பையப் பைய	-	மெது மெதுவாக. பையப் பைய பாத்துப் போ என்னா! 'பையவே வந்து பாண்டியர்க்காக ஏகி' - திருஞானசம்பந்தர்
25. அயிஸ்தே அயிஸ்தே	-	மெதுவாக எனும் பொருளில் பம்பாய்ப் பிரயோகம்
26. துக்கடா துக்கடா	-	துண்டு துண்டாக. துக்கடா துக்கடாவா வெட்டிப் போட்டிருவேன்
27. நச்சாம் பிச்சாம்	-	மலையாள வழக்கு. எதாம் நச்சாம்பிச்சாம் கொடுத்து அனுப்பு அவனை. சில்லறையான, அற்பமான என்று பொருள்.

இதுபோல் இன்னும் நூற்றுக்கணக்கான பிரயோகங்கள் மொழிக்குள் இருக்கக்கூடும். ''அவுனுக்கு படிப்பு வாயனையே இல்லே!'' என்பார்கள் எங்கள் பக்கம். வாஸ்னா எனும் வடசொல்லின் தமிழாக்கம் வாசனை. சில சமயங்களில் தமிழில் 'ச' எனும் எழுத்து 'ய' ஆகும். அவ்விதம் வாசனை, வாயனை ஆயிற்று. மேலும் சில எடுத்துக்காட்டுகள்.

குசவன்	-	குயவன்
கசம்	-	கயம்
நேசம்	-	நேயம்
தேசம்	-	தேயம்
கசவாளி	-	கயவாளி
ஆகாசம்	-	ஆகாயம்
பங்கசம்	-	பங்கயம்

தேடினால் மேலும் பல கிடைக்கும்.

வாயனை, வாசனை என்றால் வாசிப்பு என்று பொருள். வாசனை எனும் சொல்லுக்கு நிகரான தமிழ்ச் சொற்கள், வேறுபடு பொருளில், மணம் - வெறி - நாற்றம் என்பன. நாற்றம் எனும் சொல்லை துர்நாற்றம், துர்மணம், துர்வாசனை எனும் பொருளில் மட்டுமே ஆள்கிறான் தமிழன் இன்று. 'கருப்பூரம் நாறுமோ, கமலப்பூ நாறுமோ?' என்பது ஆண்டாளின் நாச்சியார் திருமொழிப் பாடல் வரி. ஓய்வாக நாற்றம் எனும் சொல்குறித்து தனித்த கட்டுரை எழுதலாம்.

அஃதேபோல் ஏமான் என்ற பதமும். எஜமான் எனும் வடசொற் பிறப்பு. எஜமானன், எசமானன், எசமான், ஏமான் என்பன. எசமான் எனும் சொல் சமற்கிருதப் பிறப்பு என்றும், பொருள் - தலைவன், முதலாளி, முதல்வன், வேள்வித் தலைவன், மேலோன் என்றும் உரைக்கிறது அயற்சொல் அகராதி. எசமானி எனில் தலைவியும் ஆம்.

பேரகராதி எசமான் என்றால் எசமானன் என்றும் வேள்வித் தலைவன் என்றும், தலைவன் என்றும், கணவன் என்றும் பொருள் தருகிறது. சில ஒப்பாரிப் பாடல்களில் கணவனை இழந்த பெண்டிர் 'என் எசமானே!' என்று பாடுவார்கள். எசமானத்துவம் என்றால் தலைமை.

பேரகராதி இயமான் எனும் சொல் எஜமான் எனும் வடசொற் பிறப்பு என்கிறது. இயமான கணம் எனில் இந்திர கணம். இயமானன் எனில் யாகத் தலைவன், ஆன்மா, Life, Soul என்கிறது.

காரைக்கால் அம்மை, பதினோராம் திருமுறையின் அற்புதத் திருவந்தாதியின் இருபத்தோராவது பாடலில் இயமானன் எனும் சொல் ஆள்கிறார், இறைவன் எனும் பொருளில்.

''அவனே இரு சுடர் தீ ஆகாசம் ஆவான்
அவனே புவி புனல் காற்றாவான் - அவனே
இயமானனாய் அட்ட மூர்த்தியுமாய் ஞான
மயனாகி நின்றானும் வந்து''

என்பது அம்மையின் வெண்பா. அவனே சந்திர சூரியர் எனும் இருசுடர். தீ, ஆகாயம், புவி, நீர், காற்று, இயமானன், அட்டமூர்த்தி, ஞானமயன் என்பது பொருள்.

திருநாவுக்கரசரும் தேவாரம் ஆறாம் திருமுறையில், பொது நின்ற திருத்தாண்டகம் பகுதியில் வரும் பாடலில் இயமானன் எனும் சொல்லைப் பயன்படுத்துகிறார் -

"இரு நிலனாய்த் தீயாகி நீருமாகி இயமானனாய்
    எறியும் காற்றுமாகி
அரு நிலைய திங்களாய் ஞாயிறாகி ஆகாசமாய்
    அட்ட மூர்த்தி ஆகிப்
பெருநலமும் குற்றமும் பெண்ணும் ஆணும்
    பிறருருவும் தம்முருவும் தாமேயாகி
நெரு நலையாய் இன்றாகி நாளையாகி
    நிமிர்பொன் சடையடிகள் நின்றவாறே!"

என்ற பாடலில்.

இரு நிலம், தீ, நீர், இயமானன், எறியும் காற்று அருநிலையத் திங்கள், ஞாயிறு, ஆகாயம், அட்ட மூர்த்தம், பெரு நலம், குற்றம், பெண், ஆண், பிற உருவம், தம் உருவம், நேற்று, இன்று, நாளை என எல்லாமாகி நின்றான் நிமிர்ந்த பொன் நிறச் சடைமுடிகள் உடையவன் - என்பது பொருள்.

மாணிக்கவாசகர் சிவபுராணத்தில்,

"வெய்யாய், தணியாய், இயமானனாய் விமலா
பொய் ஆயின எல்லாம் போய் அகல வந்தருளி
மெய்ஞ் ஞானம் ஆகி மிளிர்கின்ற மெய்ச் சுடரே!"

என்பார்.

நானறிய கம்பன் இயமானன் எனும் சொல் ஆண்டானில்லை. ஆனால் இயமானன் எனும் சொல் தரும் பொருளாகிய தலைவர் ஆள்கிறான். கம்பராமாயணத்தில், பாயிரம் பகுதியில், கடவுள் வாழ்த்தான முதற்பாடல் - 1/10,368 - கீழ் வருமாறு:

"உலகம் யாவையும் தாம் உளவாக்கலும்,
நிலை பெறுத்தலும், நீக்கலும், நீங்கலா
அலகு இலா விளையாட்டு உடையார், அவர்
தலைவர்; அன்னவர்க்கே சரண் நாங்களே!"

இங்கு தலைவர் என்றால் இறைவர். எட்டாம் வகுப்பில் (1960-1961) பயிலும்போது வகுப்பாசிரியரும் தமிழாசிரியருமான எங்கோடிச் செட்டியார் நடத்திய மனப்பாடச் செய்யுள் இது. எந்த சமயத் தலைவரின் பெயரும் குறிப்பிடப் பெறாத இறை வணக்கப் பாடல் இது.

சநாதனிகளும், கடவுள் மறுப்பாளரும், நாத்திகரும், முற்போக்குவாதி களும், சமூக நீதிக்காரர்களும், அரசியல் கட்சி சார்புடையவரை இன்று தலைவர் எனும் சொல்லில் கடவுளைத்தானே காண்கிறார்கள் என்று நீங்கள் வினவுவது எனக்கும் கேட்கிறது. மலையாளத்தில் ஒரு பழமொழியுண்டு! 'பூச்சைக்கு எந்து காரியம், பொன்னுருக்குந்த இடத்து?' என்று. பூச்சை, பூசை என்றால் பூனை. பூச்சை எனும் சொல்லை மனோன்மணியம் சுந்தரம்பிள்ளையும், நாஞ்சில் நாடனும், பூசை எனும் சொல்லைக் கம்பனும் ஆண்டுள்ளார் பூனை எனும் பொருளில். பழமொழியின் பொருள், பொன்னை உருக்குகின்ற இடத்தில் பூனைக்கு என்ன வேலை? என்பது. நான் சொல்ல வருவது இயமானனாகிய தலைவனைப் பேசும் இடத்தில் மேற்படியான்களை எதற்காகப் பேசவேண்டும் என்பதைக் குறித்து.

எஜமான் - எஜமானன் - எசமான் - ஏமான் - இயமான் போன்ற சொற்களுக்கான மாற்றுச் சொல் இன்று சார் எனும் விளிச்சொல். இது Sir எனும் ஆங்கிலச் சொற் பிறப்பு. அகராதிகள் Sir எனும் சொல்லுக்குத் தரும் பொருள்.

1. It is an acronym for slave I remain. அதாவது Slave I remain ஆகிய சொற்களின் முதல் எழுத்துக்களைக் கொண்டு உருவாக்கப்பட்ட சொல் தமிழில் சொன்னால் 'உங்கள் அடிமையாகிய நான்' என்பதாகும். அங்ஙனம் இல்லை Sir எனும் சொல் என்பாரும் உளர்.
2. Sire - Respectful form of address for same one of a high status, particularly a king. Rarely used any more. An archaic term.

Sir எனும் சொல்லை நாம் தமிழில் சார் என்று எழுதினோம். கர்பர் பாஷா யோஜ்னாவின் கீழ் இன்று தமிழில் சிலர் சமீபகாலமாக ஸார் என்று எழுதுகிறார்கள். ஆனால் Sir எனும் சொல்லை வெற்றிகரமாக ஐயா என்ற

சொல்லுக்கு மாற்றிப் பயன்படுத்துகிறார்கள் பலரும். ஐ என்பது குறிக்கும் பல பொருள்களில் ஒன்று தலைவன். எடுத்துக்காட்டு, படைச் செருக்கு அதிகாரத்துத் திருக்குறள்.

'என்னைமுன் னில்லன்மின் றெவ்விர் பலரென்னை
முன்னின்று கன்னின் றவர்'

சீர் பிரித்து எழுதுவது நன்று.

'என்ஐ முன் நில்லன்மின் தெவ்விர் பலர் என் ஐ
முன் நின்று கல் நின்றவர்'

அரும் பொருட்கள்: ஐ - தலைவன், நில்லன்மின் - நில்லாதீர், தெவ்விர் - பகைவர்களே, கல் - நடுகல்.

பொருள் சொன்னால், என் தலைவன் முன் போர் புரிய நில்லாதீர்கள் பகைவர்களே! பலர் என் தலைவன் முன்பு போரிட நின்று இன்று நடுகற்களாக நின்று கொண்டிருக்கிறார்கள், என்று வரும்.

ஐ எனும் ஒன்பதாம் தமிழ் உயிர் எழுத்து, குறிலாகவும் நெடிலாகவும் பயன் தரும். ஐ எனும் ஓர் எழுத்து ஒரு சொல்லும் ஆகும். ஐ எனும் சொல்லுக்கான பொருள்கள் - பறவை, வியப்பு, அழகு, மென்மை, நுண்மை, கோழை, கப வியாதி, ஐந்தாம் இசையின் எழுத்து, தலைவன், கணவன், அரசன், ஆசான், பிதா, பாசாணம் என்பன. ஐயன் என்றால் முனிவன், ஆசான், பார்ப்பான், தந்தை, உயர்ந்தோன், எசமானன், அரசன், ஐயனார். ஐயை எனில் பார்வதி, துர்க்கை, காளி, தவப்பெண், குருபத்தினி, தலைவி, மகள். ஆனால் சிலர் இன்று ஐ என்ற எழுத்துக்கும் ஜ என்ற எழுத்துக்கும் வேறுபாடு அறியார்.

சொல் தாரித்திரியம் தமிழுக்கு இல்லை. Sir, எசமான் என்பது போல் தமிழில் மற்றொரு விளிச்சொல் சாமி. வடமொழியில் ஸ்வாமி, ஸ்வாமி ஜி என்பர். தமிழில் சுவாமி என்றாலும் பிழையில்லை.

சாமி எனும் சொல் பிராகிருத மொழிச் சொல் என்றும், பொருள் 1. உடையான், 2. கடவுள், 3. முருகன், 4. தலைவன், 5. குரு, 6. மூத்தோர்

என்றும் உரைக்கிறது அயற்சொல் அகராதி. அதுவே சாமி எனும் சொல் சமற்கிருதப் பிறப்பு என்றும், ஸ்வாமினி எனில் தலைவி என்றும் பொருள் சொல்கிறது.

சாமி தொடர்பான பிற சொற்கள்:

1. சாமிநாதன் - பிராகிருதம் + சமற்கிருதம் + தமிழ்
   இறைநம்பி, இறைக் குருவன்

2. சாமியம் - சமற்கிருதம்
   ஊண், உணவு

3. சாமியாடி - பிராகிருதம் + தமிழ்
   தெய்வமேறி, மருளாடி, சாமி கொண்டாடி

4. சாமீகரம் - சமற்கிருதம். பொன்

கொங்கு நாட்டின் பரிவான விளி சாமி. குழந்தைகளையும், சிறுவரையும், அன்பு பாராட்டுபவர்களையும் விளிக்கும் சொல் அது. சந்தையில் காட்டுக்கீரை விற்கும் ஆத்தாக்கிழவி என்னையும் ‘ஏஞ்சாமி’ என்பார்.

‘சாமி சத்தியமா’, ‘சாமி கும்பிடணும்’, ‘சாமி பேரைச் சொல்லி’, ‘சாமி குத்தம்’, ‘சாமி புறப்பாடு’, ‘எஞ் சாமியில்லா’, ‘சாமி கொண்டாடி’, ‘சாமியாம் சாமி... சாமி ஒரு மயிரையும் புடுங்காது’ - என்பன அன்றாடம் கேட்கும் சொற்றொடர்கள். நமக்கு ‘சார்’ என்ற சொல் சமூக நீதி, ‘சாமி’ என்றால் சமூக ஒடுக்குமுறை.

எசமான் போன்ற மற்றொரு சொல்லே நயினார், நாச்சியார் என்பன. ஆண்டாளைக் கோதை நாச்சியார் என்றும் அவர் பாடிய பாடல்களை நாச்சியார் திருமொழி என்றும் சொல்கிறோம். வேலு நாச்சியார் எனும் வீரமங்கையையும் அறிவோம். செட்டிநாட்டுப் பெண்பாற் பெயர்களில் ஒன்று நாச்சியார். எனது சிறுவயதில் இனக்குழு எல்லைகள் கடந்த ஆண்பாற் பெயர் நயினார்.

‘பரதேசி’ படத்துக்கு வசனம் எழுதியபோது ‘நாயன்மாரே’ எனும் விளிச்சொல் பயன்படுத்தினேன். ‘நாயனே’ என்றும் விளித்தனர். சிவனடியார்களை நாயன்மார்கள் என்றோம்.

எசமானர்களைக் குறித்து மொழிக்குள் வழங்கப்பெறும் பிற சொற்கள் முதலாளி, பண்ணையார், ஆண்டை, பண்ணாடி, மூத்தபிள்ளை, அங்கத்தை என்பன.

வட மாநிலத்தவர் ஸாகேப்/சாகேப் எனும் சொல்லைத் திரித்து சாப் என்றனர். கேட்டிருக்கக் கூடும் மேம் சாப், பாய் சாப், தாதா சாப் என. அதுவும் சார், ஐயா, எசமான் எனும் பொருள்தான்.

சாகிப் என்பது அரபிச் சொல். தோழன் என்று பொருள். சாகியம், Sakhya என்றால் நட்பு. சமற்கிருதப் பிறப்பு. சகா என்றாலும் சமற்கிருதமே! பொருள் தோழர் என்பதுவே. 'சகாவு' என்னும் மலையாளம். 'சகாக்களே முன்னோட்டு' என்பதோர் அரசியல் கோஷம் அங்கு. இன்று தமிழ்நாட்டில் வடநாட்டுப் புலம் பெயர்ந்த தொழிலாளர்கள் சர்வ சாதாரணமாக - மன்னிக்கவும், ஸர்வ ஸாதாரணமாக - பயன்படுத்தும் சொல் சாப். வடநாட்டு வணிகரை சேட்டு என்றும் சேட்டான் என்றும் நாம் குறிப்பிட்டோம்.

பெயருக்குப் பின் ஜீ சேர்த்துக் கொள்வதும் மரியாதையான விளியே. அவர்கள், அவர்களே, என்கிறோம் அல்லவா? இன்று கர்பர் பாஷா யோஜ்னா எனும் திட்டத்தின் கூறாக ஜீ பயன்பாடு அதிகரித்து வருகிறது. பஜ்ஜியைக் கூட பஜ்ஜீ என்கிறார்கள்.

இறைவனை, பண்பாட்டை, மரபை, கலை இலக்கியங்களை, ஆன்மீகத்தை, மருத்துவத்தை, கல்வியை, நல்லொழுக்கங்களை விடத் தமிழன் மதித்துத் தொழுது புல்லரித்து பரவசப்பட்டு நிற்பது சினிமாவை. அதிலிருந்து அவன் இயமானனுக்கு இணையான சொற்களையும் பெறுகிறான் - புரட்சி, திலகம், தலைவர், தல, கேப்டன், தளபதி, பாஸ் என.

பிரபு, ராஜா, சுல்தான் போன்ற சொற்களும் எசமானுக்கு இணையானவைதாம். அதிகாரம் உடையவரை மிஸ்டர் என்ற முன்னெட்டுப் போட்டு எழுதினர், அழைத்தனர். மிஸ்டர் பிரசிடென்ட், மிஸ்டர் பிரைம் மினிஸ்டர் என்று. அதை நீட்சி செய்து இன்று நீவிர் மிஸ்டர் எம்.எல்.ஏ., மிஸ்டர் கவுன்சிலர் என்று அழைத்துவிட்டு வீடுபோய்ச் சேர மாட்டீர்! மாண்புமிகு என்பது பொருத்தமான தகுதியான முன்னொட்டு. ஆனால் மாண்பு என்பதன் பொருள் என்ன என்பது மில்லியன் டாலர் கேள்வி!

நீதித்துறையில் மை லார்ட், யுவர் ஆனர் என்பர். தமிழ் சினிமா கனம் கோர்ட்டார் அவர்களே என்னும். தேர்தலில் நின்று வெற்றி பெறச் சாத்தியமற்ற சொந்தக் கட்சிக்காரர்களை ஆளுநர் ஆக்கிவிட்டால் அவர்களை 'யுவர் எக்சலென்சி' என விளிக்கக் கடன்பட்டுள்ளோம்.

திருக்குறளில், நாலடியாரில் சாமி இல்லை. சங்க இலக்கியங்களில் சாபம் உண்டு, சாமி இல்லை. திருவாசகமும் பெரிய புராணமும் சாமி பயன்படுத்தவில்லை.

தமிழுக்குப் பெருமை சேர்த்த உ.வே. சாமிநாதய்யர், பெரியசாமித் தூரன், ஔவை. துரைசாமிப் பிள்ளை, சாமிநாத சர்மா ஆகியோர் நாமங்களில் உள்ள சாமி நினைவுக்கு வருகிறது.

தாய்வீடு, பெப்ரவரி 2024

18

தாவளம், காகளம், பெகளம், கவளம், தப்பளம்

காகளம் என்றொரு சொல் கண்டேன் அண்மையில். தமிழ் இலக்கியத்தில் கருவிளம், கூவிளம் அறிவேன். தாவளம் எனும் சொல்லோ எமக்கு மிகவும் பரிச்சயமானது. நம்மில் சிலர் தாவளம் எனும் சொல் அறிந்திருக்க மாட்டோம். அவர்களின் வசதிக்காகத் தாவளம் எனும் சொல்லை வித்தாரமாகப் பேசலாம் முதலில்.

தாவளம் என்றால் Lodging, Place of Residence, தங்குமிடம் என உரைக்கின்றன அகராதிகள். வேண்டாத விருந்தாளிகள் வலிய வந்து வீட்டில் தங்கி இருந்தால், சலிப்புடன் நாஞ்சில் நாட்டில் சொல்வார்கள், "நம்ம வீட்டிலே வந்து தாவளம் போட்டுட்டா" என்றும், "இங்க வந்து தாவளம் அடிச்சிற்றா" என்றும். இங்கு தாவளம் போடுதல் என்றால் அநாவசியமாக ஒருவர் வீட்டில் தற்காலிகமாகத் தங்குதல் என்று பொருளாம்.

தாவளம் எனும் சொல் பத்துப்பாட்டு, எட்டுத்தொகை நூல்களில் இல்லை. திருக்குறள், நாலடியார், திருவாசகம், பெரியபுராணம் கையாளவில்லை. பேரகராதியில் கிடைத்த தாவளம் எனும் சொல் குறித்த தரவுகளைப் பட்டியலிடுவேன்.

தாவளத்தல்	-	To measure by striding. அடியால் தாவி அளத்தல். 'தாவளந்து உலக முற்றும்' - திவ்ய பெரியதிரு. 4,6,1. தரப்பட்டிருக்கும் பார்முலாத் தகவல் நமக்குத் தெளிவு தரவில்லை என்பதால் மேலும் தேடலாம். 'திவ்ய' எனில் நாலாயிரத் திவ்யப் பிரபந்தம். 'பெரிய திரு' என்றால் திருமங்கை ஆழ்வார் அருளிய பெரிய திருமொழி. மொத்தம் 1134 பாடல். 4,6,1. என்றால் நாலாம் பத்தில் 'தாவளந்து' என்று தலைப்பிடப்பட்ட ஆறாவது உபபிரிவு. 'திருநாங்கூர்க் காவளம்பாடி', அதில் ஒன்றாம் பாடல். எளிதாகச் சொன்னால் நாலாயிரத் திவ்யப் பிரபந்தத்தில் 1298-வது பாடல். முழுப்பாடலையும் தரலாம். பாடல் பாலை யாழ்ப்பண், தாளம் ஒன்பதொத்து. அதாவது மத்தியமாவதி இராகம், ரூபக தாளம். "தா அளந்து உலகம் முற்றும் தடமலர்ப் பொய்கை புக்கு நாவளம் நவின்று அங்கு ஏத்த நாகத்தின் நடுக்கம் தீர்த்தாய்! மாவளம் பெருகி மன்னும் மறையவர் வாழும் நாங்கைக் காவளம் பாடி மேய கண்ணனே! களைகண் நீயே'' இங்கு நாகம் என்றால் யானை என்று பொருள். அகராதி பகிர்ந்ததைப் போன்று, தா+ அளந்து = தாவளந்து.
தாவளக்காரர்	-	1. Traders from distant parts. தேசாந்தர வணிகர். 2. Those who keep Oxen for carrying burdens. பொதிமாட்டுக் காரன்.
தாவளம்	-	தாழ்வு+இடம், தாழும் இடம், தங்கும் இடம். 1. Lodging, Place of residence, தங்குமிடம். 2. Town or city of marutham tract. மருத நிலத்து ஊர் (பிங்கல நிகண்டு) 3. Support, Prop, பற்றுக் கோடு.
தாவளம் போடுதல்	-	To quartor oneself, unnecessarily in another's house. அநாவசியமாய் ஒருவர் வீட்டில் தங்கி விடுதல்.

தாவளியம் என்றொரு சொல் கண்டேன், அயற்சொல் அகராதியில். பேராசிரியர் அருளி ஐயா, தாவளியம் எனும் சொல் சமற்கிருத மூலம் என்றும், பொருள் வெண்மை என்றும் பதிவிட்டுள்ளார்.

தாவளி எனில் தாவணி என்றும், கம்பளம் என்றும் பொருள். தாவணி என்பது கால்நடைகளைக் கூட்டமாகத் தங்க வைக்கும் இடம் என்பது பொருள். மதுரையில் மாட்டுத் தாவணி என்பதோர் பிரதான பேருந்து நிலையம்.

கூகுளில் சற்றுத் தேடிப் பார்க்கலாம் என்று தோன்றியது. தாவளம் எனில் வணிகச் சந்தை எனப் பொருள் தரப்பட்டுள்ளது. கோயம்புத்தூர் அருகே வேலந்தாவளம் என்றோர் ஊருண்டு என்றும் அது யானை வணிகம் நடைபெற்ற இடம் என்றும் குறிப்புண்டு. ஆனால் எந்த அகராதியும் வேலம் எனும் சொல்லுக்கு யானை என்று பொருள் தரவில்லை. யாழ் அகராதி வேலம் என்றால் தோட்டம் என்கிறது. கருவேலம் அறிவோம். வேல் தாங்கியவன் வேலன்.

குதர்க்கமாகவும் யோசித்தது என் புத்தி. வேழம் எனில் யானை. கம்ப ராமாயணத்தில் அயோத்தியா காண்டத்தில், கங்கை காண் படலத்தில், குகன் 'வேழ நெடும்படை கண்டு விலங்கிடும் வில்லாளோ?' என்பான். ஒருவேளை வேழங்கள் தாவளம் கொள்ளும் இடம், வேழந்தாவளமாகித் திரிந்து வேலந்தாவளம் ஆகி இருக்கலாம் என்று. ஆனால் யானை வணிகம் எங்கும் நடைபெற்றதில்லை என்று மாற்றுக் கருத்து உரைக்கிறார் சி.ஆர். இளங்கோவன்.

எவ்வாறாயினும் தாவளம் என்றால் அங்காடி, சந்தை, வணிகம் நடக்கும் இடம் என்ற பொருள் இல்லை. ஓய்வுக்காக, பிற காரியங்களுக்காக, காத்திருப்புக்காகச் சிறிது நாள் தங்குமிடம் தாவளம் எனப்பட்டது. சேனை அல்லது படைகள் அங்கே தாவளம் போட்டிருந்தன என்பார்கள்.

சத்தியமங்கலம் அருகே மஞ்சுக்குழி தாவளம் என்றும், பொள்ளாச்சிக்கு அருகே தாவளம் என்றும் ஊர்கள் இருக்கின்றன என்பதுவும் தென்னிந்தியாவில் அறுபத்து நான்கு தாவளங்கள் உண்டு என்பதுவும் கூகுள் தந்த தரவுகள்.

வியப்பேற்படுத்திய மற்றுமோர் பதிவு தந்தது கூகுள். நாஞ்சில் நாடன் எழுதிய ஈசாக்கு என்ற சிறுகதையில் தாவளம் எனும் சொல் பயன்படுத்தப்பட்டுள்ளது என்பதது. ஈசாக்கு, நாஞ்சில் நாடனின் 22-வது கதை. 1978-ல் வெளியானது. வெளியான இதழ் 'வஞ்சி நாடு! எம்.ஆர். கிருஷ்ணன் அவர்களை ஆசிரியராகக் கொண்டு திருவனந்தபுரத்தில் கைதை முக்கு எனும் இடத்தில் இருந்து வெளியான வார இதழ் அது. எனது சில சிறுகதைகள் அதில் வெளியாயின. பிறகு ஆசிரியர் இறந்து போக, இதழும் நின்று போனது. எம்.ஆர். கிருஷ்ணன் பிறந்த ஊர் எம் பக்கத்து ஊர் இறச்சகுளம். நான் தினமும் போகவர நான்கு மைல் நடந்துபோய் நடுநிலைப்பள்ளி பயின்ற ஊர். எம்.ஆர். கிருஷ்ணனின் மூத்தமகன் விஜயகுமார் எனது பம்பாய் நண்பரில் ஒருவன். அவனும் இன்றில்லை.

தாவளம் எனும் சொல் சில ஈட்டு உரைகளிலும் குறிப்பிடப் பெற்றுள்ளன.

அஜிதன் திருமண அழைப்பிதழ் தருவதற்காக நண்பர் ஜெயமோகனும், நன்னெறிக்கழகம் நடராஜனும் வீட்டுக்கு வந்திருந்தபோது, தாவளம் பற்றிக் குறிப்பிட்டேன். ஜெயமோகன் சொன்னார் அளம் எனும் சொல்லுக்கு நிலம் எனப் பொருளுண்டு என.

மறுபடியும் அகராதிப் பிரவேசம்.

அளம்-1. Salt - Pan, உப்பளம். 2. Density, Closeness, செறிவு (அகராதி நிகண்டு) 3. Maritime tract, நெய்தல் நிலம். 4. Saline Soil, களர் நிலம் (அகராதி நிகண்டு)

அளத்தி என்றொரு சொல் கண்டேன். Woman of the maritime Fract. நெய்தல் நிலப் பெண் (சூடாமணி நிகண்டு). சளம் என்றொரு சொல்லும் உண்டு.

"அவன்கிட்டே போகாதப்பா, சளம் ஆக்கீருவான்" என்றும்

"அவனே ஒரு சளம் பா" என்றும்

உரைப்பார் நாஞ்சில் நாட்டில்.

சளம் எனும் சொல்லுக்குப் பேரகராதி தரும் பொருள்:

1. Distress, துன்பம்.
2. Deceit, Fraud, வஞ்சனை (யாழ் அகராதி)
3. Fury, மூர்க்கம்

சளன் என்றும் சொல்லொன்று கண்டேன். பொருள் - Deceitful person, வஞ்சகன்.

தொடக்கநிலைத் தமிழ் இலக்கணம் கற்றவர் அறிவார் அசை, சீர், அடி, தொடை எனப் பலவும். மிக எளிமையானதும், மொழியை இனிய வளத்துடன் கையாள உதவுவதுமாகும். தேமா - நேர் நேர், புளி மா - நிரை நேர், கருவிளம் - நிரை நிரை, கூவிளம் - நேர் நிரை. தொடர்ந்து போகும் தேமாங்காய், புளிமாங்காய், கருவிளங்காய், கூவிளங்காய், தேமாங்கனி, புளிமாங்கனி, கருவிளங்கனி, கூவிளங்கனி, தேமாந் தண்ணிழல், புளிமாந் தண்ணிழல், கருவிளந் தண்பூ, கூவிளந்தண்பூ என. சின்ன வயதில் கற்றது. நினைவில் இருந்து சரியாகத்தான் பகர்ப்பு எடுக்கிறேனா என்பது நிச்சயமில்லை. நேர் என்றால் என்ன என்றும் நிரை எனில் எதுவெனவும் உசாவமாட்டீர்தானே!

சங்க இலக்கியங்களில் விளாமரமும் விளாங்கனியும் பேசப்படுகின்றன. 'விளம் பழம் கமழும் கமஞ் சூழ் குழீஇ' என்கிறது நற்றிணை. தயிர்த்தாழியில் நறுமணம் கமழ்வதற்கு அதனுள் விளாம்பழத்தை வைத்து மணம் ஏற்றுவர் என்பது பொருள். 'மணிப்பூங் கருவிளை' என்கிறது குறிஞ்சிப் பாட்டு. நீலமணி போலும் பூக்களை உடைய கருவிளம் பூ' என நச்சினார்க்கினியர் உரை கண்டார். 'செண்பகம் கருவிளம் செங்கூதாளம்' என்பார் இளங்கோவடிகள்.

கூவிளம் எனில் வில்வம். கபிலர் குறிஞ்சிப்பாட்டில் 'கூவிளம்' எனக் குறிப்பிட்ட சொல்லுக்கு நச்சினார்க்கினியர் 'வில்வப் பூ' என்றே உரை சொன்னார். சுந்தரர் தேவாரத்தில் கூவிளமலரைச் சிவபெருமான் சூடுவார் என்றார். எழுபெரும் வள்ளல்களில் ஒருவரான எழினி என்பவன் குதிரை மலைக்குத் தலைவன். அவன் தனது அடையாள மலராகக் கூவிளம் பூவைச் சூடினான் என்பார் பெருஞ்சித்திரனார், புறநானூற்றில் குமணனைப் பாடிய பாடலில்.

'ஊராது ஏந்திய குதிரைக் கூர்வேல்

கூவிளங்கண்ணிக் கொடும்பூண் எழினி'

என்பது பாடல் வரி.

தாவளம் சரி! கருவிளமும் கூவிளமும் சரி! 'காகளம்' என்ற சொல்லை எங்கென்று போய்த் தேடுவேன்? அயற்சொல் அகராதி, காகளம் எனும் சொல்லின் மூலம் சமற்கிருதம் என்கிறது. Kahala. பொருள் எக்காளம். பேரகராதியும் அதையே வழிமொழிகிறது. கந்தபுராணத்துப் பாடல் வரியொன்றை மேற்கோளாகவும் தருகிறது. எனவே காகளம் என்றால் எக்காளம், Trumpet.

காகளம் எனும் சொல்லை 'அங்ஙன விட்டாப் பற்றூல்லல்லோ!' என்றது மனது. கம்பனில் தேடிப் பார்க்க உள்ளுணர்வு அறிவுறுத்தியது. கம்ப ராமாயணத்தில், பாலகாண்டத்தில், திரு அவதாரப் படலத்தில், ஐம்பத்தி ஏழாவது பாடலில் கம்பன் காகளம் பேசுகிறான்.

''காகளமும் பல் இயமும் கனை கடலின்

மேல் முழங்க, கானம் பாட,

மாகதர்கள், அருமறை நூல் வேதியர்கள்,

வாழ்த்து எடுப்ப, மதுரச் செவ்வாய்த்

தோகையர் பல்லாண்டு இசைப்ப, கடல் - தானை

புடை சூழ, சுடரோன் என்ன

ஏகி, அரு நெறி நீங்கி, உரோம பதன்

திருநாட்டை எதிர்ந்தான் அன்றே''

என்பது முழுப்பாடல்.

காகுளி என்றோர் சொல் பதிவில் உண்டு பேரகராதியில். சுவாரசியமான பொருள்கள் தரப்பட்டுள்ளன.

1. Harse demonic sound in singing. பேய் கத்தினாற் போலப் பாடுவது.
2. Guttural sound, Bass (Music). மிடற்று எழும் மந்த இசை (பிங்கல நிகண்டு)

3. Tune, Melody, Music. இசை (பிங்கல நிகண்டு)

4. Seat, Mat, Bed. தவிசு (பிங்கல நிகண்டு)

காகுளி எனும் சொல்லைத் திருக்குறளோ, சங்க இலக்கியங்களோ பயன்படுத்தவில்லை. அதுபோன்ற எக்காளம் எனும் சொல்லையும். எக்காளம் எனும் சொல்லுக்குப் பேரகராதி - Trumpet, a kind of cornet, ஓர் ஊது சின்னம் என்று பொருள் தருகிறது. எக்காளம் எனும் சொல் Heggaala எனும் தெலுங்குச் சொல்லின் பிறப்பு என்றும் குறிப்பிடுகிறது. எக்காளை எனும் சொல்லும் பதிவில் உண்டு. Kind of cymbal ஒரு கஞ்சக் கருவி என்கிறது. அபிதான சிந்தாமணி ஆதாரம் காட்டப் பெற்றுள்ளது. எக்காளம் வேறு, எக்களிப்பு வேறு, எதுக்களிப்பு வேறு.

'கா கூ' என ஓசை எழுப்புதலை ஒலிக்குறிப்பு என்கிறது பேரகராதி. 'கா கூ வெனல்' எனும் சொற்பிரிவில். காகு என்றொரு சொல்லும் உண்டு. Modulation of voice which indicates an implied meaning என்று பொருளும் தரப்பட்டுள்ளது. கூறப்படாத பொருளைத் தரக்கூடிய சொல்லின் ஓசை வேறுபாடு. 'ஆமா இவன் பெரிய யோக்கியன்லா?' என்று மக்கள் மொழிவதை எடுத்துக்காட்டாகச் சொல்லலாமா?

எத்தனையோ சொற்கள் வந்து குன்னாளி போடுகின்றன; சொக்களி பேசுகின்றன மனதில். கும்மாளம் அறிவோம். அதையே சில பகுதிகளில் குதியாளம் என்பர். சிம்மாளம் என்றாலும் கும்மாளமே! 'எட்டுப்படி அரிசி ஒரு கவாளம், ஏழூர்ச் சண்டை ஒரு சிம்மாளம்' என்பதோர் பழமொழி. கவளம்தான் கவாளம் ஆயிற்று.

கவளம் என்றால் சோறு போன்ற தீவன உருண்டை. பொங்கிய சோற்றை, சேர்மானங்கள் சேர்த்து, பெரிய உருண்டைகளாக உருட்டி, கவளங்களாக்கி யானைகளுக்கு ஆகாரமாகக் கொடுப்பார்கள். நாட்டார் மொழியில் ''நாலஞ்சு கவளம் உருட்டித் தின்னுக்கிட்டு வாறேன்'' என்றும், ''கவளம் கவளமா உருட்டி முழுங்குகான்'' என்றும், ''ஒரு கவளம்தான் மிச்சம் கெடந்து, கரைச்சுக் குடிச்சுக்கிட்டு வாறேன்'' என்றும் உரையாடல்கள் கேட்கலாம்.

கவளம் என்ற சொல்லுக்கு வாயளவு கொண்ட உணவு என்பது பொருள். யானைக்கு அளிக்கப்படும் உணவு என்றும் பொருள். சோறு எனப் பொருள் தருகிறது திவாகர நிகண்டு.

நாலாயிரத் திவ்யப் பிரபந்தத்தில், திருமங்கை ஆழ்வார் பாடிய பெரிய திருமொழியில் ஒரு பாடல்.

''கவள யானைக் கொம்பு ஒசித்த
கண்ணன் என்றும், காமருசீர்க்
குவளை மேகமன்ன மேனி கொண்ட
கோன் என் ஆனை என்றும்
தவளமாட நீடு நாங்கைத் தாமரையாள்
கேள்வன் என்றும்
பவள வாயாள் என் மடந்தை
பார்த்தன் பள்ளி பாடுவாளே!''

என்பது. திருநாங்கை என்பது திருநாங்கூர். திருமாலிடத்து ஈடுபட்ட தலைமகளது செயல் கண்டு நற்றாய் இரங்கிக் கூறும் பாடல்.

கவளம் சில இடங்களில் கவ்வாளம் ஆயிற்று.

கோயம்புத்தூரில் இருந்து உதகமண்டலம் போகும் சாலையில் மேட்டுப்பாளையம் வருமுன் காரமடை என்றோர் பேரூர் உண்டு. காரமடை அரங்கநாதர் கோயில் புகழ்பெற்றது. மாசிமாத வெள்ளுவா அன்று அரங்கநாதர் கோயிலில் தேரோட்டம். கொங்கு நாட்டார், வைணவ சமயத்தை மேற்கொண்டோர், எச்சமூகத்தைச் சார்ந்தவராக இருப்பினும், விரதம் இருந்து, பந்த சேவை என நடந்து காரமடை வந்து சேர்வார்கள். பந்த சேவை என்பது தீப்பந்த சேவை. நேர்ச்சைக்கடனாகக் காலங்காலமாக, பரம்பரை பரம்பரையாகச் செய்வது. இவருள் முற்படுத்தப்பட்ட, பிற்படுத்தப்பட்ட இன வரையறை இல்லை. கை நீளம் விட்டமுள்ள சுருளான பந்தம். பந்தத்தின் விட்டம் ஆறங்குலம் இருக்கும். கனமான, சுருண்ட, தீப்பந்தத்தைத் தோளில் சுமந்து கால்நடையாகக் காரமடை போய்ச் சேர்வார்கள், அரங்கநாதர் தேருக்கு. அது பந்தச் சேவை எனப்படும்.

சேவைதாரர்கள் நடந்து செல்லும் பாதையில், சில வீடுகளில் வாழைப்பழம் வெல்லம் முதலானவை போட்டுப் பிசைந்ததைக் கவளமாக்கி அவர்களுக்கு ஊட்டுவார்கள். அதன் பெயர் கவ்வாளம்.

பந்த சேவைக்காரர்கள் அவ்விதம் கவ்வாளம் உண்ணும்போது, வேண்டுதலுக்காகப் பெண்கள் சிலர் அவர்கள் முன் முந்தானை ஏந்தி நிற்பார்கள். கவ்வாளத்தை அதில் உமிழ்வது பிரசாதம். பந்த சேவைக்காரர் இனம் எதுவாகவும் இருக்கலாம், கவ்வாளம் பிரசாதம் வாங்குபவர் இனம் வேறேதாகவும் இருக்கலாம். இங்கு அடிமை சாதி, ஆதிக்க சாதி வேறுபாடு இல்லை.

பொது மேடையில் உரையாற்ற வந்த நடிகை குடித்து மீந்த சோடாவை அண்டாவில் ஊற்றி நீர் நிறைத்துக் கலக்கி கிளாஸ் பத்து ரூபாய் என்று விற்றவரும் நாமே, வாங்கிப் பருகியவரும் நாமே!

கெக்கலி கொட்டிச் சிரிப்பார்கள். வெயிலடித்து வெக்கை ஏறிப்போனால் 'ஒரே வேக்காளம்' என்பர். அவயம் உண்டு, ஆதாளி உண்டு, ஒச்சம் உண்டு, கூப்பாடு உண்டு, வேவலாதி உண்டு, சிலருக்கு வெறியாப்பும் வரும்.

அற்ப காரியங்களுக்கு வீட்டில் அடம் பிடித்து, கூச்சல் போட்டு, ரகளை செய்யக்கூடியவனைப் பார்த்து,

"எதுக்கு இப்பிடிக் கெடந்து பெகளம் வைக்கே?" என்பர் நாஞ்சில் நாட்டில். "சும்மா பெகளம் கூட்டாதே!" என்பர். பெகளம் எனில் ஆரவாரம், மறியல், கூப்பாடு என்று பொருள். மலையாளம், "அவிட எந்தாணு பெகளம்?" எனக்கேட்டால் 'அங்கே என்ன ரகளை' என்பது பொருள். எனினும் பேரகராதியில் பெகளம் இல்லை. கூகுளில் சென்று பெகளம் எனத் தட்டினால் யாதும் காணப் பெற்றிலேன். அயற்சொல் அகராதியிலும் பெகளம் இல்லை. ஆனால் பெகுலம் என்றொரு சொல் கண்டேன். Bohula, சமற்கிருதம். பொருள் - மிகுதி என்றும் பதிவுண்டு. பெகுலம் தான் பெகுளம் ஆயிற்றோ என்னவோ?

ஏதோவோர் சில்லறை வடநூலின் மொழிபெயர்ப்பே திருக்குறள் என்று சொல்வாரும் உண்டு. ஆட்சி வேறு அனுசரணையாக இருக்கிறது.

சொல்வாருக்கு நளினபூஷண் விருதும் அளிப்பார்கள். நாம் ஆவலாதிப்பட்டு ஆவதென்ன? அக்காள் இருக்கிறவரைக்கும் மச்சான் உறவு!

மேலே நாம் பயன்படுத்திய சில சொற்களின் தோராயமான பொருள்கள் கீழ் வருமாறு:

குன்னாளி	-	உற்சாகமான, குதூகலமான மன-உடல் செயல்பாடு.
சொக்களி	-	கேலி, கிண்டல், நளி, பகடி, ஏகடியம், இளக்காரம்.
கும்மாளம்	-	உற்சாகமான ஆரவாரம்
குதியாளம்	-	கும்மாளம்
கெக்கலி	-	ஆரவாரம்
வேக்காளம்	-	வேக்காடு
வெறியாப்பு	-	வலிப்பு
அவயம்	-	அரவம், ஓசை
ஆதாளி	-	அமர்க்களம்
ஒச்சம்	-	ஓசை, உரத்த சப்தம்
வேவலாதி	-	ஆவலாதி
வெப்ராளம்	-	ஆத்திரம், பதற்றம்
வையாளி	-	குன்னாளி

கண் எரிகிறது, மூத்திரம் கடுப்பாகப் போகிறது என்றால் உடம்புச் சூடு என்று கூறித் தலை நிறைய சளம்பச் சளம்ப காய்ச்சிய நல்லெண்ணெய் தேய்த்து விடுவர் தாயர். உடனே குளிக்க அனுமதிக்க மாட்டார்கள். அரைமணிக்கூர் எண்ணெய் தலையில் கிடந்து ஊறட்டும் என்பார்கள். பக்கத்து வீட்டுக்கார மதனி பார்த்தால், - ''என்னலே தலைக்குத் தப்பளம் வச்சு விட்டுருக்கா?'' என்பாள். வேடிக்கை என்னவென்றால், அவ்விதம் எண்ணெய்த் தப்பளம் வைக்கும் நாளில் கோவணமோ, சிறிய ஈரிழைத் துண்டோதான் அரையில் இருக்கும். ததும்பத் ததும்ப தலைக்கு எண்ணெய் தேய்த்துக் கொள்வதுதான் தப்பளம்.

ஆனால் பெரும்பாலும் தப்பளம் வைப்பது என்பது பித்துப்பிடித்த, பிராந்து பிடித்த, கிறுக்குப் பிடித்த, பைத்தியம் பிடித்த, தலைக்கோளாறு கொண்ட மானுடருக்கு.

"என்னவே, தலைக்குத் தப்பளம் வைக்க வேண்டியதுதானா?" என்றெவரும் கேட்டால், அந்தக் கேள்விக்கான பொருள், "என்ன கிறுக்குப் பிடித்து விட்டதா?" என்பது. இந்தச் சந்தர்ப்பத்தில் தப்பளம் எனும் சொல் பற்றியும் யோசிக்கிறேன்.

தப்பளம் என்ற சொல் அயற்சொல் அகராதியில் இல்லை. எனவே அது சமற்கிருதமோ, பாலியோ, பிராகிருதமோ, அரபியோ, உருதோ, இந்தியோ, ஆங்கிலமோ, வேறெதும் திராவிட மொழிக் குடும்பமோ இல்லை என்று தீர்மானித்துக் கொள்கிறேன். என் நற்பேறு, பேரகராதியில் தப்பளம் கிடைத்தது. பதிவுகள் பதிவு போல:

தப்பளம் - எண்ணெய் முதலியன நிரம்பத் தேய்த்தல் Smearing, rubbing, as Oil.

தப்பளம் போடுதல் - To Smear profousely, as Oil. எண்ணெய் முதலியன நிரம்பத் தேய்த்தல்.

எண்ணெய் மாத்திரம் அன்றி, நோயாளிகளுக்கு, மூலிகைகளை அரைத்து வடிய வடிய, தலையில் இருந்து உடல் முழுக்கத் தேய்த்துக் காக்க வைப்பதுவே தப்பளம் போடுதல்.

உப்பளம், கம்பளம், தாவளம், துரப்பணம் போலத் தப்பளமும் எனக் கொண்டு கடந்து போகாமல், தப்பளத்துக்கு இலக்கியப் பயன்பாடு உண்டா எனத் தேடுவது நம் அடுத்த கவலை.

திருவள்ளுவர் காலத்தில் எவரும் தப்பளம் போடவில்லை போலும், சங்ககால நிலைமையும் அதுவே. நாலடியார், திருவாசகம், பெரிய புராண காலத்தும் இல்லை. கம்பனிடமும் இல்லை. வேடிக்கையாகச் சொல்லலாம் தமிழன் பிந்திய காலத்திலேயே தப்பளம் போட ஆரம்பித்திருப்பான் போலும் என.

இன்றைய சினிமாவும், ஊடகங்களும், அரசியலும், பக்திப் பரவசங்களும் பெரும்பான்மையான தமிழர்களைத் தப்பளம் போட்டுக் கொள்ளக் கொண்டு செலுத்திவிடும் போலும்.

எண்ண எண்ணக் கண் அகல விரிகிறது.

சங்க இலக்கியங்கள், சமய இலக்கியங்கள், நீதி இலக்கியங்கள், காப்பியங்கள், காவியங்கள், சித்தர் பெருமக்கள், சிற்றிலக்கியங்கள், தனிப்பாடற் புலவர்கள் என எவரும் பாவித்திராத சொற்கள், எவர் காலத்தைச் சார்ந்தது என அறுதியிட்டுக் கூறமுடியாத சொற்கள் என எத்தனை இலக்கம் இம்மொழிக்குள் செல்வாக்குப் பெற்றுப் புழங்குகின்றன? பிறமொழிக் கலப்பென்றும், குறுகிய பிரதேச மக்கள் வழக்கு என்றும், மொழிக்குள் முளைத்த களைகள் என்றும் ஒதுக்காமல், தொல்காப்பியம் நெறிப்படுத்தும் இலக்கண வரையறைகளுக்குள் நின்று, அவற்றை உரம் எனக் கொண்டு உள்வாங்கி, இம்மொழி வாழ்ந்தது, வாழ்கின்றது, வாழும்!

'விரிப்பின் அகலும்; தொகுப்பின் எஞ்சும்' என்பார் புறநானூற்றுப் புலவர் பொருந்தில் இளங்கீரனார். ஆமாம்! எம் மொழியின் கீர்த்தியை விரித்துச் சொன்னால் நீண்டு கொண்டே போகும்! தொகுத்துச் சொன்னால் சொல்லப்படாது சில விடுபட்டும் போகும்!

உயிர் எழுத்து, மார்ச் 2024

19

பன்னிரு கை கோலப்பா!

கோலப்பன் எனும் ஆண்பால் பெயர் தென் மாவட்டங்களில் அதிகம் புழங்கியது ஒரு காலத்தில். கோலம்மை என்பது அதன் எதிர்பால். கோலப்ப அண்ணன், கோலப்ப அத்தான், கோலப்ப மாமா, கோலப்பத் தாத்தா, கோலப்ப பெரியப்பா, கோலப்ப சித்தப்பா என்பன அன்றாட விளி. அன்று கோலப்ப அங்கிள் வரிசை கட்டியிருக்கவில்லை. குறிப்பாக ஒரு சமூகத்தினருள் வழங்கப்பட்ட பெயர். அதைக் கூறப் போனால் சாதி வெறியன் எனும் அடைமொழியை மத்திய மாநில அரசுகள் நமக்கு விருதாகத் தரும். வேறென்ன தமிழ்க்கும்மாயம், கமல தேவ் போன்ற விருதுகளா விண்ணப்பிக்க இயலும்?

கடந்த அறுபது ஆண்டுகளாக அப்பகுதி மக்கள் எவரும் கோலப்பன் அல்லது கோலம்மை எனத் தம்மக்களுக்குப் பெயரிட்டதாக அறிகிலேன். அவர்களுக்கு கோயிஷா அல்லது கோஷண் போதும்.

வேல் கைக்கொண்ட அப்பன் வேலப்பன். கோல் கைக்கொண்ட அப்பன் கோலப்பன். கோல் எனில் காலில் இருந்து தலை மட்டம் உயரமுள்ள கம்பு என்று பொருள் கொள்ளலாம். கம்பு என்றால் அது பிரம்பிலும் ஆகலாம். கல் மூங்கிலும் ஆகலாம். அழிச மரத்தின் கிளைக் கோலும் ஆகலாம். வேறேதோர் மரத்தின் கிளையை வெட்டிச் செதுக்கிச் சீர் செய்ததும் ஆகலாம்.

நாஞ்சில் நாடன்

கோல் என்றால் தண்டும் ஆக இருக்கலாம். கம்பன் அம்புக்குப் பயன்படுத்தும் மாற்றுச் சொற்கள் ஆவம், பகழி, கணை, சரம், கோல் என்பன. கம்பராமாயணத்தில், ஐந்தாவது காண்டமான சுந்தரகாண்டத்தில், சம்புமாலி வதைப்படலத்தில், சில பாடல்களில் போர்க்கருவிகளின் பட்டியல் தருவான் கம்பன். அவற்றுள் ஒரு பாடல் -

"தோமரம், உலக்கை, கூர்வாள், சுடர்மழு, குலிசம், தோட்டி
தாமரம் தின்ற கூர்வேல், தழல் ஒளிவட்டம், சாபம்,
காமர் தண்டு எழுக்கள், காந்தும் கப்பணம், காலபாசம்,
மாமரம், வலயம், வெங்கோல் முதலிய வயங்க மாதோ!"

என்னும். இதில் வெங்கோல் எனில் கொடிய அம்பு என்பது பொருள்.

கோல் எனும் சொல்லுக்கு அம்பு எனும் பொருள் அன்றியும் வேறு பல பொருள்களிலும் கம்பன் பயன்படுத்துவான். அவற்றைப் பட்டியலிடுவேன்.

1. துடுப்பு
2. திரட்சி
3. நீதி தவறாத ஆட்சி
4. குதிரைச் சம்மட்டி
5. செங்கோல்
6. அளவுகோல்
7. கம்பு, தடி
8. அம்பு
9. கோலம்
10. குச்சி
11. அழகு
12. தாம்பு
13. ஊன்றுகோல்

என் செயக் கூடும் இன்று? பின்னை நின்று எண்ணுதல் பிழை! எரிக்கச் சொன்னார்கள்! நாம் செவி மடுத்தோமா?

கோலப்பன் எனும் பெயர் எப்பொருளை மூலாதாரமாகக் கொண்டது என்பதை ஆய்வறிஞர்கள் கண்டடைந்து சொல்லட்டும்!

எனது சொந்த வாழ்க்கையில் சில கோலப்பன்கள் குறிப்பிடத்தக்க இடம் வகித்தார்கள். சொந்தக்காரர்களை, ஊர்க்காரர்களை நானிங்கு கூட்டாக்கவில்லை. பள்ளி இறுதியாண்டு, பதினோராம் வகுப்புத் தேறியபின், புகுமுக வகுப்புக்குக் கல்லூரி போகவேண்டும், ஓராண்டு. நாகர்கோயிலில் செட்டிகுளம் தாண்டி தென் திருவிதாங்கூர் இந்துக் கல்லூரியில், 'ஆ' பிரிவில் என வகுப்புத் தோழன் கோலப்பன். மொழிகள் தமிழ், ஆங்கிலம். பதினோராம் வகுப்புவரை தமிழில் பயின்றவன் என்றாலும் புகுமுக வகுப்பில் பயிற்று மொழி ஆங்கிலம். 1964-65 காலம். கணிதம், பௌதீகம், இரசாயனம், பொருளாதாரம் பாடங்கள், தேர்வுத்தாள்கள். நாங்கள் உயரம் குறைவான ஆறு பேருக்கு, பெண்கள் பகுதியின் முன் டெஸ்க்கில் இருக்கை. தாழக்குடி அணஞ்ச பெருமாள், கலுங்கடி அருமை நாயகம், பறக்கை அசோகன், பூதப்பாண்டி கோலப்பன். ஒன்றாம் வகுப்பு முதலே என் வகுப்புத் தோழனான கிருஷ்ணமூர்த்தி.

பூதப்பாண்டி - தோழர் ப.ஜீவானந்தமும் ஓவியர் வே.ஜீவானந்தமும் பிறந்த ஊர். பூதலிங்கம் ஐ.சி.எஸ். மனைவியும் வேளாண் விஞ்ஞானி எம்.எஸ்.சுவாமிநாதன் மாமியாரும் மூத்த தலைமுறை நவீன எழுத்தாளருமான கிருத்திகா வாழ்க்கைப்பட்ட ஊர். நான் கண்டிராத, ஆனால் குருக்கன்மாரில் ஒருவர் என ஏற்றுக்கொண்ட, தமிழின் மிகச்சிறந்த சிறுகதைப் படைப் பாளுமைகளில் ஒருவரான கிருஷ்ணன் நம்பி வாழ்ந்த ஊர். கர்நாடக இசை மேதை அருணாசல அண்ணாவி பிறந்த ஊர். எமக்குப் பக்கத்து ஊர். எம் தோவாளை தாலுகாவின் அலுவலகம் அமைந்த ஊர். நான் பயின்ற பள்ளியில் எஸ்.எஸ்.எல்.சி. தேர்வு எழுத சென்டர் இல்லாமையால் இரண்டு மைல் நடந்துபோய் தேர்வு எழுதிய ஊர். பூதலிங்கசாமியின் உறைவிடம். கிழக்கு எல்லையாகப் பழையாறு எனும் புனிதநதி பாயும் ஊர். அந்த ஊரைச் சேர்ந்த கோலப்பன் பட்டப்படிப்பிலும் எனக்கு வகுப்புத் தோழன். பிறகு ஆசிரியப் பயிற்சி பெற்று, வேலை கிடைத்து, பள்ளியொன்றில் தலைமை ஆசிரியராகி, ஓய்வு பெற்று, தற்போது பல் மருத்துவரான தன் மகனுடன்

தேவகோட்டையில் வாழ்கிறான். சிலமாதங்கள் முன்பு நாகர்கோயிலில் ஒரு கல்யாணவீட்டில் ஏழாம் நீர் சாப்பாட்டுப் பந்தியில் அருகருகே அமர்ந்து உண்டோம்.

இன்னொரு கோலப்பன் பறக்கை ஊர்க்காரர். குறுக்கு வழியில் சுசீந்திரத்தில் இருந்து குளத்தங்கரையோரம் நடந்தால் பறக்கை நெடுந்தெரு ஏறலாம். என் அப்பனைப் பெத்த ஆத்தா வள்ளியம்மை நெடுந்தெருக்காரி. பறக்கையின் நாயகன் மதுசூதனப் பெருமாள். கோலப்பன் நாதசுரம் - தவில் என நிரம்பிய ஆர்வம் உடையவர். விழாக்காலங்களில் சாமி வீதியுலா வரும்போது, மேளக்காரரிடம் இருந்து அவரே தவுல் வாங்கி வாசிப்பார். The Hindu எனும் ஆங்கிலத் தினசரியில் நெடுங்காலமாக மூத்த உதவியாசிரியர். அவர் எழுதிய அரசியல் - சமூகம் - கலை - மொழி - பண்பாடு சார்ந்த நடுப்பக்கக் கட்டுரைகளை நீங்கள் வாசித்திருக்கலாம். தனித்த பார்வை உடையவர். வெடிப்புறப் பேசுகிறவர். அவரை நண்பராகப் பெற்றது என் பேறு.

மூன்றாவது கோலப்பன், எமது தெற்குப் பக்கத்து ஊரான திருப்பதிசாரம். அங்கே தெற்குத் தெருவில் எம்.எஸ். அண்ணாச்சி வீட்டுக்கு அடுத்த வீடு. குமரித்துறைவன் எனும் புனை பெயரில் எழுதியவர். 1977ஆம் ஆண்டில், எனது ‘தலைகீழ் விகிதங்கள்’ நாவல் வெளியான பிறகு, சுந்தர ராமசாமி வீட்டு மொட்டை மாடியில் நடந்த ‘காகங்கள்’ கூட்டத்தில் அறிமுகமானார். எனதெழுத்தின் நிறை குறை சொல்பவர். வழிகாட்டி. அவரை நான் கோலப்ப அண்ணாச்சி என்றழைப்பேன்.

எங்கு வில்லுப்பாட்டு பற்றிப் பேசினாலும் நான் பதினைந்து வயதுப் பிராயத்தில் கேட்ட மூன்று வில்லிசைக் கலைஞரைக் குறிப்பிடுவேன். 2024ஆம் ஆண்டு ஜனவரி 31ஆம் நாளன்று திருநெல்வேலியில் பொருநை இலக்கியத் திருவிழாவில், ஒரு கருத்தரங்குக்குத் தலைமை ஏற்று உரையாற்றிய போதும் அம்மூவரின் பெயரையும் பட்டியலிட்டேன். ஒருவர் கருங்குளம் நாராயணபிள்ளை, அடுத்தவர் புன்னார்குளம் கோலப்ப பிள்ளை, மூன்றாமவர் தோவாளை சுந்தரம்பிள்ளை. சாதிப் பின்னொட்டுக்களில் நமக்கு ஒவ்வாமை இருக்கலாம். ஆனால் BBC ஆவணங்களில் தோவாளை சுந்தரம்பிள்ளை என்றே இருக்கும்.

வல்லரக்கன் கதை பாடும்போது, முத்தாரம்மன் கோயில் முகப்பில் அமைக்கப்பட்ட மேடையில் அமர்ந்து வில்லுப்பாட்டுப் பாடுவார். முத்தாரம்மனை வரத்துப் பாடும்போது கோயில் உள் பிரகாரத்தில் அமர்ந்து வில்லடிப்பார், புன்னார்குளம் கோலப்பபிள்ளை. நான் பார்த்தே இராத அப்பாவைப் பெற்ற தாத்தா, வில்லுப்பாட்டுக்காரர் பின்னால் அமர்ந்து முத்தாரம்மன் கதை சொல்லிக் கொடுப்பார் என்று மூத்தோர் உரைக்கக் கேட்டிருக்கிறேன்.

சிறு பிராயத்தில் புன்னார்குளம் கோலப்பபிள்ளை பாடிய வரத்துப் பாட்டும், வில்லடி ஓசையும், குடமும், உடுக்கும், சிங்கியும், முரசும், ஆர்மோனியமும், கட்டைத் தாளமும் இன்றும் நினைவில் உண்டு.

''ஏ தேனிருந்து மழை பொழியும்
தென்காசி தானும் விட்டு - தானும் விட்டு
ஏ தாமிரபரணி தான் கடந்து - தான் கடந்து
ஏ பக்கத்திலே வைரவனும் - வைரவனும்
ஏ பாரப்பிள்ளை புலைமாடன் - புலைமாடன்
ஏ வாறாளே முத்தாரம்மன் - முத்தாரம்மன்''

என்று நீண்ட வரத்துப் பாட்டு என்னால் போம் காலம்வரை மறக்க இயலாது!

நினைவுக்கு வரும் இன்னொரு கோலப்பன், நகைச்சுவை நடிகர் என்.எண்.கிருஷ்ணரின் மகன். அவர் பாடிய வில்லுப் பாட்டு பலமுறை கேட்டிருக்கிறேன்.

இந்தக் கட்டுரைத் தலைப்பான 'பன்னிரு கை கோலப்பா!' எனும் சொற்றொடர் கோலப்பனில் நங்கூரம் அடித்து விட்டது. கேட்டுக் கேட்டு மனப்பாடம் ஆகிய பாடல் வரி அது!

''உன்னை ஒழிய ஒருவரையும் நம்புகிலேன்;
பின்னை ஒருவரை யான் பின் செல்லேன் - பன்னிருகைக்
கோலப்பா! வானோர் கொடிய வினை தீர்த்தருளும்
வேலப்பா! செந்தி வாழ்வே!''

எனும் பாடலில் வரும் சொற்றொடர் 'பன்னிரு கை கோலப்பா!'.

இப்பாடலை எழுதியது யாரென அறியேன். திருமுருகாற்றுப்படைப் பாடல் எனத் தவறாகப் பலர் பேசுகிறார்கள். இந்தப் பாடலில் வரும் 'பன்னிரு கை' எனும் பிரயோகம் என்னை யோசிக்க வைத்தது. பன்னிருகை எனில் பன்னிரண்டு கரங்கள். அர்த்தமாகவில்லை என்றால் ஒரு டஜன் கைகள். ஆறு தலை - ஆறு முகம் - பன்னிரு கரங்கள்.

கச்சியப்ப முனிவரின் கந்தபுராணத்தில் ஒரு பாடல் -

"ஆறிரு தடந்தோள் வாழ்க, அறுமுகம் வாழ்க, வெற்பைக்
கூறு செய் தனிவேல் வாழ்க, குக்குடம் வாழ்க, செவ்வேள்
ஏறிய மஞ்ஞை வாழ்க, யானை தன் அணங்கு வாழ்க,
மாறில்லா வள்ளி வாழ்க, வாழ்க சீர் அடியார் எல்லாம்''

என்பது. ஒரே பாடலில் எட்டு 'வாழ்க'. வெற்பு எனில் மலை. மஞ்ஞை எனில் மயில். யானை தன் அணங்கு எனில் தெய்வயானை. எல்லாம் சரி! குக்குடம் என்றால் என்ன? அறுபதாண்டுகளாகச் செவிமடுக்கும் இப்பாடலில், குக்குடம் எனில் யாதெனும் கேள்வி இன்றே பிறந்தது! அகராதிகள் துழாவியபோது, குக்குடம் எனில் சேவற்கோழி என்றறிய வியப்பு ஏற்பட்டது. மார்வாடி மொழியிலும் குக்குடா எனில் சேவற்கோழி.

ஆறிரண்டு பன்னிரண்டு வலிய தோள்கள் வாழ்க!

ஆறுமுகம் வாழ்க! கிரவுஞ்ச மலையைப் பிளந்த தனித்துவமுடைய வேல் வாழ்க!

சேவல் வாழ்க! செவ்வேள் ஏறி அமரும் மயில் வாழ்க!

தெய்வயானை எனும் பேரெழில் வாழ்க!

மாசுமருவற்ற வள்ளிக்குறத்தி வாழ்க!

சீர்அடியார் எல்லாம் வாழ்க வாழ்கவே!

என்பது நானெழுதும் உரை.

இங்கும் முருகனுக்குப் பன்னிரு கரங்கள். பத்துத்தலை இராவணனுக்கு, தசமுகனுக்கு இருபது கைகள். கம்ப ராமாயணத்தில் கிட்கிந்தா காண்டத்தில்,

கலன் காண் படலத்தில், சீதையை இராவணன் கவர்ந்து சென்ற செய்தி அறிந்து திகைத்து நிலைகுலைந்து நிற்கும் இராமனிடம் கவிக்குலத்து வேந்தன் சுக்கிரீவன் தேறுதல் சொல்வதாக ஒரு பாடல் -

''திருமகள் அனைய அத்தெய்வக் கற்பினாள்
வெருவரச் செய்துள வெய்யவன் புயம்
இருபதும், ஈரைந்து தலையும் நிற்க; உன்
ஒரு கணைக்கு ஆற்றுமோ, உலகம் ஏழுமே?''

என்பது.

திருமகள் போன்ற அத்தெய்வக் கற்பினாள் சீதையை வெருண்டு போகுமாறு செய்திருக்கும் அக்கொடியவன் புயம் இருபதும் பத்துத் தலையும் இருக்கட்டும்! இராமனது ஒரு அம்புக்கு ஏழு உலகமும் தாங்குமா? - என்பது பொருள்.

வெறொரு பாடலில் இராவணனே வீரவசனம் பேசுவான் - சீதையை விடுவதுண்டோ இருபது திண்தோள் உண்டேல் - என்று.

விநாயகனை, கற்பகத் தரு கணபதியை, ஐங்கரன் என்கிறோம் தும்பிக்கையையும் ஒரு கரம் எனக் கொண்டு. ஐந்து கரத்தவன், ஆனை முகத்தவன். இப்படியே தொடர்ந்து போய் எந்த இறைவன் அல்லது இறைவிக்கு எத்தனை கரங்கள் எனத் தேடிக் கண்டடைந்து அறிந்து ஆனந்தப்படலாம்.

கை எனும் உறுப்புக்கு இந்திச் சொல் ஹாத். கையை உடைய விலங்கு என்பதனால் யானை ஹாத்தி எனப்படும். 'ஹாத்தி மேரே சாத்தி' எனும் இந்தி சினிமா நினைவிருக்கலாம். 'தோ ஆங்கேன் பாரா ஹாத்' எனும் சினிமாவும். இரு கண்கள் பன்னிரு கரங்கள் என்பது பொருள்.

கரம் எனும் ஒரு சொல்லின் பொருள்கள் பல. கை, முழம், துதிக்கை, ஓலைக்கொத்தின் திரள், கிரணம், ஒளி, குடி, இறை (கரம் தீர்வை கைச்சாத்து என்பர் பண்டு நாஞ்சில் நாட்டார். வீட்டுக் கரம் கட்ட வேண்டும், கரம் பிரிவு, கரம் பதிவு எனும் சொல்லாட்சிகளும் உண்டு), உஷ்ணம், இடுமருந்து, விலையேற்றம், கழுதை, நஞ்சு, நூற்றெட்டு உபநிடதங்களில் ஒன்று எனப் பன்னிரு பொருள்கள்.

கை எனும் சொல்லே பெரும் புழக்கத்தில் இருப்பது. கையூட்டு, கைமாற்று, அல்லக்கை, கைச்சாத்து, கைப்புண்ணியம், கைமருந்து, கைநாட்டு, கை ஏர், கைப்பணம், கைக்கடன், கைக்கடிகாரம், கைக்கத்தி, கைக்கரண்டி, கையுறை, கைக்கவசம், கைக்காப்பு, கைகாரன், கைகாரி, கைக்குட்டை, கைக்குடை, கைக்குத்து, கைக்குழந்தை, கைக்குழவி, கைக்குற்றம், கைக்குறி, கைக்கூலி, கைக் கோடாலி, கைக்கோல், கை கட்டி நிற்றல், கை கரத்தல், கை காப்பு, கை கழுவுதல், கை காட்டி, கை காட்டுதல், கை காட்டு, கை காவல், கை கூசுதல், கைகூடுதல், கை கூப்புதல், கை கொட்டுதல், கை கோர்த்தல், கைங்கரியம், கைலாகவம், கைச்சீட்டு, கைச்சுத்தம், கைச் சுருக்கம், கைச் சூடு, கைச்செலவு, கைச் சேட்டை, கைச்சைகை, கை சலித்தல், கை சளைத்தல், கை செய்தல், கை சேர்தல், கைத்தடி, கைத் தண்டம், கைத் தராசு, கைத்தலம், கைத்தாங்கல், கைத் தாராளம், கைத்தாளம், கைத் தீவட்டி, கைத் துடுக்கு, கைத்துடுப்பு, கைத்துண்டு, கைத்துப்பாக்கி, கைத்தூக்கு, கைத்தூண், கைத் தொண்டு, கைத்தொழில், கை தட்டுதல், கை தப்புதல், கை தவறுதல், கை நழுவுதல், கை தளர்தல், கை தேர்ந்தவன், கை தீண்டுதல், கை துடைத்தல், கை தூக்கிவிடுதல், கை நனைத்தல், கை தொழுதல், கைந்நாகம், கை நீட்டம், கை நடுக்கம், கை நறுக்கு, கை நீளம், கை நுணுக்கம், கை நொடித்தல், கை நோட்டம், கைப்பட்டை, கைப்பட, கைப்படை, கைப்பண்டம், கைப்பணி, கைப் பந்தம், கைப்பழக்கம், கைப்பற்றுதல், கைப் பாகம், கைப் பிசகு, கைப்பிடி, கைப்பிடிச் சுவர், கைப்பிடி மோதிரம், கைவாள், கைப் பொறுப்பு, கை பதறுதல், கை பறிதல், கை பிசைதல், கைப்புகுதல், கை புடைத்தல், கை புனைதல், கை போடுதல், கைம் மடல், கைம்மணி, கை மருந்து, கைம் மறதி, கைம்மாறு, கைமீறுதல், கைம்முதல், கைப்பிள்ளை, கை மதிப்பு, கை மயக்கு, கை மறுத்தல், கை மாயம், கை மாற்றம், கை முழம், கைமுறி, கைமேல், கைமோசம், கையகப் படுத்துதல், கையடக்கம், கையடித்தல், கை அமர்த்துதல், கை அரிவாள், கையறுநிலை, கையாடல், கையாள், கையாற்றுதல், கை இருப்பு, கையுறை, கையூக்கம், கையொலி, கையொழிதல், கைவளை, கைவன்மை, கைவாக்கு, கைவாகு, கைவாள், கைவிடுதல், கை விரித்தல், கை விலங்கு, கைவிலை, கை விளக்கு, கைவினைஞன், கைவீச்சு, கைவேல், கை வைத்தல்... என்ற அம்மே!

அது அவ்வாறெனில், கை எனும் சொல்லுக்கு 26 பொருள் தருகிறது பேரகராதி. கரம், யானைத் துதிக்கை, கிரணம், செங்கல் முதலியவற்றை

எண்ணும் அளவு, அபிநயக் கை, பக்கம், கட்சி, கைமரம், இரயிலின் கை காட்டி, சட்டையின் கை, கைப்பிடி, விசிறிக் காம்பு, சிறகு, படை உறுப்பு, சேனை, இடம், கைப்பொருள், செய்யத்தக்கது, ஒப்பனை, ஆற்றல், கையளவு, ஆள், சிறுமை, உலக ஒழுக்கம், ஒழுங்கு, தங்கை - என.

பறவை இனத்துக்கு இரு கால்களும் இரு இறக்கைகளும். விலங்கினத்துக்கு நான்கு கால்கள். இருகாலும் இருகரமும் கொண்ட விலங்கினமும் உண்டு, குரங்கினம் போல. மனித குலத்துக்கு இரு கால்கள், இரு கரங்கள். வடபுலத்தில் ஆண் ஒட்டகத்துக்கு குறி வாய்த்த விதம் பற்றிக் கதையொன்று உண்டு. அதை யாமிங்கே விளம்ப மாட்டோம். மனித குலத்துக்கு ஏன் இரண்டு கைகளுடன் படைத்தவன் - கர்த்தா - பரம்பொருள் நிறுத்திக் கொண்டார் என்று வினா எழுகிறது இன்று.

பதினைந்து வயதில், வடசேரி வஞ்சி ஆதித்தன் புதுத்தெருவில், இரவு பத்தரை மணிக்குமேல், நாவலர் என்றும் நடமாடும் பல்கலைக்கழகம் என்றும் சிறப்பித்துப் பேசப்பட்ட நெடுஞ்செழியன் அரசியல் பேச்சு. அவர் சொற்பொழிவு கேட்க சுவாரசியமாக இருக்கும். ஒரு கூட்டத்தில் சொன்னார் - இரயில் பயணம் செய்வோருக்கு மூன்று கைகள் வேண்டும் கக்கூஸ் போனால், தண்ணீர் வரும் குழாயை அழுத்த இரண்டு, கழுவ ஒன்று - என்று. இன்னும் ஏ.சி. மூன்றடுக்குப் பெட்டியில் சென்னைக்கோ, நாகர்கோயிலுக்கோ, திருவனந்தபுரத்துக்கோ செல்லும்போது கழிவறைக் கதவைச் சாத்தவும் திறக்கவும் மூன்று கைகள் அத்தியாவசியம்.

முதல் மனிதனை எந்த யுகத்தில் இறைவன் படைத்திருந்தாலும், அவனுக்கு இருகரங்கள் போதும் என்று என்ன கணக்கில் தீர்மானித்தானோ? இலஞ்சம் வாங்கும் தலைவனுக்கு, அதிகாரிக்கு இரண்டு கைகள் எப்படிப் போதும்?

இன்றைய மாந்தரின் நடவடிக்கைகளைப் பார்க்கும்போது, சற்றும் Technical know how தெரியாமல் ஆண்டவன் மனிதருக்கு இரண்டு கைகளைக் கொடுத்து விட்டானோ என்று எண்ணத் தோன்றும்.

கடுமையான போக்குவரத்து வேகத்தின்போது மொபைல் ஃபோனில் அழைப்பு வந்தால், யார்தான் என்ன செய்ய இயலும்? ஸ்கூட்டரில், மோட்டார்பைக்கில் வேகமாகப் போகிறவன், சிரமத்துடன் ஒரு கையால்

வண்டியை ஓட்டிக் கொண்டே பேச வேண்டிய நெருக்கடி ஏற்படுகிறது. சிலர் கருவியை எடுத்து இடது காதுக்கும் தோள்பட்டைக்கும் இடையில் வைத்து நெரித்துக்கொண்டு, உரையாடியபடியே வண்டியும் ஓட்டுவது எளிமையான காரியமா? மூன்றாவது கையொன்று முதுகிலோ அல்லது மார்பிலோ முளைத்து வந்திருந்தால் எத்தனை உபயோகமாக இருக்கும்? இரண்டு கையாலும் புரோட்டா பிய்க்கும்போது கைபேசியில் அழைப்பு வந்தால் என்ன செய்வான் பாவம்?

அண்மையில் யாரோ சொன்னார்கள் - ஒருவன் மனைவியை மலர்த்திப் போட்டுக் கலவி செய்தபோது, அவள் இரண்டு கைகளாலும் மொபைல் ஃபோன் பற்றி யாருக்கோ வாட்ஸ் ஆப் செய்தி அனுப்பிக் கொண்டிருந்தாள் என்று. ஒருகாலத்தில் வார இதழில் மந்திரத் தேவனைத் தேடிக்கொண்டு கிடந்திருப்பாள்.

பலகோடிகள் ஊதியம் பெறும் சினிமா நடிகைகளைப் பார்த்துப் பார்த்து, சிகை திருத்தம் செய்து, காற்றில் மிதக்க விட்டு, மயிர்க்கற்றை இடதுபுறம் முகத்தில் வந்து வேண்டும் என்றே விழுவதை மணித்துளிக்கு எட்டுமுறை ஒதுக்கிப் பின்புறம் தள்ளவேண்டிய ஆகப்பெரிய நிர்ப்பந்தம் இருக்கிறது. இரண்டு கரங்களும் மும்முரமாக வேலையில் இருக்கும்போது, அனாமத்தான இன்னுமொரு கையும் இருந்தால் எத்தனை உபயோகமாக இருக்கும்?

குழந்தையைக் குளிப்பாட்டும்போதும், சப்பாத்திக்கு மாவு பிசையும் போதும், மொபைல் ஃபோன் பேச வசதி இல்லை. மேலும் ஒன்று - அலைபேசியில் பேசிக்கொண்டே எதிரில் நிற்பவரிடம் உரையாடத் தோதாக பிடரியில் ஒரு வாய் இருக்கலாம்.

காலம் கடந்து போய் விட்டது. ஆண் ஒட்டகத்தின் கவலையும் அவமானக் குறுகலும்தான் நமக்கும். இதை எழுதிக் கொண்டிருக்கும்போதே அலைபேசியில் எவரோ அழைக்கிறார்கள். சவால் என்ற வடசொல்லுக்கு நிகரான தமிழ்ச்சொல் எதுவெனும் ஐயம் எவருக்கோ தோன்றியிருக்கலாம்!

இன்றும் எதுவும் தாமதமாகிவிடவில்லை. இறைவன் எப்போது வேண்டுமானாலும் தீமையை வேரறுக்க வரட்டும்! அல்லது வராமலே போகட்டும்! அதுவரை அவரவர் திருத்தலங்களில் பாம்பணையிலோ,

பனிமலையிலோ, பங்கய இருக்கையிலோ ஓய்வெடுக்கட்டும்! ஆனால், அருள் கூர்ந்து, பெரிய மனது பண்ணி, முதுகிலோ மார்பிலோ இன்னொரு கை முளைக்கச் செய்தால் எதிர்காலச் சந்ததியினர் நன்றியுடன் இருப்பார்கள். அரசியல்வாதிகளுக்கு வேண்டுமானால் அதிகப்படியாக இரு கைகள் வழங்கலாம். அவர்கள் தம் இட்ட தெய்வங்களுக்குத் தங்கத்தேர் செய்து தருவார்கள், மணிமண்டபம் கட்டுவார்கள், பொன்னால் மணிமுடி, பாதுகை, ஒட்டியாணம் தோள் வார் செய்து அணிவிப்பார்கள். பன்னிரண்டு இலட்சத்து எண்பத்தாறாயிரத்து நானூற்றுத் தொண்ணூற்று மூன்று வடைகளால் பெரிய வடைமாலை சார்த்தித் தொழுவார்கள்.

"கலையாத கல்வியும் குறையாத வயதும் ஓர்
  கபடு வாராத நட்பும்
கன்றாத வளமையும் குன்றாத இளமையும்
  கழுபிணி இலாத உடலும்
சலியாத மனமும் அன்பு அகலாத மனைவியும்
  தவறாத சந்தானமும்
தாழாத கீர்த்தியும் மாறாத வார்த்தையும்
  தடைகள் வாராத கொடையும்
தொலையாத நிதியமும் கோணாத கோலும் ஒரு
  துன்பமில்லாத வாழ்வும்"

வழங்கும் அபிராமி அம்மை மனது வைத்தால் ஈதெல்லாம் சாத்தியமில்லாத காரியமா?

பன்னிரு கை கோலப்பா, நீ அதனைப் பொருட்படுத்த வேண்டாம் என்று கேட்டுக் கொள்கிறோம்!

தாய்வீடு, மே 2024

20

துய்ப்பேம் எனினே தப்புந பலவே!

'கொடையும் தயையும் பிறவிக் குணம்' என்பார் பிற்காலத்து ஔவையார். தயை எனில் கருணை, இரக்கம், பரிவு. தயாபரன், தயாநிதி எனும் நாமங்கள் அறிக! 'உயிர்களிடத்து அன்பு வேணும்' என்று பாரதி சொன்னது போல, வள்ளன்மை - வள்ளல் தன்மை - உடையவர்கள் கொடுத்து மகிழ்வார்கள். தன் வீட்டுக் கொய்யா மரத்தில் கொய்யாப்பழம் பறித்துக் கொண்டிருக்கும் அக்கா அல்லது மதனி, ஏதோ வேலையாய் தெருவில் போகும் சிறுவனைக் கூவி, ''எலே! இன்னா, ரெண்டு கொய்யாக்கா திண்ணு' என்று கொடுப்பாளே, அது தயை.

புறநானூற்றுப் புலவன் 'கொடை மடம்' என்றே சொற்றொடர் ஒன்று கையாள்கிறான். வையாவிக் கோப் பெரும் பேகனைப் பரணர் பாடிய பாடலில்.

''கடாஅ யானைக் கழற்கால் பேகன்
கொடை மடம் படுதல் அல்லது,
படை மடம் படான் பிறர் படை மயக்குறினே''

என்பன ஆறு அடிகள் கொண்ட பாடலின் இறுதி அடிகள். மதம் கொண்ட செருக்குடைய யானையையும், கழல் அணிந்த காலையும் உடைய பேகன்,

கொடையளிக்கும்போது காரணமின்றிக் கொடுப்பது போல, பகைவருடன் போரிடும்போது மடம் பட மாட்டான் - என்பது பொருள்.

கொடை எனப்படுவது எவர்க்கேனும், எதற்கேனும், எவ்வளவேனும் காரண காரியமின்றிக் கொடுப்பது. மழை பொழிவதைப் போல. வேள் பாரியைக் கபிலர் பாடுவார் -

"பாரி பாரி என்று பல ஏத்தி,
ஒருவர் புகழ்வர், செந்நாப் புலவர்;
பாரி ஒருவனும் அல்லன்;
மாரியும் உண்டு ஈண்டு உலகு புரப்பதுவே"

என்பது முழுப்பாடல்.

'யாரைப் பார்த்தாலும் பாரி, பாரி என்று சொல்லி அவன் புகழ் பாடிக் கொண்டிருக்கிறார்கள். நடுநிலைமை கொண்ட செந்நாப்புலவர் எல்லாம்! பாரி ஒருவன் மட்டுமா உளன் இவ்வுலகைப் புரப்பதற்கு? மழையும் உண்டுதானே இங்கு?' - என்பது எனது உரை.

எனவே கொடை என்பதோர் மன விரிவின் வெளிப்பாடு. வள்ளல்தன்மையை அறிவிப்பது. தான் வணங்கும் தெய்வத்துக்கு, பெரும் பொருட் செலவில் மண்டபங்கள் அமைப்பது, திருவிழாக்களுக்கு உதவுவது, பாதசரம், ஒட்டியாணம், மணியாரங்கள், மணிமுடி அணிவிப்பது, பள்ளி கல்லூரிகளுக்கு நிலம் கொடுப்பது, கட்டித்தருவது யாவுமே கொடைதான்.

நன்கொடை எனும் சொல்லொன்றும் அறிவோம் நாம். நல்ல பொருள் தரும் சொல்தான் அது. ஆனால் இன்று கையூட்டு, கோழை, இலஞ்சம், காணிக்கை, கமிஷன், தரகு எனப் பல பொருள் தரும் அது. மணல், பாறை, சந்தனம், செம்மரம், மது, கஞ்சா எனக் கடத்த அனுமதிப்போருக்கு வழங்குவதும் இன்று நன்கொடை என்றே அறியப்படுகிறது. நறுமணத்தைக் குறிக்கப் பயன்பட்ட நாற்றம் எனும் சொல் இன்று துர்மணத்தைக் குறிக்கப் பயன்படுவதைப் போல.

சில அரசு அலுவலகங்களுக்குள் எளிய பணிகளுக்காக நுழைந்தால், சில அதிகாரிகள் கையூட்டுப் பெறமாட்டார்கள். ஆனால் நன்கொடை இரசீது

புத்தகங்கள் வைத்திருப்பார்கள். அல்லது தலைவர் வாரிசு நடித்த சினிமாக்களுக்கு நூறு டிக்கட்டோ, தலைவரைப் பற்றி எழுதப்பட்ட நூல் ஐம்பது படிகளோ வாங்கிக் கொள்ள கண்ணியத்துடன் சொல்லி கடமையாற்றுவார்கள். மலம் என்றாலும், கழிவு என்றாலும், நரகல் என்றாலும் அது பீதானே?

எனவே கொடை, நன்கொடை என்பன வேறு, ஈகை என்பது வேறு. இந்தச் சொல்லை நான் எழுதும் இவ்வேளை ஈகைப் பெருநாள். ஈகை எனும் சொல்லுக்குத் தமிழ்ப் பேரகராதி Gift, Grant, கொடை என்றே பொருள் தருகிறது.

ஈகை எனும் சொல் திருக்குறளில் மூன்று பாடல்களில் ஆளப் பெற்றுள்ளது. அச்சொல்லின் தீவிரமான பொருள் உணர்த்தும் குறள் ஒன்றுண்டு. அந்தக் குறள் இடம்பெற்றுள்ள அதிகாரத்தின் தலைப்பே 'ஈகை'தான்.

''வறியார்க்கு ஒன்று ஈவதே ஈகை மற்றெல்லாம்
குறி எதிர்ப்பை நீரது உடைத்து''

என்பதந்தக் குறள்.

வறியவனுக்கு, ஏழைக்கு, தரித்திரனுக்கு, இல்லாப்பட்டவனுக்கு, கையேந்தி நிற்கும் இரவலனுக்கு, பிக்காரிக்கு ஒன்று ஈவதே ஈகை எனப்படும். மற்றெல்லாம் வேறேதொ நோக்கம் கருதி, எதையோ எதிர்பார்த்து செய்யப்படுவதாகும். எனவேதான் திருவள்ளுவர் ஐயம் திரிபு அறும்படியாகப் பேசினார் -

''கைம்மாறு வேண்டாக் கடப்பாடு மாரி மாட்டு
என்னாற்றும் கொல்லோ உலகு''

என்று. உண்டியலில் போடும் காணிக்கை, இறைவருக்கு சாத்தும் பொன்னும் மணியும் பூவும் சாந்தமும் பாலும் தெளிதேனும் தென்னை இளநீரும் யாவுமே அவனிடம் ஏதோ வேண்டி நிற்பதன் பொருட்டே ஆகும். பிற்கால ஒளவையார் பாடல் -

> "பாலும் தெளிதேனும் பாகும் பருப்பும் இவை
> நாலும் கலந்து உனக்கு நான் தருவேன் – கோலம் செய்
> துங்கக் கரிமுகத்துத் தூமணியே நீ எனக்கு
> சங்கத் தமிழ் மூன்றும் தா"

என்பது அதை மெய்ப்பிக்கும். 'நான் இவை உனக்குத் தருவேன், நீ எனக்கு அவை தா' என்பது ஈகை அல்ல.

அதிகாரி கேட்கும் நன்கொடையை வழங்குவது, அரசியல் கட்சிக்கு நன்கொடை வழங்குவது, தேர்தல் செலவுக்கு நிதி தருவது என்பன கொடையும் ஆகா, ஈகையும் ஆகா! சாதிக்காக, சலுகைகளுக்காக, சகாயங்களுக்காக, சொந்தக் காரியங்கள் ஆவதற்காகக் கொடுக்கப்படும் அச்சாரம், முன்பணம், அட்வான்ஸ்!

ஈகையாளன் என்றாலும், ஈகையன் என்றாலும் வறியவர்க்கு ஏதும் கொடுப்பவன் என்றே பொருள்.

பம்பாயில் பைகுலா இரயில் நிலைய முகப்பின் தெற்குப்பக்கம் சாலையில் சற்று நடந்தால் எளிய இசுலாமியரின் உணவு விடுதி ஒன்று வரும். அதன் முன்னால், சாலையின் நடைமேடையில், வரிசையாக முதியோர், உடல் ஊனமுற்றோர், உடல் நலிவுற்றோர், இரப்போர், சிலவேளை பட்டினி கிடந்தோர் என ஆணும் பெண்ணுமாய் குத்தவைத்தோ, சம்மணம் போட்டோ அமர்ந்திருப்பர். அவர் ஒரு மதத்தினர், ஒரு நிலத்தவர், ஒரு மொழியினர், ஒரு இனப் பிரிவினர் அல்லர். அந்த உணவு விடுதியில் உணவருந்த சர்வலோக நாயக நடிகர், பிரபஞ்சப் பேரழகு நடிகை, இனமான முற்போக்குக் கட்சித் தலைவர், பன்னாட்டு நிறுவனங்களின் பங்குதாரர் என எவரும் நுழைவதில்லை.

சந்துக்குள் லேத் மெஷின் ஓட்டுகிறவர், பைகுலா தினசரிச் சந்தையின் காய்கறி வியாபாரிகள், சின்னச் சின்ன பாத்திரக்கடை, பிளாஸ்டிக் பொருட்கள் கடை வைத்திருப்பவர்கள், சிறிய முதலாளிகள், பழைய சாமான்கள் விற்பவர்கள் என. அந்த உணவு விடுதிக்குள் உணவருந்த

நுழைபவர்களில் ஒருசிலர், கல்லாவில் இருப்பவரிடம், ''பாஞ்ச் ஆத்மீக்கோ கானா தேதோ'' என்று சொல்லிப் பணம் கட்டிவிட்டு உள்ளே செல்வர். வரிசையில் காத்திருக்கும் முதல் ஐந்து பேருக்கு, தலா மூன்று ரொட்டி, சப்ஜி, கால்துண்டு எலுமிச்சம்பழம், பாதி பெல்லாரி வெங்காயம் எனக் கட்டிக் கொடுத்து அனுப்புவார். மதியம் மூன்றரை மணிக்குப் பார்த்தால் வரிசையில் எவரும் மிச்சமிருக்க மாட்டார்கள்.

பைகுலாவில் என்று இல்லை. வொர்லி, குர்லா, கோலிவாடா, கர்னாக் பந்தர், மசகாவ் டாக் எனப் பல கடைகள் கண்டதுண்டு. வேலை தேடி, பசியோடு அலைந்த நாட்களில், நமக்கே தோன்றும் வரிசையில் போய் உட்காரலாமா என! ஈகைக்குணம் இருப்பதால்தானே இன்னும் இது நடக்கிறது?

ஈகுநர் என்பது சங்க இலக்கியச் சொல். எளியவர்க்கு இரங்கி ஈதல் செய்பவர் என்பது பொருள். புறநானூற்றில், அதியமான் நெடுமான் அஞ்சி இறந்தபோது, கையறு நிலையில் ஔவையார் பாடும் பாடல் ஒன்றுண்டு. 'இனி பாடுநரும் இல்லை; பாடுநர்க்கு ஒன்று ஈகுநரும் இல்லை' என்று இரங்கும் பாடல்.

ஈதல் என்றாலும் ஈகைதான். இழிந்தோர்க்குக் கொடுத்தலே ஈதல். இழிந்தோர் எனில் பொறுக்கிகள், அற்பர், போக்கிரி, லும்பன், கச்சடா ஆத்மி என்பதல்ல பொருள் ஈண்டு. பொருளாதார நிலையில் இழிந்தவர், கீழ்ப்பட்டவர், இரப்பவர், திக்கற்றவர், அல்லற்பட்டு ஆற்றாது அலைபவர் என்று பொருள். தொல்காப்பிய சொல்லதிகார நூற்பா, ''ஈயென் கிளவி இழிந்தோர் கூற்றே'' என்னும்.

முன்அறிமுகம் ஆனவனை, சொந்த ஊர்க்காரனை, தம் மதத்தவனை, இனத்தவனை, உறவினனை, கட்சிக்காரனை, அல்லக்கையைப் பார்த்துக் கொடுப்பதல்ல ஈகை. அகநானூற்றில் கபிலர் பாடல், 'மழை கரந்தன்ன ஈகை' என்கிறது. மழை என்பது வட்டச் செயலாளர் தோட்டம், மாநகர மேயர் தோட்டம், அமைச்சர் வனம், பஞ்சாயத்து உறுப்பினர் வயல், சாதித் தலைவர் புஞ்சை என்று பார்த்தா பெய்கிறது? யாவர்க்கும் பொதுவாய், புல்லுக்கும் ஆங்கே பொசிவதாய் பொழிவதுதானே மழை? ஈகையும் ஈதலும் அத்தரத்ததே!

வசதி இருக்கிறவர் ஈகை செய்வார். இரப்போர் பெற்றுக் கொள்வார். இடைக்காடனார், சோழன் குளமுற்றத்துத் துஞ்சிய கிள்ளி வளவனைப் பாடியபோது,

''உடையோர் ஈதலும், இல்லோர் இரத்தலும்''

என்பார். இருப்பவர்கள் கொடுத்தார்கள், இல்லாதார் இரந்து பெற்றுக் கொண்டார்கள்.

மும்பை மாநகரில் ஜூன், ஜூலை, ஆகஸ்ட், செப்டம்பர் என நான்கு மாதங்கள் மழைக்காலம். மான்சூன் என்பர் ஆங்கிலத்தில். அடைமழையாய் விடாது பெய்யும். கம்பூட்டும் ரெயின்கோட்டும் இல்லாமல் சாலையில் இறங்க இயலாது. பெருமழை பொழியும்போது, இரயில்வே தண்டவாளங்கள் மழைநீரில் மூழ்கிப்போனால், ஆங்காங்கே லோகல் ரயில்கள் நின்று போகும். நினைவில் கொள்ளுங்கள் - யாவரும் மாலை வேலை முடிந்து விக்டோரியா டெர்மினஸ் அல்லது சர்ச்கேட் ரயில் நிலையங்களில் வண்டி பிடித்திருப் பார்கள் தங்கள் வீடு போய்ச்சேர. அவர்கள் பயணம் செய்யும் இரயில் பாதி வழியில் நின்று போனால் - எப்போது வெள்ளம் வடிந்து, எப்போது ரயில் புறப்படும் என்று தெரியாத நிலையில் - என்ன பருகுவார்கள், தின்பார்கள்? செலவாதிக்கு முட்டினால் எங்கு போவார்கள்?

சினிமாக்காரனும் அரசியல்வாதியும் ஊடகக்காரனும் சொன்னால் மட்டுமே நம்புவோம் என்றெண்ணினால், அது உங்கள் தலையெழுத்து. 'நீரளவே ஆகுமாம் நீராம்பல்!' மும்பையின் பதினெட்டு மழைக் காலங்களைப் பார்த்தவன் எனும் அனுபவத்தில் பேசுகிறேன் நான்.

சென்ட்ரல் ரயில்வே அல்லது வெஸ்ட்டர்ன் ரயில்வே எதுவானாலும், இரயில்வே பாட்டக்கின் இருபுறமும் நெருக்கமாக அடுக்குமாடிக் குடியிருப்புகள் இருக்கும். 1 BHK அல்லது 2 BHK வசிப்பிடங்கள். அதில் குடியிருக்கும் மாந்தர் சாய் போட்டு எடுத்துக்கொண்டு போய் தடங்கல்பட்டு நிற்கும் பயணியருக்கு விநியோகிப்பர். பிரட், பாவ், பன், குளுகோஸ் பிஸ்கட் வாங்கிக் கொடுப்பர். இரவில் டால், ரொட்டி, தண்ணீர் போத்தல் கொண்டு

கொடுப்பர். தடைப்பட்டுக் கிடக்கும் பயணியர் எவரும் அவர்தம் உறவினர் அல்ல. மராத்தா, காவ்டி, சமார், பிராம்மன் எனும் பிரிவுகள் அவர் கவலை அல்ல. மனிதத் துன்பங்களில் உதவுவது. அதுவே ஈகை எனப்படுவது.

பெரிய மேஜைகளை ரயில் பெட்டியின் அருகே கொண்டு போட்டு, உயரமான ஸ்டூல் போட்டு, பெண்களை இறக்கி, தன்வீட்டுக் கழிவறைக்கு அழைத்துப் போனவற்றைக் கண்டிருக்கிறேன்.

செல்வத்தின் பயன் என்பது ஈகையே! புறநானூற்றுப் பாடலில், மதுரைக் கணக்காயனார் மகனார் நக்கீரனார் இதனைக் கூறுகிறார். முழுப்பாடலையும் தருவேன்.

''தெண்கடல் வளாகம் பொதுமை இன்றி
வெண்குடை நிழற்றிய ஒருமையோர்க்கும்
நடுநாள் யாமத்தும் பகலும் துஞ்சான்
கடுமாப் பார்க்கும் கல்லா ஒருவற்கும்
உண்பது நாழி; உடுப்பவை இரண்டே
பிறவும் எல்லாம் ஓர் ஒக்கும்மே;
செல்வத்துப் பயனே ஈதல்;
துய்ப்பேம் எனினே தப்புந பலவே!''

ஆழி சூழ்ந்த உலகை ஆளும் மாமன்னருக்கும், இரவும் பகலும் உறங்காமல் கொடிய விலங்கை வேட்டையாடக் காவலிருக்கும் கல்லாத ஒருவனுக்கும், உண்பது நாழி அரிசிச் சோறு. உடுப்பது இரண்டு துணிகள். பிற யாவுமே ஒரே இயல்பிலானவை. எனவே செல்வத்தின் பயன் என்பது வறிய மக்களுக்கு ஏதாவது ஈதல். சேர்த்து வைத்திருந்து நாளை அனுபவிப்போம் என்று எண்ணினால் பலவும் தப்பிப் போகும் - இது எனது எளிய விளக்கம்.

நம் அனுபவத்தில் பலரைக் கண்டிருக்கிறோம். ஆயிரக்கணக்கான கோடிகளில் சொத்து - நிலங்கள், கட்டிடங்கள், வாகனங்கள், மருத்துவமனைகள், கல்விக் குழுமங்கள், வணிக வளாகங்கள், தீவுகள்,

வனங்கள் என. ஆனால் இறுதிக்காலத்தில் கரண்டியால் ஊட்டப் பெற்றவை மிக்சியில் அடித்த பாதி இட்டிலி, பாதி வாழைப்பழம் என. எத்தைச் சேர்த்து வைத்தாலும் எதனைக் கொண்டு போக இயலும்? திருமூலர் சொன்னது போல, பெயரினை நீக்கிப் பிணம் என்றுதானே சொல்வார்கள்! எனவே காலன் வருமுன்னே, கண் பஞ்சடையும் முன்னே, சற்று இரக்கத்துடன் இருந்து பார்க்கலாமே! சிலர் தம் வாழ்நாள் காலத்திலேயே வாரிசுகளின் மரணத்துக்கு சாட்சி நிற்கிறார்கள்.

கம்ப ராமாயணத்தில், யுத்த காண்டத்தில், தன் மகன் இந்திரஜித் உடலை மடிமேல் போட்டுக் கொண்டு கதறுவான் இராவணன்.

''எனக்கு நீ செய்யத் தக்க வினை எலாம் உன்னி உன்னி

உனக்கு நான் செய்வதானேன்; என்னின் யார் உலகில் உள்ளார்?''

என்று நைந்து கசிந்து கண்ணீர் மல்கி.

ஏழைகளுக்கு, இரந்து நிற்பவருக்கு, 'உண்டி கொடுத்தோர் உயிர் கொடுத்தோரே!' பயன் பெறுவது யார், எவர் என அறியாது பசிக்கும் கல்விக்கும் மருத்துவத்துக்கும் ஈகை செய்பவர்கள், கொடை அளிப்பவர்கள் வானுறையும் தெய்வத்துள் வைக்கப்பெறும்.

ஈய வேண்டும் என்ற மனது யாவர்க்கும் வந்துவிடாது. பாரதி சொல்வது போல, அதற்கு 'ஈரமுடைய நெஞ்சு வேணும்!'

இலங்கையில் அன்று வாழ்ந்த பிறவிகளைக் கம்பன் குறிப்பான் -

'அரக்கர் என்று உளர் சிலர்;

இரக்கம் என்று ஒரு பொருள் இலாத மனத்தவர்'

என்று.

ஆம்! நெஞ்சில் ஈரமும், இரக்கமும், ஈகைத் தன்மையும் இல்லாத மானுடர் எவராயினும் அவர் அரக்கரன்றி வேறில்லை. அதனைப் பேசும் வேளையில், ஈகை குணமுடைய இறையருள் வாய்த்தவரை, நாம் தொழவும் போற்றவும் கடமைப்பட்டுள்ளோம்.

"வண்மையும் மாண்பும் வளனும் எச்சமும்
தெய்வமும் யாவதும் தவமுடையோர்க்கு"

என்று பேசும் பதிற்றுப்பத்து.

கொடையும், மாட்சியும், செல்வமும், நன்மக்கட்பேறும், தெய்வ உணர்வும், முன்பே தவம் உடையவர்க்கே வாய்க்கும் என்பது உரை.

ஆமாம்! தத்தம் கருமமாகக் கருதி ஈதல் செய்பவர்கள் தவம் செய்தவர்களே!

தமிழ்நாடு அறக்கட்டளை, USA.
பொன்விழா மலர், மே 2024

21

புக வலி பாடில்லா சகாவே!

ஓவியர் ஜீவா எமக்கு மூன்றிலொரு நூற்றாண்டு கால நண்பர். இந்த ஆண்டு வெளியான எனது பத்தாவது சிறுகதைத் தொகுப்பு 'அம்மை பார்த்திருந்தாள்' அவருக்கே சமர்ப்பணம் செய்திருக்கிறேன். நண்பர் எனும் சொல்லையும் தாண்டி குடும்ப நண்பர் என்பது பொருத்தமாக இருக்கும். எமது நட்பு நகுதற் பொருட்டன்று.

1991 ஆம் ஆண்டு கோயம்புத்தூர், கோவைப்புதூர், வ.உ.சி. நகரில் ஒரு மனையை நானும், அவரது தங்கைக்காக அவரும் வாங்கிப் பிரித்துக் கொண்டோம். சொந்த வீட்டில் காலாட்டிக் கொண்டு அமர்ந்து இன்று இதை எழுதுவது அந்த மனையில்தான்.

இலக்கிய வாழ்வில் இருந்து கிட்டத்தட்ட VRS வாங்கிய நிலையில் 1989-ல் பம்பாயில் இருந்து கோயம்புத்தூர் வந்து சேர்ந்த எனக்கு, மறுபடியும் எழுத்தைத் தொடரத் தூண்டுதலாக இருந்தவர்களில் முதன்மையானவர் ஓவியர் ஜீவா. அதன் காரணமாகவே 1993-ல் எனது ஐந்தாவது நாவல் 'சதுரங்கக் குதிரை' வெளிவந்தது. விஜயா பதிப்பக வெளியீடான அந்த நாவலின் முகப்போவியம் அவர்தான் வரைந்தார்.

அவரது தன்வரலாற்றில் அவர் வரைந்த முதல் முகப்போவியம் அது. இன்று அவர் நூற்றுக்கணக்கில் வரைந்திருக்கக் கூடும். என் புத்தகங்களுக்கே பத்துக்கு மேல் வரைந்திருப்பார்.

'சுப மங்களா' என்ற பெயரில் கோமல் சுவாமிநாதனை ஆசிரியராகக் கொண்டு இலக்கிய மாத இதழ் ஒன்று வெளிவந்தது பண்டு. அதில் வெளியான எனது நேர்காணலுக்கான புகைப்படங்களை அவரே எடுத்தார். பேரூரில், நொய்யலாற்றங்கரையில், சக படைப்பாளி C.R.ரவீந்திரன் அவர்களின் தோட்டத்தில் எடுக்கப்பட்ட படங்கள் நேர்த்தியானவை.

அன்று விற்பனை மேலாளராகப் பணிபுரிந்த அலுவலகத்தில் இருந்து பதினைந்து கிலோமீட்டர் தொலைவில் நகருக்கு வெளியே இருந்த நீலிக்கோனான்பாளையம் பகுதியில் குடியிருந்த காலத்தும், எனது பயணம் நகரப் பேருந்துகள் மூலமாகவே என்றாலும், கிழமையில் நாலைந்து நாட்கள் அவரது ஓவியக்கூடம் செல்லத் தவறியதில்லை. அவரது தொழில் திரைப்படப் பேனர் வரைவது. நின்று கொண்டே ஒருமணிநேரம் உரையாடிச் செல்வது ஒரு ஆடம்பரம்.

சினிமா, சமகால அரசியல், இலக்கியம் என நீளும் பேச்சு. என்னைப் போல அவரது நண்பர்களும் வருவார்கள். இன்று அவர்கள் எல்லாம் எனக்கும் நண்பர்கள். ஜீவா சட்டம் பயின்றவர், தொழிலால் சினிமா பேனர் வரைகிறவர், கலையால் ஓவியர்.

ஜீவாவிடம் பேசிப் பேசியே சினிமா குறித்தும், ஓவியம் பற்றியும் என் புரிதல் தெளிவும் துல்லியமும் பெற்றது. எனது கதை, கட்டுரை, கவிதை - எதுவானாலும் உடனே வாசித்து தாட்சண்யம் இன்றி விமர்சனம் செய்வார். அவரது விமர்சனம் எப்போதுமே தன்னாள் - வேற்றாள் கருதிச் செய்யப்படுவன அல்ல. இந்தி, ஆங்கிலம், மராத்தி, மலையாளம், தமிழ், ஆங்கில சப் - டைட்டில்களுடன் பிறமொழிகள் சினிமாக்களை 1972-லேயே பார்க்கத் துவங்கி விட்டாலும், எந்த ஐயப்பாட்டையும், குழப்பத்தையும் உடனுக்குடன் தெளிவு செய்வார். கூகுள் பகவான், பண்டைக் கடவுளரின் கைக்கிடையில் இருந்து அவதரிப்பதற்கு முந்தைய காலம் அது.

ஏதாவது கட்டுரை எழுதும்போது, சினிமா குறித்த எந்தச் செய்தி யானாலும் நான் ஜீவாவிடம் கேட்டு சரிபார்த்துக் கொள்வது வழக்கம். 1993-ல் வெளியான, டிம்பிள் கபாடியா நாயகியாக அபிநயித்த, ருடாலி படத்தின் இசையமைப்பாளர் யாரெனக் கேட்டால் ஒரு கணத்தே உரைப்பார், புபென் ஹசாரிக்கா என்று. பின்னர் அவருக்கு பாரத ரத்னா விருது வழங்கப் பெற்றது. தகுதியானவர்களுக்கும் பல சமயங்களில் அது வழங்கப் பெறும். முப்பதாண்டுகளுக்குப் பிறகும் ருடாலி படத்தின் பாடல் ஒன்று 'தில் ஹூம் ஹூம் கரே!' இன்றும் கேட்டால் நெஞ்சு வலிக்கும்.

ஒரு கட்டுரையில் தாழம்பூ பற்றிய குறிப்பொன்று எழுத முனைந்த போது, ஒரு மலையாள சினிமாப் பாடல் நினைவுக்கு வந்தது.

''தாழம்பூ மணமுள்ள தணுப்புள்ள ராத்ரியில்
தனிச்சு இருந்து உறங்குன்ன செறுப்பக்காரி''

என்பதந்தப் பாடல் வரி. எந்த சினிமா என்பது நினைவுக்கு வரவில்லை. எதற்கு வேறெங்கும் போய்த் தேட வேண்டும்? ஜீவாவுக்கு ஃபோன் செய்தால் உடனே சொல்லுவார்.

சினிமா பற்றிய செய்திகள் அவரது தொழிலுடன் தொடர்புடையன என்றாலும், அவர் அதை வைத்துத் துணுக்குகள் எழுதுவதில்லை. கோவையில் இருந்து, மரபின் மைந்தன் முத்தையாவை ஆசிரியராகக் கொண்டு வெளிவந்த 'ரசனை' மாத இதழில் அவர் எழுதிய தொடர் 'திரைச்சீலை' அது நூல் வடிவம் பெற்றபோது, சிறந்த புத்தகத்துக்கான குடியரசுத் தலைவர் விருது பெற்றது. 29 ஆண்டுகளுக்குப் பிறகு தமிழ் நூலுக்குக் கிடைத்த விருது அது.

அதற்கான பாராட்டு விழா கோவையில் பிரம்மாண்டமான அரங்கில் நடந்தது. நடிகர் சிவகுமார், கவிஞர் புவியரசு ஆகியோருடன் நானும் பாராட்டிப் பேசியது நினைவில் உண்டு. பத்தாண்டுகள் கடந்திருக்கும்.

இன்றும் சில ஓரச் சாய்வுள்ள அரைகுறை இலக்கிய வியக்திகள் என்னை வசைமொழிய முயலும்போது, நான் முதலில் அறிவுரை கேட்பது நண்பர் ஜீவாவிடம், அடுத்தது ஜெயமோகனிடம். எமக்குத் தேவையான ஆதரவும் ஆத்மார்த்தமும் அவர்களிடம் பெறுவேன்.

என்னைவிடப் பத்து வயது இளையவர். பூர்வீகம் பழையாற்றின் மேலக்கரை பூதப்பாண்டி. பொதுவுடைமை சித்தாந்தத்தின் தன்னலமற்ற போராளி. ப. ஜீவானந்தம் பிறந்த ஊர். அவர் பெயரே இவருக்கும். தூரத்து உறவினரும் ஆவார். என் பூர்வீகம் பழையாற்றின் கீழக்கரை, மூன்று கிலோமீட்டர் தென்புறம், வீரநாராயணமங்கலம். பழையாற்றைத் தொடர்ந்து மேலும் மூன்று கிலோமீட்டர் போனால், மறுபடியும் கீழக்கரையில் திருவண்பரிசாரம் என்ற திருப்பதிசாரம்.

ஆனால் பழையாற்றில் நீராடியவர்கள் என எவரேனும் கட்டுரை எழுதினால் அதில் எம் பெயர் இருக்காது. கால் நனைத்திராதவர் பெயர் பிரதானமாக இருக்கும். இவை யாவும் பாயிரம்.

'ஒரு பீடியுண்டோ சகாவே...' எனுமிந்தத் திரைப்படக் கட்டுரைத் தொகுப்பின் தலைப்பைத் தமிழில் மொழிபெயர்த்தால் 'ஒரு பீடி இருக்கா தோழரே...' என அமையும். சகாவு, தோழர், காம்ரேட், முற்போக்கு யாவுமே பொதுவுடைமை இயக்கக் கூட்டாளிகளைக் குறிக்கும் சொற்கள்.

இருபத்தெட்டு கட்டுரைகள் கொண்ட இந்நூல் தெளிவான, வசீகரமான நடையில் அமைந்தது. தெரிவிக்கப்படும் செய்திகள் எவற்றிலும் திரிபோ, தகவற்பிழைகளோ காண இயலாது. உத்தேசமான தகவல்கள் அல்ல அவை. துல்லியம் கொண்டவை. திரைத்துறைக்கென்றே பிறந்து வளர்ந்து மணக்கோலம் பூணும் கிசுகிசுப்பு, வானளாவிய மிகை. ஆளுமைகளைப் புகழும் குடமுழுக்கு, இமயமெனக் கொண்டாடும் எத்தன்மையும் இந்நூலில் இல்லை. அவற்றைச் செய்வதற்கென்றே வந்தே பாரத்தில் ஊடகங்கள் உண்டு. அவற்றிற்கு ஊதியமும் சன்மானமும் அன்பளிப்பும் உண்டு.

இந்நூலின் பெரும்பாலான கட்டுரைகளும் கனடாவில் இருந்து வெளியாகும் 'தாய் வீடு', கோவையில் இருந்து வெளிவரும் 'ஆவ நாழி' ஆகிய இதழ்களில் வெளியானவை. இவ்விரண்டு இதழ்களிலும் நானும் எழுதுவதுண்டு.

இந்தக் கட்டுரைகளில் குறிக்கப் பெற்றுள்ள திரைப்படங்கள், இயக்குநர், கலை இயக்குநர், இசையமைப்பாளர், பாடகர், ஒளிப்பதிவாளர்,

படத் தொகுப்பாளர், நடிகர், நடிகையர், மூலக்கதாசிரியர், திரைக்கதை - உரையாடல் எழுதியவர் எனப்பட்டவரின் அகர வரிசைப் பட்டியலும், அவர்கள் சார்ந்த சிறு குறிப்புகளும் கோர்த்துத் தொகுத்தால் அதுவோர் ஆவணமாக அமையும். யார் பெறுவார் அந்த அரியாசனம்?

ஆங்கிலம் முதலான பன்னாட்டுத் திரைப்படங்கள். இந்தி - தமிழ் - மலையாளம் மொழிச் சினிமாக்கள் பற்றிய அறிந்திராத தகவல்களும், நுட்பமான ரசனைக் குறிப்புகளும், தொழில்நுட்பம் சார்ந்த செய்திகளும், விமர்சனங்களும் இந்த நூலில் உண்டு. தொகுத்தால் அவை விரியும் குறுக்கிச் சொல்லவும் அறியேன்.

சில எடுத்துக்காட்டுகள் சொல்ல வேண்டுமானால் 'திரையில் மூன்றாம் பாலினம்', 'சினிமா டாக்டர்', 'கனம் கோர்ட்டார் அவர்களே!' போன்ற கட்டுரைகள். ஜீவாவின் கலாபூர்வமான பகுப்பாய்வுத் திறனைப் புலப்படுத்துவன அவை.

எனவே ஆர்வமுள்ளவர்கள் இந்தக் கட்டுரைகளின் அனுபவச் செறிவை வாசித்து உணருங்கள்.

யாம் பெற்ற இன்பம் பெறுக இவ்வையம்!

22

கான முயல் எய்த அம்பு!

புத்தக வடிவில் வந்த ஏக்நாத்தின் அனைத்து ஆக்கங்களையும் வாசித்திருக்கிறேன். கவிதைகளில் ஆரம்பித்து, பிறகவற்றைக் கதைகள் என விரித்து எழுதியவற்றில் ஈடுபட்டு, 'கெடகாடு', 'ஆங்காரம்' முதலிய நாவல்கள் வரை. ஏக்நாத் எழுத்தில் எனக்கிருக்கும் ஈடுபாடு, அவர் தென் தமிழ்நாட்டுக்காரன் என்பதாலோ, எங்கள் பக்கத்து ஊர் தாழக்குடியில் பெண்கட்டியவர் என்பதாலோ அல்ல. மேலும் சாதிபார்த்து, இனம் தேர்ந்து, மதம் ஓர்ந்து, முற்போக்கு ஆராய்ந்து வாசிக்கிறவனும் அல்ல. அவர் எனக்குக் காட்டும் வாழ்க்கை, மொழி, சம்பவங்கள், தெய்வங்கள், கொடை, கடாவெட்டு என்பன தனியான ஈர்ப்புகள். சிறு தெய்வங்களில் வாசகர் பலரும் சுடலைமாடன், இசக்கி, முத்தாரம்மன் என கேள்விப்பட்டிருக்கக்கூடும். ஆனால் ஏக்நாத் காட்டும் சிறு தெய்வங்கள் - பட்றையன், கசமாடன், தளவாய் மாடசாமி, பிரம்ம ராட்சஸ், புனமாலை, எனப் பெயர்கூட அறிந்திருக்க மாட்டோம். அதுபோலவே கதைமாந்தர் பெயர்களும் - புனமாலை, இருளாச்சி, மந்திரம் செவனு, என.

ஐம்பது ஆண்டுகளாகத் திருநெல்வேலியின் பெத்த பெருமை பேசித்திரியும் எழுத்தாளர் படை ஒன்றுண்டு. லெட்சுமி டாக்கீசும், தேரடிப் போத்தி கிளப் ஆமவடையும், வளவுகளின் அக்காக்களும், இருட்டுக்கடை

ஊருண்டு காணி இல்லேன்

அல்வாவும் வாசித்து சலித்துப் போயிற்று. ஏக்நாத் பேசுவது திருநெல்வேலியின் புறத்தாய நாடு. கதைக்களனும், கதைமாந்தரும், கதைச் சம்பவங்களும், அறிவில் ரசனையில் பெருத்த பிள்ளைமார்களுக்குச் சொந்தமானதல்ல. இது தெளிந்த நீரை வடிகட்டுவது அல்ல. கலங்கிய நீரைத் தேத்தாங்கொட்டை போட்டுத் தேற்றுவது.

இன்றைய வாசகர் பலருக்கும் அறிமுகமாகியிருக்க வாய்ப்பில்லாத வாழ்க்கையைப் பேசுகிறார். இது அவரது எழுத்தின் சிறப்பு, வசீகரம். முப்பத்தைந்து ஆண்டுகளுக்கு முன்பு, பம்பாயில் இருந்து நாகர்கோயில் பயணப்பட்டபோது, சென்னையில் சிலநாட்கள் இடைத் தங்கினேன். ஒரு ஞாயிறு மாலை, சென்னை மரீனா கடற்கரையின் மரத்து மூட்டில், திருவாளர்கள் ஞானக்கூத்தன், சா.கந்தசாமி, ஆத்மாநாம், ராஜகோபாலன், ஆனந்த், எஸ். வைத்தியநாதன், அழகியசிங்கர், காளி-தாஸ் எனும் ஸ்டெல்லா புரூஸ் ஆகியோரைச் சந்தித்து உரையாடிக் கொண்டிருந்தேன். உரையாடலின்போது, ஒரு சந்தர்ப்பத்தில், எங்களூர் சுடலைமாடன் கோயில் கொடை, கோமரம், கச்சை கட்டுதல், கடாவெட்டு, உதிரம் குடித்தல் என்பனவற்றை விவரித்துக் கொண்டிருந்தேன். இன்று நான் பெயர் சொல்ல விரும்பாத கவிஞர் ஒருவர், நடுவே கேட்டார், ''என்ன காட்டுமிராண்டி ஊரா உங்களது?'' என்று. ஞானக்கூத்தன் குறுக்கிட்டு, ''அவர் சொல்றதக் கவனியுங்க!'' என்றார்.

இன்று ஏக்நாத் சொல்லும் சம்பவங்கள், கதைகள் நவப்பட்டுப் போன இளைய வாசகர்களுக்கு வியப்பை ஏற்படுத்தக்கூடும். இந்தியக் கிராமங்களின் வாழ்க்கையை நகர்மயமானவர் புரிந்து கொள்வதில் இருக்கும் சிக்கல் அது. எதைப் பற்றியும் கவலையற்றதாக, பொருட்படுத்தாததாகத் தன்னியல்பில் இருப்பது ஏக்நாத்தின் எழுத்து. அவர் பயன்படுத்தும் சொற்களைக் கொண்டே சிறியதோர் அகராதி தொகுக்கலாம். முன்மாதிரியாக, தம்பி கண்மணி குணசேகரனின் 'நடுநாட்டுச் சொல்லகராதி'யைக் கொள்ளலாம். கீரனூர் ஜாகிர்ராஜாவும் இசுலாமியச் சொல்லகராதி ஒன்றின் தயாரிப்பில் இருக்கிறார் என்று கேள்விப்பட்டேன்.

எடுத்துக்காட்டுக்கு, ஏக்நாத் பயன்படுத்தும் சொல், சங்கு. சங்கு என்றால் SHELL என்று அறிவோம். கழுத்துக்கு, சங்கை உவமை சொன்னார்கள், சங்குக் கழுத்து என்று. உவமை அல்லது உருவகமாக அல்ல, சங்கு

என்றாலே கழுத்துத்தான். 'சங்கைப் புடிச்சு நெரிச்சான்', 'சங்கிலே சமுண்டீருவேன்', 'சங்கைக் கடிச்சிருவேன்', 'சங்கை அறுத்திருவேன்' என்பன இன்றும் வழக்கத்தில் உள்ள சொற்கள்தான். நக்கீரன், திருவிளையாடல் சினிமாவில் கேட்ட 'சங்கறுப்பது எங்கள் குலம், சங்கரனார்க்கு ஏது குலம்?' என்பதில் குறிக்கப்படும் சங்கு, SHELL. கழுத்து அல்ல. மாற்றிப் பொருள் கொண்டால் விபரீதமாகிப் போகும். அவயம் எனில் அபயத்தின் திரிவு அல்ல ஓசை. மூதி என்றால் மூதேவியின் திரிபு. தவ்வை, அக்காள் என்பன மூதேவியின் மாற்றுச் சொற்கள்.

தெண்டல் என்றொரு சொல் ஆள்கிறார் ஏக்நாத். மலையாளத்தில் தெண்டல் எனில் தெண்டுதல், தெண்டித் திரியுதல் எனில் இரந்து திரிதல். தெண்டி எனில் இரவலன். அந்தத் தெண்டல் அல்ல, ஏக்நாத் பயன்படுத்தும் தெண்டல். அது தண்டலின் திரிபும் அல்ல. தெண்டல் எனும் சொல்லைக் காதுபடக் கேட்டே ஐம்பதாண்டுகள் இருக்கும். ஓணான், ஓந்தான், ஓந்தி, ஓதி, ஒடக்கான், ஒடக்கா, ஒடக்காயி எனும் சொற்கூட்டத்தில் ஒன்று தெண்டல். பச்சோந்தி என்பது ஓந்தியில் ஓரினம். மொழிஞாயிறு, ஞா.தேவநேயப் பாவாணர், தமது 'வேர்ச்சொல் கட்டுரைகள்' நூற்தொகுதிகளில் ஒன்றில், 'தெண்டல்' எனும் சொல்லைக் குறிப்பிட்டு, ஓணான் என்று பொருள் தருகிறார்.

ஏக்நாத், போகிற போக்கில், இந்தச் சிறுகதைத் தொகுப்பில் இரண்டு இடங்களில், தெண்டல் எனும் சொல்லை ஆள்கிறார். சென்னைப் பல்லைக்கழகத்து Lexicon, தெண்டல் எனும் சொல்லைப் பதிவிடவில்லை. அதன் Suppliment, 'தெண்டில்' எனும் சொல்லைப் பதிவிட்டு, ஓணான் என்று பொருளும் சொல்கிறது. எனது எந்த நூலிலும் தெண்டல் எனும் சொல் பயன்படுத்தப்பட்டுள்ளதாக நினைவு இல்லை. ஆனால் ஏக்நாத் அச்சொல்லை சேகரம் செய்கிறார். இஃதோர் மொழிச்சேவை.

'மேப்படியான் புழங்கும் சாலை' எனுமிந்தச் சிறுகதைத் தொகுப்பில் பதினான்கு கதைகள். மறுபடியும் தோன்றுகிறது, 'மேப்படியான் என்றால் என்ன என்று நம்ம ஆட்கள் கேட்பார்கள் என்பது. மேற்குக் காற்று என்பது மேல்காற்று, மே காற்று ஆனதைப் போல, மேற்கு நாடுகள் என்பது மேல்நாடு, மேநாடு எனவானதைப் போல, மேற்படியான் என்பது மேப்படியான் ஆயிற்று. ஆனால் இங்கு மேற்படியான் என்பதில் உள்ள மேல், மேற்கு

எனும் திசை குறித்ததல்ல. As above என்பதற்கு மேற்படி என்போம். அதைக் குறிக்க, பண்டு 'ஷெ' என்றொரு வட எழுத்தைப் பயன்படுத்தினார்கள். கிராமப்புறங்களில் 'மேப்படியான்' எனும் சொல் ஒரு குழூஉக்குறி. 'லெக்காளி' என்பார் சிலர். 'புள்ளிக்காரன்' என்பதுண்டு. 'கச்சிக்காரன்' என்பதுவும் உண்டு. என் வீட்டில், என்னைக் குறிக்க, பிள்ளைகள், 'சாதனம்' என்றொரு சொல்லை ஆள்கிறார்கள். மலையாளத்தில், 'புள்ளிக்காரன் பயங்கர சாதனம் ஆணு!' என்பார்கள். மேப்படியான பயங்கரமான ஆள் என்பது பொருள்.

சில படைப்பாளிகள் சொற்களை மிரட்டும் தத்துவக் கருவிகளாகவும், கோட்பாட்டுக் குத்துவாள்களாகவும் பயன்படுத்துவதுண்டு. இயல்பான சொற்களில், கிராமத்து மக்களின் வாழ்க்கையைப் பதிவு செய்கிறார் நூலாசிரியர். கிராமத்து மாந்தரின் நம்பிக்கைகளை விஞ்ஞானபூர்வமாக ஆய்ந்து, கட்டுடைத்து, கோடரியால் பிளந்து தீர்ப்பெழுத முனையும் முனைவர்களுக்கு இந்தக் கதைகள் அர்த்தமாகாது.

'செவலைகள் தொலையும் நிலம்', 'ஆவிகளுடன் பேசுதல்', 'பெரிய மூக்கன்' போன்ற கதைகள், பெரும்பாலான கிராமங்கள் இந்தியாவில் இன்னும் இப்படித்தான் இருக்கின்றன என்பதை நிறுவுகின்றன. தமிழ்நாட்டில் பெரும்பாலான கிராமங்களின் தலைமாட்டில் புரோட்டா - மட்டன் கடைகள் வந்துவிட்டன. மட்டன் என்பதன் விளக்கம் இங்கு பேச நான் பிரியப் படவில்லை. கிராமத்தின் கால்மாட்டில் அதிகாரபூர்வமற்ற டாஸ்மாக் சரக்கு 'அல்லும் பகலும் அறுபது நாழிகையும்' கிடைக்கிறது. விலை சற்று மேம்படுத்தப்பட்ட நிலையில். சிறு தெய்வங்கள் மீது ஏளனமும் இருக்கிறது, எக்களிப்பும் உண்டு. உள்ளூற உதறலும் உண்டு அதுதான் கிராமம். மேற்சொன்ன கதைகள் சாற்றுவது அதுவே! அந்தத் தெய்வங்களை இந்துமதம் கணக்கில் கொண்டாலும் கொள்ளாவிட்டாலும், சுவிசேஷ மதங்கள் பிசாசுகள் என்று தூஷணை செய்தாலும், ஊரம்மன் கோயில் கொடை என்றால் விழுந்தடித்துக்கொண்டு ஓடுபவர்கள் மும்பையில், புனேயில், நாசிக்கில், கோலாப்பூரில் இன்னும் இருக்கிறார்கள்.

'அக்கா - தங்கை' உறவை அபூர்வமாகச் சித்தரிப்பது 'செவ்விளநீர் காய்க்கும் மரம்' கதை. உறவின் தர்ம அதர்மங்கள், நன்னூல் சூத்திரங்கள்

அல்ல என்பதைச் சொல்வது. உறவுக்குள் பனைவெட்டிப் பிளந்த நியாயங்கள் நில்லாது. முன்முடிவுகளும் சொல்ல ஏலாது. இந்தக் கதையின் முடிவை, நுட்பமான கணம் ஒன்று தீர்மானிக்கிறது. சாதாரண சம்பவம், நல்ல சிறுகதையும் ஆகும் கணம்.

'கொடலு' கதையின் நாயகன் என் வயதொத்தவர். எல்லாக் கிராமங்களிலும் இதுபோல் ஒருவர் காணக்கிடைப்பார். இன்னும் பலகாலம் அதுபோன்றதோர் கிராமமும் காணக்கிடைக்கும். நகரத்து மால்களை அண்ணாந்து பார்த்து மலைப்பவருக்கு 'கொடலு' போன்ற கதாபாத்திரத்தின் அங்கலாய்ப்பு ஏறுமா என்பதறியேன். முதுமை என்பது காலாவதியான வாலிபம் என்பதன் வலி இந்தக்கதை. ஒருவேளை தொகுப்பின் சிறந்த கதையாகவும் கொள்ளப்படலாம்.

ஏக்நாத்தின் பம்பாய் வாழ்க்கையின் நூதன அனுபவம், 'அம்வி எனும் பெண் தெய்வம்' எனும் கதையாகி இருக்கிறது. இறுதிக்காட்சி, அதிர்ச்சி மதிப்பீட்டிற்காகச் சொல்லப்பட்டதில்லை.

ஏக்நாத் எழுத்துக்களின் பொதுத்தன்மை, வெளிப்படைத்தன்மை. கிராமத்து மனவிரிவு. ஆடம்பரமற்ற மொழியும், சகமனிதர் மீதான கரிசனமும் அவருக்கு உதவுகின்றன.

தமிழ்ச் சிறுகதை உருவெடுத்த காலம் தொடங்கி, மொழிக்குள் உன்னதமான இலக்குகள் எட்டப்பட்டிருக்கின்றன. ஏக்நாத் தனது சிறுகதைகள் மூலம் அந்த இலக்குகளை முயல வேண்டும்.

'கான முயலெய்த அம்பினில் யானை
பிழைத்தவேல் ஏந்தல் இனிது'

எனும் படைச்செருக்கு அதிகாரத்துக் குறள் அவர் அறியாததல்ல.

23

தவமுடையோர்

பேராசிரியர், தீவிரமான நேர்மையான அர்த்தத்தில் தமிழறிஞர், ம.ரா.போ. குருசாமி அவர்கள் நல்லடக்கம் செய்யப்பட்ட நிகழ்ச்சி நினைவில் தெளிவாக உண்டு. கோவை மாநகரின் தென்பகுதியில், பேரூர் சிவத்தலம் சமீபத்தில், நொய்யல் நதிக்கரையின் தென்கரையில், சைவ மரபு முறைப்படி அவரது பூதவுடல் அடக்கம் செய்யப்பட்டபோது நின்றிருந்த சில நூறு பேரில் நானும் ஒருவன். ஒரு கை உப்பு நானும் வாரிச் சொரிந்தேன்.

நீரினில் மூழ்கி நினைப்பு ஒழிந்து போவது என்பது எல்லோருக்குமான பொது விதி அல்ல. அனுதினமும் என்று இல்லாவிட்டாலும் சிலரை அவ்வப்போது நினைத்துக் கொள்கிறோம். கோவைப்புதூருக்குக் குடிவந்த இந்த எட்டு ஆண்டுகளில், நகரப் பேருந்தில் போம் போதும் வரும்போதும், நொய்யலைக் கடக்கும்போது, ம.ரா.போ. ஐயா அடக்கமான இடம் கண்படும். அதுபோலவே நகர் சென்று திரும்பும்போது என் சிந்தனையைக் குறுக்கு வெட்டுவது வைசியாள் வீதியில் இருக்கும் சிவக்கவிமணி C.K.S. முதலியார் வாழ்ந்த இல்லம். பெரிய புராணம் எனப்படும் திருவிளையாடற் புராணம் நூலுக்கு ஆகச்சிறந்த உரை எழுதியவர். சிறை மீண்ட கப்பலோட்டிய தமிழன் வ.உ. சிதம்பரனார் சில காலம் தங்கியிருந்த இல்லம்.

ஈதெல்லாம் நினைவில் இருக்கும் எனக்கு ம.ரா.போ. அவர்களை முதலில் சந்தித்து உரையாடியது நினைவில் இல்லை. 1989-ம் ஆண்டின் பிற்பகுதியில் கோவைக்கு மாற்றலாகி வந்த நான், இராமநாதபுரம் பங்கஜா மில் சாலையில் ஒண்டுக் குடித்தனம் இருந்தேன். அங்கிருந்து நடந்து போகும் தூரமே ம.ரா.போ. ஐயா வாழ்ந்திருந்த வீடு. முதன்முதலில் நண்பர் மரபின் மைந்தன் முத்தையா கூட்டிப் போனார். மேலும் பலமுறை அவருடனேயே சென்றுள்ளேன். அவரைச் சந்திக்கச் சென்றபோதெல்லாம் பேராசிரியர், அருள்நிதி இராம. இருசுப்பிள்ளை அவர்களையும் சந்தித்திருக்கிறேன். இருசுப் பிள்ளை பெயரில் இருக்கும் பிள்ளை எனும் சொல் எவருக்கும் தொந்தரவாக இருக்கும் என்பதற்காக, அத்தகு அறிஞரின், புலவரின் பெயரை என்னால் இரா. இருசு என்று எழுத இயலாது. அதற்குச் சில மேற்கோள்கள் காட்டப் புகுந்தால் அது அரசியலாகிவிடும் என்பதற்காக விடுபடுகிறேன். இருவருமே 'நற்றுணையாவது நமச்சிவாயவே' என்று பயணம் மேற்கொண்டு விட்டனர்.

இராம. இருசுப் பிள்ளையின் மகத்தான நூல், 'திருவாசகச் சொல்லகராதி' திருவாசகத்தின் 658 பாடல்களிலும் அல்லது 656 பாடல்களிலும் மாணிக்கவாசகர் பயன்படுத்தியுள்ள அனைத்துச் சொற்களையும் அகர வரிசைப்படி தொகுத்து, அவற்றின் பொருளும், அவை இடம் பெற்றிருக்கும் பாடல்களின் எண்ணும் தரும் அகராதி அது.

அஃதேபோல் ம.ரா.போ. அவர்களின் பன்னூல் பட்டியலில், தலையாயது என நான் கருதுவது 'கபிலம்'. 'கபிலம்' பற்றிப் பேசப் புகுமுன் நாம் 'பரணர்' பற்றியும் பேசியாக வேண்டும். 'சென்னைச் சருவகலாசாலை ஓரியண்டல் ரிசர்ச் இன்ஸ்ட்யூட் தமிழ் ஜூனியர் லெக்சரர்' வித்வான் வே. வேங்கடராஜுலு ரெட்டியார் எழுதிய நூல் பரணர். மதராஸ் யூநிவர்ஸிடி வெளியிட்டது. ஆண்டு 1933.

விலை 2 ரூபாய் எட்டணா. வடமொழியும் தென்தமிழும் ஆங்கிலமும் பட்டிருந்த பாடு இன்று வியப்பூட்டுகிறது.

கன்னியாகுமரி மாவட்ட நூலக ஆணைக்குழுவின் கிளை நூலகமான ஸ்ரீ சித்திரை விலாஸ் நூல் நிலையம், ஆரல்வாய்மொழி எனக்கந்த புத்தகம் நல்கியது. அத்துடன் கழிக்கப்பட்டு குவித்து வைக்கப்பட்டிருந்த புத்தகச் சிறு

போரில் எனக்குக் கிடைத்த இன்னொரு மாமணி, திருவாவடுதுறை ஆதீனம் 1964-ம் ஆண்டு வெளியிட்ட திருவாசகம். உரை எழுதியவர் ஆதீன மகா வித்வான் ச.தண்டபாணி தேசிகர். நினைவில் கொள்க: இவர் இசையறிஞர், நந்தனார், திருமழிசை ஆழ்வார் போன்ற சினிமாக்களில் நாயக வேடம் பூண்ட இசைமுரசு தண்டபாணி தேசிகர் அல்ல. மகாவித்வான் தண்டபாணி தேசிகரின் மற்றொரு சிறந்த நூல் திருக்குறள் உரை. இன்னொன்று சங்க இலக்கிய நூல்களின் சொற்றொகை. உயிர் எழுத்தில் தொடங்கும் சொற்களுக்கான சொல்லடைவு.

கழித்து வைத்திருந்த நூற்குவையில் இருந்து மேற்சொன்ன இருநூல்களையும் தள்ளுபடி விலையில் வாங்கினேன். சீராக மறுபடியும் பைண்ட் செய்யப்பட்ட இருநூல்களும் என்னிடம் பாதுகாப்பாக உண்டு. இதில் ஆச்சரியம், வே. வேங்கட ராஜுலு ரெட்டியார் எழுதிய, 1933-ல் வெளியான, பரணர் நூலின் முதற்பக்கத்தில் தமிழறிஞர், ஆய்வறிஞர் கே.என். சிவராஜ பிள்ளை கையெழுத்திட்டிருந்தார். கையெழுத்துடன் 13th செப்டம்பர் 1933 என்று நாளும் குறிப்பிடப்பட்டிருந்தது.

அதன்பிறகே, ம.ரா.போ. குருசாமி அவர்களின் 'கபிலம்' நூல்பற்றி நான் அறிந்தது. நாம் முன் குறித்த வே. வேங்கட ராஜுலு ரெட்டியாரும், நாவலர் ந.மு. வேங்கடசாமி நாட்டாரும், 'கபிலர்' எனும் தலைப்பில் நூல்கள் படைத்தளித்துள்ளதாக அறிகிறேன், கண்டதில்லை. அவர்களுக்கு நாம் முப்பதங்குல உயரத்தில் கூட பேனாச் சிலைகள் அமைக்க மாட்டோம். தமிழனின் அறிவுத் தரித்திரத்தை என் செய?

முனைவர், தமிழ்ச் செம்மல் ம.ரா.போ. குருசாமி அவர்களின் 'கபிலம்' எனக்கு New Century Book House வெளியீடு வாங்கக் கிடைத்தது. என்னிடம் இருக்கும் NCBH முதற்பதிப்பு 2010. முதன் முதலில் கபிலம் எப்போது நூலாகியது என்ற தகவல் இந்தப் பதிப்பில் இல்லை.

சங்க இலக்கிய பத்துப்பாட்டு, எட்டுத்தொகை நூற்பட்டியலில், கபிலர் இயற்றிய பாடல்கள் மொத்தம் 235. அவற்றுள் 261 அடிகளைக் கொண்ட பத்துப்பாட்டு நூலான குறிஞ்சிப்பாட்டும் அடங்கும். குறிஞ்சிப்பாட்டில் பாடப்பெற்ற மலர்களின் பெயரை வரிசையாக மனப்பாடமாகச் சொல்லி மந்திரியானவர்களும் உண்டு நம் அரசியல் வரலாற்றில்.

கபிலர் பாடிய 235 பாடல்களின் விளக்கமும் தெளிவும் நயமும் கவித்துவமும் கூறும் அற்புதமான நூல் கபிலம். ம.ரா.போ. ஐயாவின் நாமம் நவின்று நிலைக்கும் நூலது.

சிலம்புச் செல்வர் ம.பொ. சிவஞானம் தனது 'செங்கோல்' இதழில் சிலப்பதிகார விளக்கத் தெளிவுரை தொடர்ந்து எழுதி வந்தார். அவற்றைத் தொகுத்து, முற்றுப்பெறாது இருந்த பகுதிகளை நிறைவு செய்து வெளியிட உதவியவர் ஐயா ம.ரா.போ. அவர்கள்.

ம.ரா.போ. அவர்களின் பெரும்பணிகளில் ஒன்று, கோவை கம்பன் அறநிலை, வெளியிட்ட 'கம்ப ராமாயணம் உரை' நூலுக்கு, ஒருங்கிணைப்பாளராக இருந்து செயல்பட்டது. கம்பராமாயணத்துக்கு பல உரைகள் இருந்தபோதிலும், முக்கியமான உரைகளாகக் கருதப்பட்ட உ.வே.சாமிநாத ஐயர் உரை, வை.மு. கோபாலகிருஷ்ணமாச்சாரியார் உரை எதுவும் அன்று அச்சில் இல்லை.

நான் 1973 முதல் மூன்றரை ஆண்டுகள் பம்பாயில் ரா. பதுமநாபன் அவர்களிடம் கம்ப ராமாயணம் பாடம் கேட்டேன். அவர் தமிழ்க்கடல் ராய. சொ. அவர்களின் மாணவர்.

எனதாசிரியரிடம் வை.மு.கோ. உரை இருந்தது. நான் மர்ரே ராஜம் ஐயர் வெளியிட்ட மூலம் வாசிக்க அருளப்பட்டேன். சென்னை கம்பன் கழகத்து கம்பராமாயணம் மூலம் 1976-ம் ஆண்டுதான் வந்தது. எனதாசிரியர் ரா.ப. அவர்களுக்கு என் நன்றிக்கடன், 2013-ல் வெளியான என் நூல் 'கம்பனின் அம்பறாத் தூணி'. எனது மதிப்பீட்டில், கம்ப ராமாயண உரை நூல்களில் சிறந்தது கோவை கம்பன் அறநிலை வெளியிட்ட உரை. 1994-ல் வெளியான உரை அது.

இன்று வை.மு.கோ. உரையும், உ.வே.சா. உரையும், கம்பன் அறநிலை உரையும் கிடைக்கின்றன. மூன்று உரைகளிலும், என்னிடம் கேட்பவர்களுக்கு நான் பரிந்துரைப்பது, ம.ரா.போ. அவர்கள் ஒருங்கிணைத்த உரை. அது தற்போது NCBH வெளியீடாக வாங்கக் கிடைக்கிறது.

இங்ஙனம் ம.ரா.போ. அவர்களின் பணிகளில் சிலவற்றைக் குறிப்பிட்டேன். நேரில் சந்தித்து உரையாடிய சில சந்தர்ப்பங்களில் அவரது

புலமையும், ஆய்வுப் பார்வையும், கூர்த்த சிந்தனை ஆற்றலும், நடுநிலை கோடாமையும், துல்லியமான கறார்த் தன்மையும் அறியக் கிடைத்தன.

அவர் பங்கேற்ற கோவை விஜயா பதிப்பகத்தின் விழா மேடைகளில் சிலவற்றில் நானும் அவருடன் அமர்ந்திருந்ததுண்டு.

நிறைந்து வழியும் நூலகம் ஒன்றிருந்தது அவர் வீட்டில். எப்போது போனாலும் முக்கியமான ஒன்றிரண்டு நூல்கள் தருவார். வாழும் காலத்திலேயே அவரது நூலக நூல்கள் அனைத்தையும் இராசபாளையம் நூல் நிலையம் ஒன்றுக்கு அன்பளிப்பாக வழங்கினார்.

பதிற்றுப்பத்தில் அரிசில்கிழார் பாடுவார் -

"வண்மையும் மாண்பும் வளனும் எச்சமும்
தெய்வமும் யாவதும் தவமுடையோர்க்கு"

என்று.

ம.ரா.போ.குருசாமி ஐயா அவர்கள் தவமுடையோர்!

24

நம்பியாறு வாழ்த்தட்டும்!

'இது விழிகளின் பார்வையல்ல!' என்பது இக்கவிதைத் தொகுப்பின் தலைப்பு. கண்ணால் காண்பது ஒன்றாகவும் உட்கருத்து முற்றிலும் முரண்பட்டதாகவும் இருத்தலும் கூடும் என்ற உண்மையை உணர்த்துகிறது தலைப்பு. விழிகளின் பார்வை அல்ல என்றால் சிந்தனைத் தெளிவின் பார்வை. புறப்பார்வைக்கும் அகநோக்குக்கும் உண்டான வேறுபாடுகளை உணர்த்தும் தலைப்பு.

கவிஞர் சிந்தா எனக்கு அறிமுகமானவர் இல்லை. இதற்குமுன் அவர் கவிதை எதையும் வாசித்ததும் இல்லை. எனது சகோதரர் ஏர்வாடி சுல்தான் இந்தத் தொகுப்பை எனக்கு அறிமுகப்படுத்தினார். கவிஞர் சிந்தாவின் முழுப்பெயர் M.S. சிந்தா மதார் என்றும், சகோதரர் S.I. சுல்தான் அவர்களின் அடுத்த வீட்டுக்காரர் என்றும் பின்னர் அறிந்தேன். வயதென்ன, தொழிலென்ன, வருமானம் என்ன போன்ற தகவல்கள் எனக்கு அநாவசியம். கவிஞர் என்ற அறிமுகமே நமக்குப் போதுமானது.

'பெருவெளி' என்ற கவிதையில் கவிஞர் சொல்கிறார்,

'உடைந்தது மழைத்துளி
எத்தனை நைல் நதி?'

என்று. கவிதை எனும் அனுபவம் மழைத்துளி, அதுவே நைல் நதி. நதிகள் என்பன இங்கு சிந்தனைப் போக்குகள். புனிதம் என்பது உலகின் எந்த நதிக்குமான சொந்த உரிமையும் அல்ல.

அனைத்துக் கவிதைகளையும் வாசித்துச் செல்லும்போது, கவிஞரின் பரந்து பட்ட பார்வையின் தெளிவும் கூர்மையும் தெரிகிறது. மனித உணர்வுகள் என்பன மதம் இனம் மொழி நிலப்பகுதி என்பனவற்றையும் கடந்து நிற்பன என்பதையும் கவிதைகள் நிறுவிச் செல்கின்றன.

'அம்மா' என்றொரு கவிதை அதற்கோர் எடுத்துக்காட்டு.

'குழந்தை மூசாவை
கூடைக்குள் கிடத்தி
நீரில் விட்டு
திரும்பியவளோ
கர்ணனை கங்கையில் அனுப்பிவிட்டு வந்தவளோ
ஈன்றவள் விழிகளில்
இடம் பெயர்ந்திருந்தன
நைலும் கங்கையும்'

என்றொரு கவிதை விழிகளின் மூலம் மட்டுமே அல்லாத மிகச்சரியான அகப் பார்வையைத் தருகிறது. ஈன்ற தாய் என்பதோர் சக்தி வாய்ந்த சொல்லாட்சி. அதனால்தான் வள்ளுவன் 'ஈன்ற தாய் பசி காண்பான் ஆயினும்' என்று அழுத்தம் தந்து பேசினான்.

காதல், போர்கள், மதக்கலவரங்கள், துவக்குச் சூடுகள் குறித்த சில கவிதைகள் உண்டு நூல் நெடுக்க. வலி என்பது யாவர்க்குமாம். 'விரியும் சிறகுகள்' எனும் நீண்ட கவிதை சொல்வதைப் போல -

'பருந்தின் கால்களில்
சிக்கிய
பாம்பின் கண்களில்
தரிசனம் தந்து நெளிந்தது
மண்புழு'

என்பதுதானே யதார்த்தம்.

'புனிதப் பயணம்' எனும் கவிதையில் கவிஞர் சிந்தாவின் பாடல் வரிகள் -

'அகந்தை மனது
தன் புழுதிகளை உதறிக் கொண்டே
புரண்டு சிரிக்கிறது'

என்பதும் இன்னொரு வகை யதார்த்தமே!

பெண்ணின் அவலங்களை மிகத் தீர்க்கமாகப் பேசுகிறார் கவிஞர். 'அவளுக்கே ஆன வனவாசம்' என்ற கவிதையில்.

'எவனோ ஒருவனின்
வார்த்தை எச்சத்திற்காய்
இரண்டாம் வனவாசத்தைத்
துவங்குகிறவள்
அசோக வனத்தினிலும்
அதிகமாய்
அழுதிருக்கக் கூடும்
அப்போது அவள்
அடுத்த கலவரத்தில்
யாரைப் புணரலாம்
என்றே
அலைந்து கொண்டிருக்கிறார்கள்
அன்றிலிருந்து'

என்ற கவிதை வரிகளின் அழல் எந்தக் குறிப்பிட்ட சமயத்தின், மொழியின், இனத்தின் பெண்களுக்கானவை மட்டுமே அல்ல. இதுவே கவிதைப் பண்பென்று உணர்கிறேன் நான். வார்த்தை எச்சம் என்பதொரு சிறந்த சொல்லாட்சி.

வேறொரு உண்மையை 'நீரெழுதிய கவிதை' உணர்த்தியது.

'எந்த நதி என்று
யாருக்கும் தெரியாமல்
வந்து விழுந்தது மழைத்துளி'

என்பதது. மனித இரக்கம், காருண்யம், பரிவு என்பன தன்னாள் - வேற்றாள் பார்த்தா சுரக்கும்? அவையும் மழைத்துளிகள் போன்றவை அல்லவா?

'பேயாட்டம்' என்ற கவிதை நல்லதோர் சிறுகதைப் பண்பு கொண்டது. செய்னம்புவுக்குப் பேய் பிடித்த கதையைப் பேசுகிறது கவிதை. 'காராட்டு உதிரம் தூஉய் அன்னை களன் இழைத்து' என்று தொடங்கும் முத்தொள்ளாயிரப் பாடலை நினைவுபடுத்தும்.

'ஆதரவு இல்லம்', 'யாசிப்புகள்', 'கடவுளை விற்பவன்', 'பாவச் சுமைகள்' எனப் பல, தொகுப்பின் குறிப்பிடத்தகுந்த கவிதைகள்.

மனிதநேயம் மிக்க கவிதை ஒன்று 'மழை இரவு' எனும் தலைப்பில்.

'தேநீர்க் கடைகளில்
நாய்களுக்கும் மனிதனுக்கும்
சமத்துவ தஞ்சம்
கூரை கிழிசல் வழி
ஒழுகும் நீரை
தடுத்துக் கொண்டிருக்கும்
குழந்தையின் கற்சிலேட்டு'

என்ற கவிதை வரிகள் அன்றும் இன்றும் ஊர்ப்புறங்களில் காட்சிப்படுபவை. ஆனா ஆவன்னாவும் வாய்ப்பாடும் எழுதிப் பயிலப் பயன்படும் பள்ளிக்கூட சிலேட்டு, மழைத்துளிகளுக்கும் மறைப்பு. சாயாக் கடையின் ஒழுகும் சாய்ச்சிறக்கி மறைவில் நாயும் மனிதரும் பள்ளிச் சிறுமியும் தஞ்சமடை கிறார்கள். சிறுவயதில் நானும் மழைக்கு ஒதுங்கி இருக்கிறேன்.

ஊர்க்கோயில் கொடை என்பது கிராமங்களில் பிறந்து வளர்ந்தவர் களால் தோய்ந்து அனுபவிக்கப்படுவதொன்று. ஐம்பதாண்டு காலமாகப் புலம் பெயர்ந்து வாழ்பவன் நான். எம்மூர் முத்தாரம்மனுக்கு இந்த ஐம்பதாண்டு காலத்தில் இருபது கொடைகள் நடந்திருக்கும். அவற்றுள் குறைந்தது பதினெட்டுக் கொடைகளுக்கு நான் பம்பாயில் இருந்தும் கோவையில் இருந்தும் போயிருக்கிறேன். ஒரு கொடைக்குப் போக வாய்க்காதபோது உணரும் ஏக்கமும் அறிவேன். புலம் பெயர்ந்து போன மகன் இந்த

ஊர்க்கொடைக்காவது வருவான் என்று ஏக்கத்துடன் காத்திருந்த தகப்பனின் ஆவலாதியைப் புலப்படுத்துகிறது 'ஊர்க்கொடை' எனும் கவிதை.

'புலம் பெயர்ந்த மகன்
இம்முறையும் வரவேயில்லை
படையல் சோற்றை
காகம் மட்டுமே தின்றது'

என்பதன் வலி நமக்கு அர்த்தமாகிறது. அதுவும் படப்புச் சோறு என நாங்கள் கொண்டாடி உண்ணும் படையல் சோறும் கூடக் காத்திருந்து காகங்களுக்குப் போகும் சோகம். தூரா தொலைவுக்குப் பிள்ளைகள் சம்பாதிக்கப் போய், அவர்கள் வரவு பார்த்திருக்கும் ஏக்கம் அது.

அதுபோலவே, 'ஈரம்' என்றொரு கவிதை.

'உணவுப் பொட்டலத்தைப்
பிரித்து
நேசத்துடன் நோக்குகிறாள்
யாசிக்கும் சிறுமி
மன்னு சல்வா'

என்று தொடங்குவது. தொடர்ந்து -

'இரண்டு சலாம்களுக்கு
பதில் பெறாது
தொழுதுவிட்டு
பள்ளி வாசலைக்
கடக்கையில்
ஏளனமாகச் சிரிக்கிறது
பதிலளிக்காது
விட்டு வந்த
பக்கிரியின் சலாமொன்று'

என்று முடியும்போது நமக்குள்ளும் ஈரம் கசிகிறது. மனிதநேயம் இருந்தாலொழிய இவ்விதம் எழுத வராது.

ஊர்ப்பக்கம் வளர்ந்தவர்களுக்கு ஆறு, ஏரி, பொத்தை என்பன என்றுமே மறக்க இயலாத அனுபவங்களைத் தந்து நிற்கும். கவிஞர் சிந்தாவுக்கு அது நம்பியாறு. திருக்குறுங்குடி மலையில் புறப்பட்டு திருமலை நம்பியின் கால் நனைத்து, சித்தூர் தென்கரை மகராஜா சாஸ்தாவுக்கும் வடக்குவாழ் செல்விக்கும் தாகம் தீர்த்துத் தொடரும் ஆறு அது. நம்பியாறு பற்றி நிறையப் பேசுகிறார் கவிஞர்.

‘அத்தனை நினைவுகளையும்
ஆற்றோடு கொட்டி விட்டேன்
என்ன செய்தாய்
ஆற்றை என
என் பிள்ளைகள் கேட்குமுன்’

என்று கவலும் வரிகள் நம் நிர்க்கதியை உணர்த்துகின்றன.மேலும்,

‘அத்தனை கள்ளக் குளியலுக்குப்
பின்னும்
பிரியாமல்
கால் சட்டைப் பைக்குள்
தங்கிப்போன மணல் துகள்தான்
மௌன சாட்சிகளாய்
அன்றும் இன்றும்’

என்கிறார். ஆமாம்! மணல் துகள்களே இன்றெமக்கு அன்று பாய்ந்த யாறுகளை நினைவுபடுத்துகின்றன.

தொடர்ந்து நம் இயலாமைகளையும் உரைக்கிறார்.

‘அன்று
கட்டிய மணல் வீடுகளை
ஆறு கரைத்தது
இன்று கட்டிய வீடுகள்
ஆற்றைக் கரைத்தது’

என்று எவ்வளவு சீரழிந்த நிலைமையைக் கவிதை பேசுகிறது! மேலும் கடந்து தாண்டிப் போய் முறையிடுகிறார் -

'அடுத்த தேர்தல் வரை
ஆறிருக்கும் என
திண்ணமாய் நம்புகின்றன
மீன்கள்'

என்று. இங்கு நம்புவது மீன்கள் மட்டுமல்ல. பறவைகள், விலங்குகள், தாவரங்கள் அனைத்துமேதான்.

அஃதேபோல் 'ஆற்று வழி' என்ற கவிதையில் சொல்கிறார் -

'எங்கோ பெற்றுக் கொண்ட தெங்கு ஒன்றை
யாரிடம் கொடுப்பதற்கென்றே தெரியாமல்
உருட்டிக் கொண்டே நகர்கின்றன அலைகள்'

என்று. தெங்கு என்றால் தென்னை மரத்திலிருந்து முற்றிக் கழன்று விழுந்த தேங்காய். மேலும் சொல்கிறார் -

'யாருடைய ஈமக் கடனையோ
பத்திரமாக எடுத்துச் செல்கிறது ஆறு'

என்று. எந்த நோக்கமும் திட்டமிடலும் இல்லாமல் கால்வாய் / ஓடை/ சிற்றாறு / ஆறு / நதி / பெருநதி என எப்பெயரிட்டு அழைத்தாலும் நீரொழுக்கு தன் பணியை ஆற்றிக்கொண்டே நடக்கிறது. ஆறு போல் தானே அமைய வேண்டும் அரசியலும், மதமும், சமூகமும், ஆன்மீகமும், அவற்றின் கடமைகளும்! ஏன் அவ்வாறு இல்லை என அல்லாடுகிறது நம் மனம். அவ்வாறு இல்லை என்பதுகூட விடயமல்ல, ஏன் எதிர்மறையாக இருக்கிறது ?

கவிஞரே 'மழைத் தொழுகை' எனும் கவிதையில் குறிப்பிடுவது போல,

'வெட்டப்பட்டு
பொட்டலாகிப் போன
திடலில் தான்
மழைக்கான சிறப்புத் தொழுகை....

தொழுகை முடிந்தபின்
சுருட்டப் படுகின்றன
நதியைத் தொலைத்த
கோரைகளின் ஆன்மாக்கள்'

என்ற உண்மை. ஏன் கோரை? இங்கு சுருட்டப்படுவது கோரம்பாய் என்பதனால். கோரம்பாய், கோரைத் தட்டி, கோரைப் படுதா, பன்றிகள் சேற்றில் தொடர்ந்து பறித்துத் தின்னும் கோரைக் கிழங்கு யாவுமே நம் நினைவுக்கு வருகின்றன. கூடவே கண்மணி குணசேகரன் இருபது ஆண்டுகளுக்கு முன்பு எழுதிய 'கோரை' எனும் சிறந்த நாவலும்.

கவிஞர் சிந்தா, தாம் கைக்கொள்ளும் கருப்பொருளுக்கும் உரிப்பொருளுக்கும் உண்மையாக இருக்கிறார். பாசாங்குகள் அற்ற மொழிப் பயன்பாடு, கவிச் செழுமையை மேம்படுத்த உதவுகின்றது. கவிதை என்பது மொழியின் உன்னதம். தமிழ்மொழியில் கவிதைக்கு ஏழாயிரம் ஆண்டுப் பாரம்பரியமும், தொன்மையும், அழகும், வளமும், நயமும் உண்டு. தமிழில் கவிதை எழுதிச் சாதிப்பது என்பது எளிவந்த காரியம் அல்ல.

மிகுந்த நம்பிக்கை தரும் இந்தக் கவிதைத் தொகுப்பை வழங்கியுள்ள கவிஞர் சிந்தா, மேலும் பயணிக்க, தடம்பல சமைக்க நமது வாழ்த்துகள். நம்பியாறும் வாழ்த்தும் என்பது நமது நம்பிக்கை.

25

சாந்துணையும் கல்லாதவாறு!

முன்னுரைகள் சில நட்புக்காக, சில மறுக்க இயலாதலால், சில படைப்புகளை விரும்பிக் கொண்டாடி என சக இலக்கியவாதிகளுக்கு உவந்து எழுதி இருக்கிறேன். நான் வியந்து, மாணவனாக நின்று கற்றுக் கொண்டு எழுதும் முன்னுரை இது. National Science என்று வழங்கப்பட்ட உயிரியல், தாவரவியல் கற்றவனல்ல நான். ஆனால் அன்று இரயில் காணாத, அரசு கலை அறிவியல் கல்லூரியோ, பொறியியல் கல்லூரியோ, மருத்துவக் கல்லூரியோ கண்டிராத தென்கோடி மாவட்டத்தில், சராசரிக்கும் கீழான எளியதோர் கிராமத்தில், அன்றாடம் காய்ச்சும் குடும்பத்தில் பிறந்து வளர்ந்த காரணத்தால் தேடல் இயல்பிலேயே ஊறிப் போயிருந்தது. விலங்குகள், பறவைகள், எளிய ஜீவராசிகள், தாவரங்கள், மீன்கள் எனத்தேடி அறிய நேர்ந்தது. இப்போதும் என்னால் பதினைந்து வாழை இனங்களின் பெயரறிந்து அடையாளப்படுத்தவும், சுவை பேதம் உணரவும் இயலும். புல், பூண்டு, செடி, கொடி, புதர், சிறுமரம், பெருமரம் எனக் குறைந்தது நூறினைப் பெயர் சொல்லி அடையாளப்படுத்த இயலும்.

இந்த ஈடுபாடு பள்ளிக் கல்வி மூலம் பெற்றதல்ல. அந்த ஈர்ப்பே, முனைவர் லோகமாதேவி எழுதிய கட்டுரைகள் பலவும் 'சொல்வனம்' இணைய இதழ் மூலம் வாசிக்கத் தூண்டியது. பேராசிரிய அகங்காரமும்

ஊருண்டு காணி இல்லேன்

மிரட்டலும் வெருட்டலும் இல்லாத இயல்பான மொழி, முழுமையாகத் தகவல்களைத் திரட்டித் தரும் உழைப்பு, சுவாரசியமான சொல்முறை அவரது கட்டுரைகளின் சிறப்பு என்பதனை உணர்ந்தேன்.

'சாகே - அரிசி மது' எனும் தலைப்பிலான பதினான்கு கட்டுரைகள் கொண்ட இந்த நூலின் பல கட்டுரைகளின் பாடுபொருள் பல்பெயர் கொண்ட மதுவகைகள், நஞ்சுகள், காபி போன்ற பானங்கள் சார்ந்தவை.

மிகச்சரியாக ஐம்பதாண்டுகள் முன்பு, கடற்படையில் பணிபுரிந்த என் நண்பர் மூலமாக, ஓல்டு மங்க் ரம்மில் தொழில் பழகிய நான், இக்கட்டுரைகளில் பேசப்பட்டுள்ள பானங்கள் பல பருகியுள்ளேன், சில வகைக் கள்ளும். இந்திய அளவில் பல மாநிலப் பயணமும், வாய்த்த வெளிநாட்டுப் பயணங்களும் எனக்கந்த வாய்ப்பை நல்கின.

'நீலக்கற்றாழையும் டெக்கீலாவும்' எனும் கட்டுரை வாசிக்கும்வரை, டெக்கீலா எனும் மதுவின் மூலப்பொருள் கற்றாழை என்பதறியேன். 2012 ஜூன் மாதம், பாஸ்டன் நகரில், 'சொல்வனம்' ரவிஷங்கரும், பாஸ்டன் பாலாஜியும் எனக்கதை அறிமுகப்படுத்தினார்கள். மது எனும் இசையின் சிறப்பான மேளகர்த்தா ராகங்களில் அதுவும் ஒன்றென அறிந்தேன்.

நாஞ்சில் நாட்டுக் கொலைச் சிந்து ஒன்றில் கூந்தப்பனைகள் பற்றி அறிந்திருக்கிறேன். இரயிலடிக் கற்றாழை சிலவற்றில் நடுப்பகுதியில் குருத்துத் தண்டு நீண்டு பத்துப் பதினைந்து அடி வளர்ந்து பூத்து நிற்பதைக் கண்டதுண்டு. அதிலும் ஆதி குடிகள் கள் இறக்குவார்கள் எனக் கேட்டிருக் கிறேன். ஆனால் பிரபலமான மதுவகை ஒன்றின் மூலப்பொருள் பற்றிய வலுவான ஆய்வு இந்தக் கட்டுரை. டெக்கீலா என்பதோர் நகரின் பெயர் என்பதுவும் புதிய செய்தி. ஒருவகை விஸ்கியின் பெயர் ஸ்காட்ச் என்று இருப்பதைப் போல.

ஆழமான ஆய்வு, விரிவான செய்திகள். தமிழுக்குப் புது வரவும் ஆகும்.

இந்தப் பகுப்பில் இன்னொரு கட்டுரை ஃபெனி. முந்திரியின் தேம்பழம் கொன்று தயாரிக்கப்படும் ஃபெனி கோவாவின் சிறப்பு. இன்றும்

கோவாவில் அவரவர் சொந்தத் தேவைக்கு வீட்டிலேயே வாற்றி வைத்துக் கொள்கிறார்கள். வணிகமாகச் செய்வதும் உண்டு. இந்த நேர்த்தியான பானம் பற்றிப் பல அரிய தகவல்கள் இந்தக் கட்டுரையில் காணலாம். முக்கியமானது போர்ச்சுக்கீசியர் வரவுக்கு முந்தியே கொல்லாமா அல்லது முந்திரி எனப் பெயரிய தாவரம் இந்தியாவில், குறிப்பாக தமிழகத்தில் இருந்ததற்கான சான்றுகள் உள என்கிறார். வாசிக்கும்போது பெருமிதமாக இருந்தது. நம்மில் பல்கலைக்கழகமொன்றின் தமிழ்த்துறைத் தலைவரே, தென்னைமரம் பத்தாம் நூற்றாண்டுக்குப் பிறகு தமிழ்நாடு வந்தது என்று பாடம் நடத்தினார்.

2004 என்று நினைவு. மதுரை சண்முகசுந்தரம் எனும் நண்பர் காரில், தமிழினி வசந்தகுமார், ஜெயமோகன் ஆகியோருடன் பதினைந்து நாட்கள் சிவாஜி கோட்டைகள் காண சுற்றுலாச் சென்றோம். திரும்புகையில் கோவாவில் மட்காவ் நகரில் தங்கி அலைந்தபோது, ஜெயமோகன் மட்டுமே ஃபெனி அருந்தவில்லை.

இந்த வகையின் அடுத்த கட்டுரை சாகே! ஜப்பானுக்கு உப்புத்தோல் ஏற்றுமதி செய்யும் தொழிலில் இருந்த என் நண்பர் அசதுல்லா கான் (கான் சாகிப்) - அவர் மகளும் சென்னைக் கல்லூரி ஒன்றில் தாவரவியல் பேராசிரியர் இன்று - ஜப்பான் சென்று திரும்பியபோது எனக்கொரு போத்தல் சாகே என்ற அரிசி மது பரிசளித்தார். அன்றெனக்கு அதைப் பருகும் முறை தெரியாமல் அதற்கு அவமரியாதை செய்து பருகினேன். அது நடந்து முப்பத்தைந்து ஆண்டுகள் ஆயின.

ஐந்தாண்டுகள் முன்பு, நண்பர் டோக்கியோ செந்தில் அழைத்து, ஜப்பான் போயிருந்தபோது, அவர் கற்பித்தார் சரியாக சாகே பருகும் முறை. இந்தக் கட்டுரையில் சாகே தயாரிக்கப்படும் விதம் தெளிவாகவும் நுட்பமாகவும் பேசப்பட்டுள்ளது. அபூர்வமான வாசனை, சுவை, நிறம், தீவிரம் உடைய மது இனங்களுக்கும் மாட்டு மூத்திரத்துக்கும் வேறுபாடு தெரியாமல் பருகுகின்ற ஒரு சமூகத்தில் வாழுகின்ற நமக்கு, ஒரு பண்பாட்டின் அடையாளமாக விளங்கும் மது குறித்த அத்தனை தகவல்களும் வியக்க வைக்கின்றன. இறைவனுக்குப் படைக்கப்படும் உணவுகளில் முதன்மையானதாக சாகே இருக்கிறது என்பது போன்ற அபூர்வமான செய்திகள். யாமும் எம் இறைவர் சுடலைமாடன், புலைமாடன், கழுமாடன்,

தோடிமாடன், செக்கடி மாடன், சூளை மாடன், கிணற்றடி மாடன்களுக்கு கால் குப்பி வாற்றுச் சாராயமும் சுட்ட அயிலைக் கருவாடும் வைத்து வழிபடுகிறோம்.

மேலும் கட்டுரையில் சாகே பற்றிய தொன்மக்கதை ஒன்றும் பேசப்பட்டுள்ளது. இந்த மது பொது ஆண்டு பத்தாம் நூற்றாண்டு வரை மடங்களிலும் அரண்மனைக் கோயில்களிலும் சடங்குகளின்போது மாத்திரமே அருந்த என தயாரிக்கப்பட்டதாம். கத்தோலிக்கர் பிரார்த்தனை நிறைவுற்றதும் ஏசுபிரானின் குருதி எனக்கருதி திராட்சை வைன் பிரசாதமாகப் பெற்றுக் கொள்வது நினைவுக்கு வருகிறது. இன்றும் என்னுடன் மது அருந்தும் குறிப்பிட்ட இனத்தவர், வலது கை மோதிர விரலை பானத்தில் முக்கி வானத்தை நோக்கித் தெறிப்பது எனும் சடங்கைச் செய்கிறார்கள்.

மேலும் எண்ணத் தொலையா மது வகைகளை இந்தக் கட்டுரைகள் பேசுகின்றன. தொகுப்பின் மிகச் சிறிய கட்டுரை 'கிண்ணத்தை ஏந்துதல்! பானங்கள் அருந்தப் பயன்படுத்தப்படும் கோப்பைகள் பற்றிய அறிவியல் கட்டுரை இது. திருமணச் சடங்குகளின்போது கோப்பைகள் பற்றியும், திரவத்தைச் சார்ந்து நிறம் மாறும் கோப்பைகள் பற்றியும் செய்திகள். எங்கள் ஊரில் கோயில் கொடைகளின்போது மறைவாகச் சாராயம் பருகுவோர் பயன்படுத்தும் கோப்பை, தேங்காய்ச் சிரட்டை.

இன்னொரு சுவாரசியமான கட்டுரை, 'பியர் கசக்கும் உண்மைகள்! 2012ஆம் ஆண்டில் அமெரிக்க ஐக்கிய நாடுகளில் இலக்கியச் சுற்றுப் பயணம் மேற்கொண்டபோது, நியூ இங்கிலாந்து பகுதியில் வசித்த நண்பர் மெய்யப்பன், புகழ்பெற்ற பியர் தயாரிக்கும் தொழிற்சாலைக்கு அழைத்துப் போனார். பியருக்குள் கசப்புச் சுவை ஏற்றுவது ஹாப்ஸ் எனும் தாவரம் என்பதை அறிந்திருந்தாலும், அந்தக் கொடியைக் கண்ணால் கண்டது அங்குதான். ஹாப்ஸ் கொடி பற்றிய பல அறிவியல் செய்திகளை இந்தக் கட்டுரை தருகிறது.

அதுபோல், கலிஃபோர்னியா மாநிலத்தில், ஃப்ரிமாண்ட் கவுண்டியில் வசித்த நண்பர் பகவதிப்பெருமாள் வைன் டூர் ஒன்று கூட்டிப் போனார். இவைபற்றி எல்லாம் விரிவாகப் பின்னர் எழுதும் எண்ணத்தை இந்தக் கட்டுரைகள் தோற்றுவிக்கின்றன.

‘நஞ்சை வாயிலே கொணர்ந்து’ எனும் தலைப்பிலான கட்டுரை, பாரதியின் ‘நச்சை வாயிலே கொணர்ந்து நண்பர் ஊட்டு போதிலும், அச்சமில்லை அச்சமில்லை அச்சமென்பதில்லையே!’ எனும் கவிதை வரிகளை நினைவூட்டும். அதுபோலவே

‘பெயக் கண்டும் நஞ்சுண்டு அமைவர் நயத்தக்க
நாகரிகம் வேண்டு பவர்’

எனும் திருக்குறள் வரிகளையும்,

‘முந்தை இருந்து நட்டோர் கொடுப்பின்
நஞ்சும் உண்பர் நனி நாகரிகர்’

எனும் நற்றிணையின் பெயரறியாப் புலவன் வரிகளையும்.

ஒரு வகையில் நஞ்சும் தானே பருகப் பெற்றுள்ளது? சாக்ரடீஸ் அனுபவத்தை மையமாகக் கொண்டு, நஞ்சு பற்றிய செறிவான செய்திகள்.

பருகப்படும் வேறு இரு தாவரங்கள் பற்றிய இரண்டு கட்டுரைகள் ‘காபியின் கதை’ மற்றும் ‘சிக்கரி’ என்பன. கிராமத்தில் பிறந்து வளர்ந்த காரணத்தால் தேயிலையும் காப்பியும் வாலிபனான பிறகே அறிமுகம் ஆயின. தமிழ்நாட்டுக்கு தேநீரின் வரவு பற்றிக் கி.ரா. எழுதினார். காப்பியின் வரவு குறித்து அ.இரா. வெங்கடாசலபதி எழுதினார். காபியின், சிக்கரியின் தாவரவியல் கூறுகள் குறித்து லோகமாதேவி எழுதியுள்ளார்.

இன்னொரு தீவிரமான கட்டுரை ‘புகையும் புகை சார்ந்தவைகளும்’. மாணவருக்கான கட்டுரை என்று மரியாதையான உயரத்தில் மாற்றி வைத்து விடாமல், வாசிப்பு நாட்டமுள்ள அறிவுத் தேட்டம் உள்ள யாவரும் படித்து உணர வேண்டிய கட்டுரை. இன்று உலகில் புகையிலை பயன்படுத்துவோர் 130 கோடிப்பேர் எனும் தகவல் அதிர்ச்சி அளிப்பது.

பட்ட மேற்படிப்பு முடித்து பம்பாய்க்குப் போவது வரைக்கும் எனக்கு பீடி, சிகரெட், சுருட்டு, மூக்குப்பொடி, யாழ்ப்பாணப் புகையிலை, தடைப்புகையிலை பழக்கம் கிடையாது. மது அருந்தியபின் ஒரு சிகரெட் என்பது 1973-ல் ஆரம்பித்தது. 1980-ல் நுரையீரல் நோய் வந்து இருநாட்கள் மருத்துவமனையில் கிடந்தபிறகு இன்றுவரை சிகரெட் நான்

தொட்டவனில்லை. மதுவை விட்டவனும் இல்லை. புகையிலை குறித்த ஆழமான இந்தக் கட்டுரை வாசிக்கும்போது எனக்கும் பழைய நினைவுகள்!

'சோள பாப்பியும் ஓப்பியம் பாப்பியும்' என்ற கட்டுரை புதிய திறப்புகளைத் தருவது. கசகசா அறிவோம். ஓபியம் எனப்படும் அபின் அறிவோம். ஆனால் அதன் பின்புலத்தில் இத்தனை செய்திகள் இருப்பதை அறியோம்.

இந்தத் தொகுப்பின் பதினான்கு கட்டுரைகளில், ஆயுர்வேத, சித்த, ஓமியோபதி, அலோபதி முதலாய மருத்துவர்களுக்கு நான் பரிந்துரைப்பது 'புல்லரிசிப் பூஞ்சை' எனும் கட்டுரையை. அஃதே போல் 'வலி' என்ற கட்டுரையும்.

'குன்றிமணி, கொல்லும் அழகு' என்ற தலைப்பில் ஒரு கட்டுரை. 'உண்மைகள்!'. குன்றிமணி அழகு, ஆனால் விடத்தன்மை கொண்டது. குன்றிமணி குறித்த மேற்கோள்கள் திருப்புகழில் இருந்தும் தரப்பட்டுள்ளன. அமுதமும் நஞ்சும் நம்மை சமீபித்தே வாழ்கின்றன. அரளி மலர் அழகு, வேரும் காயும் விடம். கம்பன் சானகியை அமுதினால் செய்த நஞ்சு என்பான். நம்மில் பலருக்கும் மஞ்சாடியும் தெரியாது, குன்றிமணியும் கண்டிலோம்.

'மரவள்ளிக் கிழங்கு' என்ற தலைப்பில் ஒரு கட்டுரை. மரவள்ளிக்கு எங்கள் பெயர் மரச்சீனி. சீனிக்கிழங்கு கொடி, மரச்சீனிக்கிழங்கு தாவரம். தர்மபுரியில் அதன் பெயர் குச்சிக்கிழங்கு. கேரளத்தில் கப்பைக்கிழங்கு. கொங்கு நாட்டில் ஏழிலைக் கிழங்கு. பெயர் எதுவானாலும் பள்ளிப் பருவத்தில் எம்மைப் பட்டினியில் இருந்து காத்த கிழங்கு அது.

ஆனால் லோகமாதேவி கட்டுரை வழங்கும் செய்தி மரவள்ளிக் கிழங்கில் சாகே போல மது தயாரித்தனர் பிரேசில் பழங்குடிகள் என்பது. ஜார்க்கண்ட் மாநிலத்து ராஞ்சியில், ஆதிகுடியினர் சோறு பொங்கிப் புளிக்க வைத்து மூலிகைகள் சேர்த்துத் தயாரித்த கள் விற்றனர் சந்தையில். வாங்கிப் பருகி இருக்கிறேன். எங்கள் பக்கத்து ஊர் முப்பிடாதி அம்மன் கோயிலில் கொடை நடக்கும்போது, செவ்வாய் முற்பகலில், மகமைக்காரர் வீட்டில் குறிப்பிட்ட அரிசியில் தயாரித்த மதுவை மேளதாளத்துடன் ஊர்வலமாய் கோயிலுக்கு எடுத்துச் செல்வார்கள். மது பொங்கியபின் எடுக்கும் மதுக்குடம் அது.

இப்படி எத்தனையோ செய்திகள் மதுவாகப் பொங்கி வழியும் கட்டுரைகளைக் கொண்ட நூலிது. இவை உலகத் தமிழ் மாநாடுகளில் வாசிக்கப்பெறும் கருத்தரங்கக் கட்டுரைகள் இல்லை. இவை தமிழுக்குப் புதுவரவு, நல்வரவு. இந்த நூலுக்கு முன்னுரை எழுதுவதைப் பெருமிதமாகக் கொள்வேன். பாரதி இதையே அர்த்தப்படுத்தினான், இறவாத புகழுடைய நூல்கள் தமிழில் எழுதப்பட வேண்டும் என.

முனைவர், பேராசிரியர், லோகமாதேவி செய்திருக்கும் இப்பணி, வரவேற்கத்தகுந்தது, வாழ்த்துதற்குரியது. எதிர்காலத்தில் இதுபோல் நிறைவான படைப்புக்களைத் தர வாழ்த்துக்கள்.

26

திருவினை ஆக்கும் முயற்சி

சொல் எனப்படுவது மொழி பேசும் மக்களின் பண்பாட்டுக் கூறு. 'எல்லாச் சொல்லும் பொருள் குறித்தனவே' என்னும் தொல்காப்பியம். 'கற்பெனப் படுவது சொல் திறம்பாமை' என்றாள் ஔவை. 'சொல்லில் உயர்வு தமிழ்ச் சொல்லே' என்றான் பாரதி. 'சொல் ஒக்கும் சுடுசரம்' என்றான் கம்பன். 'வெல்லும் சொல் இன்மை அறிந்து சொல்லுக சொல்லை' என்றான் வள்ளுவன்.

சொற்களுக்கு என வரையறைகளேதும் இல்லை. உலகத்து அனைத்து மாந்தரும் பேசுவதும் சொற்கள், மொழிகள்தானே! அவற்றுள் எழுத்துருக்கள் கொண்ட மொழிகளை விடவும் எழுத்துருக்கள் இல்லாத மொழிகளே அதிகம். எனினும் அவை மக்களால் புழங்கப் பெறுகின்றன. அங்ஙனம் இந்தியாவில் 1625 மொழிகள் உள்ளன. உலகனைத்திலும் எத்தனை இருக்குமோ? இந்தியராக இருந்தும் நாம் புழங்குகின்ற ஒருசில மொழிகளின் பெயர் மட்டுமே அறிவோம். அந்தந்தப் பிராந்தியத்து மக்கள் பேசுகிறார்கள் அம்மொழிகளை.

போஜ்புரி, மைதிலி, பிரஜ்பாஷா, புந்தேல் கண்டி, பிரதாப்கர், அவதி, கன்னோஜி, கடுவாரி, குமோனி, ஹரியானி, ராஜஸ்தானி, மார்வாரி, மேவாரி, மால்வி, நிமதி, பகேலி, டோக்ரி, பாடி, லடாக்கி, சத்தீஸ்கரி, கோர்பா, ஜார்கன்ஸி,

சந்தாலி போன்றவை அழிந்து போன அல்லது அழிவிலுள்ள மொழிகள் இந்தியாவில் என்கிறார்கள். ஐநூறு ஆண்டுகளுக்கு முன்பு தோன்றிய இந்தி எனும் ஒற்றை மொழி போதுமானது என்று போதிக்கிறார்கள் இன்று. நாம் மேற்சொன்ன மொழிகளுக்கு இலக்கியங்கள் உண்டா, அகராதிகள் உண்டா, இலக்கணங்கள் உண்டா, சொற்றொகைகள் உண்டா?

எவர் விரும்பினாலும் விரும்பாமற் போனாலும், காய்தல் உவத்தல் இல்லாத உலக அறிஞர்களின் ஆய்வுமுடிவு, தமிழ்மொழி உலகத்தின் மூத்த மொழி என்பது. பல்லாயிர ஆண்டுப் பாரம்பரியம் உடையது. கைக்குக் கிட்டிய தொல்காப்பியத்தின் காலம் பொது ஆண்டுக்கு 7500 ஆண்டுகள் முன்பானது என ஆய்வுகள் உண்டு.

இத்தனையாண்டுகள் புழங்கும் இந்த மொழியில், உலகமெங்கும் பன்னிரண்டு கோடிப்பேர் உரையாடும் மொழியின், முதல் நிகண்டு திவாகரம் என்றும் அதன் காலம் ஒன்பதாவது நூற்றாண்டு என்றும் அறியத் தந்துள்ளனர். அவருடைய மகன் அல்லது மாணவன் பிங்கல முனிவன் தொகுத்தது பிங்கலம். 4121 நூற்பாக்களும் 15,800 சொற்களுக்குப் பொருளும் குறிப்பதாம். 41 நிகண்டுகளின் பெயர் தெரிந்திருந்தும் இதுவரை 21 நிகண்டுகளே அச்சேறியுள்ளன.

கிடைத்த நிகண்டுகளின் சொற்கள் யாவற்றையும் உள்ளடக்கி, சென்னைப் பல்கலைக்கழகம் தொகுத்த லெக்சிகன் - பேரகராதி, 1924இல் தொடங்கி 1936 - வரை வெளியிட்ட ஆறு தொகுதிகளும், தொடர்ந்து இணைப்பாக 1939இல் வெளியான ஏழாவது தொகுதியும் சேர்த்து, பதிவிட்ட சொற்கள் ஆக 1,17,762 என அறிகிறோம்.

எனினும் தமிழ் மொழி பேசும் பிரதேசங்களில், சமூகங்களில், தொழில்களினுள், கடைக்கோடி கிராமங்களில் பல லட்சம் சொற்கள் இதுவரை எந்த அகராதியாலும் பட்டியல் இடப்படாவிட்டாலும் வழங்கிக் கொண்டிருக்கின்றன. ஒரேயொரு எடுத்துக்காட்டு தருவேன். பேரகராதியில் பெருச்சாளி உண்டு. கொங்கு வட்டாரத்தின் பெருக்கான், நாஞ்சில் நாட்டின் அவயான், நடு நாட்டின் அகவான், ஈழத்தின் அகழான் போன்ற பெருச்சாளியின் மாற்றுச் சொற்கள் காண இயலாது. மேலும் கலவி, முயக்கம், உவப்பு எனும் சொற்கள் உண்டு பேரகராதியில், உடலுறவு இல்லை.

எனவே மக்கள் மொழியில் புழங்கும் வட்டார வழக்குச் சொற்களின் அகராதிகளின் தேவை எழுந்தது. தொடங்கி வைத்தவர் அண்மையில் நூற்றாண்டை நிறைவு செய்த கரிசல் இலக்கியத்தின் முன்னத்தி ஏர் கி. ராஜநாராயணன். அவரது முன்னெடுப்பைத் தொடர்ந்து இன்று ஏராளமான வட்டார வழக்குச் சொல்லகராதிகள், எதுகை அகராதி, மோனை அகராதி, ஆட்சிச் சொல் அகராதி, வைணவ கலைச்சொல் அகராதி, இதிகாசக் கதாபாத்திரங்களின் அகராதிகள், சட்டச் சொல்லகராதி, மருத்துவச் சொல்லகராதி எனவாங்கு!

கொங்கு நாட்டு வட்டார வழக்குச் சொல்லகராதியே இதுவரை ஐந்து வந்துள்ளன. ஆறாவது வரவு சூலூர் ஆனந்தியின் தேன் அகராதி. ஒரு குடும்பத் தலைவியாகப் பொறுப்புச் சுமந்து, படைப்பிலக்கியவாதியாகவும் இயங்கி, கொங்கு நாட்டுச் சொற்களைத் தேடித்திரிந்து, கண்டடைந்து, தொகுத்துப் பட்டியலிட்டு, அகர வரிசைப்படுத்தி, பொருள் எழுதி இவ்வித மானதோர் அகராதி தொகுத்த அவரை மனம் விம்மப் பெருமிதம் கொண்டு பாராட்டுவேன். பல்கலைக்கழகங்கள் செய்ய வேண்டிய வேலையைப் படைப்பிலக்கியவாதி முனைய வேண்டியது இருக்கிறது.

கொங்குப் பகுதியில் புழங்கும் ஒரு சொல்லை, அதன் உச்சரிப்பு ஒலியோடு பதிவிட்டு, அதன் பொருள் தமிழிலும் ஆங்கிலத்திலும் தந்து, அச்சொல் புழங்கும் சொற்றொடரும் எடுத்துக்காட்டாகத் தருவது என்பது எளிவந்த காரியம் அல்ல.

எடுத்துக்காட்டுக்கு அச்சாரம் என்றொரு சொல். பொருள் - முன்கூட்டியே. ஆங்கிலத்தில் Advance. எடுத்துக்காட்டுச் சொற்றொடர் 'என்னுமோ காரியமாகோணுமாட்டா தெரிது. அதுக்குத்தே அச்சாரம் போடறீன்னு தெரியுது'.

அச்சாரம் எனும் சொல் நாஞ்சில் நாட்டிலும் மலையாளத்திலும் Advance எனும் பொருளில் இன்றும் புழக்கத்தில் உண்டு. 'அம்மன் கோயில் கொடைக்கு வில்லுப் பாட்டுக்கு யாருக்குப்பா அச்சக்கிரயம் கொடுத்திருக்கு?' என்பார்கள். பேரகராதி அச்சாரம் எனும் சொல்லுக்கு முன்பணம் எனப் பொருள்தரும்.

முதன் முறையாகப் பாவலர் இரணியன் வாயிலாக இருபது ஆண்டு களுக்கு முன்பு நான் அறிந்த கொங்கு வட்டாரச் சொல் 'அச்சகாரம்'. பொருள் அச்சாரம்தான். ஆதாரமாக ஒரு சொலவமும் சொன்னார் - 'சொப்பு வனையத் தெரியாத கொசவன் மொடா வனைய அச்சாரம் வாங்கினது போல' என்று.

ஐம்பத்தோரு ஆண்டுகள் முன்பு பம்பாய்க்குப் புலம்பெயர்ந்து, அங்கிருந்து முப்பத்தி நான்கு ஆண்டுகள் முன்பு கொங்கு நாட்டுக்குப் புலம் பெயர்வது வரைக்கும் எனக்கு 'மொட்டு' என்றால் முட்டை எனவும் பொருள் தரும் என்பது தெரியாது. பைதா, அண்டா எனும் இந்திச் சொற்கள் அறிந்திருந்தேன். அதுபோன்றே 'சோட்டாளி' எனும் சொல்லும். நண்பன், Friend என்று பொருள். நாஞ்சில் தமிழும் மலையாளமும் 'சேக்காளி' என்று வழங்கும். இதுபோல் பன்னூறு எடுத்துக்காட்டுகள் சுட்டிச் செல்லலாம்.

எங்கு எப்போது பார்த்தாலும் என்னை மனம் நெகிழ, வாய் நிறைய அப்பா என்றழைப்பவர் சூலூர் ஆனந்தி. அவரே செய்து கொணர்ந்து தரும் எள்ளுருண்டை நினைத்தாலே இனிக்கும். ஒரு தகப்பனின் பெருமிதத்துடன் எழுதுகிறேன், இந்தத் தேன் அகராதி செயற்கரிய செயல். கொங்கு எனும் சொல்லுக்கும் தேன் என்றே பொருள்! ஆதாரம், குறுந்தொகையின் இரண்டாவது பாடல், இறையனார் பாடிய குறிஞ்சித்திணைப் பாடல்.

'கொங்குதேர் வாழ்க்கை அஞ்சிறைத் தும்பி!
காமம் செப்பாது, கண்டது மொழிமோ?'

எனத் தொடங்குவது.

சிலநாட்கள் முன்பு சூலூர் ஆனந்தியை ஒரு விழாவில் சந்தித்தபோது சொன்னேன் - நடுநாட்டுச் சொல்லகராதி வெளியிட்டு பத்தாண்டுகள் சென்று கண்மணி குணசேகரன் விரிவாக்கப்பட்ட பதிப்பு ஒன்று கொணர்ந்தது போல, தேன் அகராதிக்கும் சில ஆண்டுகள் கடந்தபின் விரிவான செம்பதிப்பு வரவேண்டும்.

சூலூர் ஆனந்தியின் சொற்சேகரப் பணி சிறக்க வாழ்த்துக்கள்.

நாஞ்சில் நாடன் நூல்கள்

கவிதைகள்

மண்ணுள்ளிப் பாம்பு	2001
பச்சை நாயகி	2010
வழுக்குப் பாறை	2014
அச்சமேன் மானுடவா?	2021
காஞ்சிங்காய் உணவில்லை	2023
களியாட்டு	2024

நாவல்கள்

தலைகீழ் விகிதங்கள்	1977
என்பிலதனை வெயில் காயும்	1979
மாமிசப் படைப்பு	1981
மிதவை	1986
சதுரங்கக் குதிரை	1993
எட்டுத்திக்கும் மத யானை	1998

சிறுகதைகள்

தெய்வங்கள் ஓநாய்கள் ஆடுகள்	1981
வாக்குப் பொறுக்கிகள்	1985
உப்பு	1990
பேய்க்கொட்டு	1994
பிராந்து	2002
நாஞ்சில் நாடன் கதைகள் (முதல் ஐந்து நூல்களின் தொகை)	2004
சூடிய பூ சூடற்க	2007
கான் சாகிப்	2010
தொல் குடி	2014
கறங்கு	2018
அம்மை பார்த்திருந்தாள்	2021
இடமோ வலமோ	2024

தேர்ந்தெடுத்த சிறுகதைத் தொகுப்புகள்

முத்துக்கள் பத்து	2007
நாஞ்சில் நாடன் சிறுகதைகள்	2011
சாலப் பரிந்து	2012
காலக் கணக்கு	2014
கொங்குதேர் வாழ்க்கை (விகடன் கதைகள்)	2013
வல் விருந்து (கும்பமுனிக் கதைகள்)	2014
கனகக்குன்று கொட்டாரத்தில் கல்யாணம்	2015
சங்கிலிப் பூதத்தான் (விகடன் கதைகள்)	2017
நாஞ்சில் நாடன் - தேர்ந்தெடுத்த சிறுகதைகள்	2019

கட்டுரைகள்

நஞ்சென்றும் அமுதென்றும் ஒன்று	2003
நாஞ்சில் நாட்டு வெள்ளாளர் வாழ்க்கை	2003
நதியின் பிழையன்று நறும்புனல் இன்மை	2006
காவலன் காவான் எனின்	2008
தீதும் நன்றும்	2009
திகம்பரம்	2010
பனுவல் போற்றுதும்	2011
கம்பனின் அம்பறாத் தூணி	2013
சிற்றிலக்கியங்கள்	2013
எப்படிப் பாடுவேனோ?	2014
கைம்மண் அளவு	2016
விசும்பின் துளி	2016
சொல்லாழி	2018
கம்பலை	2019
பாடுக பாட்டே	2020
கருத்த வாவு	2020
பிஞ்ஞகன்	2022
பொலியோ பொலி	2022

தேர்ந்தெடுத்த கட்டுரைகள்

அஃகம் சுருக்கேல்	2014
அஃகம் சுருக்கேல் (மாணவர் பதிப்பு)	2014
நவம்	2017
நாமமும் நாஞ்சில் என்பேன்	2019
இன்று, ஒன்று, நன்று	2019

நேர்காணல்கள்

நாஞ்சில் நாடன் நேர்காணல்கள்	2015

மொழிபெயர்ப்புகள்

Against All Odds	2009
(எட்டுத் திக்கும் மதயானை)	
A New Beginning	2018
(சூடிய பூ சூடற்க)	
சூடிய பூவு சூடரதே (மலையாளம்)	2021
[Flotsam (மிதவை)]	2023